LÂM VĨNH-THẾ

TRÒN NHIỆM VỤ

Hồi ký của một
Quản Thủ Thư Viện Canada gốc Việt

NHÂN ẢNH
2021

TRÒN NHIỆM VỤ
Hồi ký của một Quản Thủ Thư Viện Canada gốc Việt
Lâm Vĩnh-Thế

Dàn trang: **Nguyễn Thành**
Bìa: **Uyên Nguyên Trần Triết**
Nhân Ảnh Xuất Bản **2021**
ISBN: 9781989993569

Mục Lục

Lâm Vĩnh-Thế, M.L.S.
Librarian Emeritus
Đại Học Saskatchewan, CANADA
Điện thư: Hoaivietnhan1981@gmail.com

Tốt nghiệp Ban Sử-Địa, Đại Học Sư Phạm Sài Gòn năm 1963, tác giả Lâm Vĩnh-Thế đã dạy trung học trong nhiều năm trước khi nhận được học bổng đi du học tại Hoa Kỳ về thư viện học. Năm 1973, sau khi tốt nghiệp bằng Cao Học Thư Viện Học (M.L.S. = Master of Library Science) tại Đại Học Syracuse, ông về nước và đắc cử chức vụ Chủ Tịch, Ban Chấp Hành Hội Thư Viện Việt Nam, nhiệm kỳ 1974. Cũng trong năm này, ông được cử nhiệm làm Trưởng Ban, Ban Thư Viện Học, Phân Khoa Văn Học và Khoa Học Nhân Văn, thuộc Viện Đại Học Vạn Hạnh, cho đến khi Sài Gòn thất thủ. Tháng 9-1981, cùng với gia đình, ông rời Việt Nam đi định cư tại Canada. Từ năm 1982 cho đến năm 1997, ông phục vụ tại các thư viện và trung tâm thông tin của các chính phủ liên bang và tỉnh bang của Canada. Tháng 9-1997, ông về làm việc cho Đại Học Saskatchewan, với chức vụ Trưởng Ban Biên Mục (1997-2000; Head, Cataloging Department) và sau đó là Trưởng Khối Dịch Vụ Kỹ Thuật (2001-2003; Head, Technical Services Division). Ông đã có nhiều công trình nghiên cứu về thư viện học đăng trong các tạp chí chuyên môn tại Bắc Mỹ và Úc Châu. Ông nghỉ hưu từ tháng 7-2006 và được Đại Học Saskatchewan ban cho danh hiệu Librarian Emeritus.

Bên cạnh các hoạt động trong ngành thư viện học, tác giả Lâm Vĩnh-Thế còn thực hiện nhiều công trình nghiên cứu sử về Việt Nam Cộng Hòa và Chiến Tranh Việt Nam, đặc biệt chú trọng vào giai đoạn đầy xáo trộn của những năm 1963-1967 đã đưa đến việc Hoa Kỳ quyết định tham chiến vào năm 1965. Những nghiên cứu đó đã được đúc kết trong tác phẩm của ông mang tựa đề là *Việt Nam Cộng Hòa, 1963-1967: Những Năm Xáo* Trộn, do nhà Hoài Việt xuất bản năm 2010, tại Hamilton, Ontario, Canada. Ấn bản tiếng Anh, xuất bản lần thứ nhì, với nhiều sửa chữa và cập nhật, đã được nhà Routledge (Anh Quốc) xuất bản vào cuối năm 2020 với tựa đề *The History of South Vietnam: the Quest for Legitimacy and Stability, 1963-1967*.

Ông là dịch giả của quyển *The Price of Freedom: Exodus and Diaspora of Vietnamese People,* nguyên tác Việt ngữ *Giá Tự Do* của tác giả Lâm Vĩnh Bình, ấn bản lần thứ nhì, do Người Việt Books xuất bản năm 2017 tại Hoa Kỳ. Ông cũng là dịch giả và soạn giả của quyển *Vietnam, Territoriality, and the South China Sea: Paracel and Spratly Islands*, do nhà Routledge xuất bản năm 2019, nguyên tác Việt ngữ *Những bằng chứng về chủ quyền của Việt Nam đối với hai quần đảo Hoàng Sa Trường Sa* của tác giả Hãn Nguyên Nguyễn Nhã, do nhà Xuất Bản Giáo Dục xuất bản tại Việt Nam vào năm 2014.

Lời Cảm Tạ

Đời tôi đã trải qua khá nhiều thăng trầm nhưng tôi đều vượt qua được. Tuy tôi đã có những cố gắng của bản thân, nhưng, trong thâm tâm, tôi luôn luôn nghĩ và tin rằng tôi đã được Ơn Trên che chở, và phù hộ trong những lúc khó khăn đó. Tôi thành kính cảm tạ sự che chở và phù hộ đó của Ơn Trên.

Tôi lại may mắn có được sự hỗ trợ của gia đình, của Mẹ tôi, của các anh chị tôi, của người bạn đời đã sát cánh cùng tôi trong hơn nữa thế kỷ đã qua, và sự khuyến khích của các con, các cháu tôi. Tôi vô cùng biết ơn sự hỗ trợ quý báu này của gia đình.

Cuốn hồi ký này được viết ra để ghi lại một phần của cuộc đời tôi. Đó là những đóng góp của tôi cho ngành thư viện tại Canada, tại Bắc Mỹ, và tại Việt Nam, cả trước và sau năm 1975. Tôi cố gắng nhớ lại những chuyện đã xảy ra quá lâu, có chuyện đã cách đây gần nửa thế kỷ. Nên không tránh được có những chuyện còn nhớ được, nhưng cũng có nhiều chuyện đã quên. Một điều mà tôi vẫn còn nhớ rất rõ, ghi đậm trong tâm trí tôi trong suốt bao nhiêu năm, là cái may mắn của tôi đã quy tụ được một Nhóm Thân Hữu làm nòng cốt cho Ban Chấp Hành Hội Thư Viện Việt Nam, nhiệm kỳ 1974-1975, tạo được những bước phát triển vô cùng quan trọng cho ngành thư viện của Việt Nam Cộng Hòa. Chính Nhóm Thân Hữu này, thêm một vài bạn mới, cũng lại là nồng cốt của hai hội đoàn Vietnam Library Education Project (VLEP) và Library and Education Assistance Foundation for Vietnam (LEAF-VN), đã cùng tôi tiếp tục và hoàn tất công việc phát triển thư viện cho Việt Nam sau năm

1990. Cuốn sách này, giúp bạn đọc thấy được những thành quả đó, chính là một lời cảm tạ của tôi gởi đến các thân hữu, xác quyết một chân lý mà ông bà ta đã truyền đạt cho con cháu từ cả ngàn năm qua: ***một cây làm chẳng nên non, ba cây chụm lại nên hòn núi cao.***

Khi viết xong, đọc lại mấy lần, thấy ổn rồi, tôi điện thoại nói chuyện với Chị Phạm Thị Lệ-Hương, người đã cộng tác với tôi từ mấy thập niên qua trong ngành thư viện, và nhờ Chị viết Lời Tựa cho cuốn sách. Chị Lệ-Hương đã nhận lời và Chị đã đọc cuốn sách này, không phải một lần, mà nhiều lần và đọc rất kỹ. Kết quả là Chị đã đóng góp rất nhiều cho cuốn sách, không phải chỉ là viết Lời Tựa, mà còn góp nhiều ý kiến rất quan trọng và xác đáng cho tác giả cả về hình thức lẫn nội dung. Cám ơn Chị Lệ-Hương rất nhiều.

Sau hết, nhưng không kém phần quan trọng, tôi cũng vô cùng cảm tạ công ơn huấn luyện, dẫn dắt, và hỗ trợ về cả tinh thần lẫn vật chất của Ân Sư Pauline Atherton Cochrane trong suốt gần nửa thế kỷ vừa qua, đặc biệt đã giúp tôi vượt qua được những khó khăn ban đầu trong việc xây dựng lại sự nghiệp tại hải ngoại.

BẢNG LIỆT KÊ CÁC CHỮ VIẾT TẮT

AACR2	Anglo-American Cataloging Rules, Second Edition
ALIGU	American Language Institute of Georgetown University
BĐHTV	Ban Điều Hành Thư Viện (Library Management Committee của Thư Viện Đại Học Saskatchewan)
BT	Bản tin (Hội Thư Viện Việt Nam)
BTVH	Ban Thư Viện Học (Đại Học Vạn Hạnh)
CCOHS	Canadian Centre for Occupational Health and Safety
CLA	Canadian Library Association (Hội Thư Viện Canada)
CNSLP	Canadian National Site Licensing Project
CQPTTV	Cơ Quan Phát Triển Thư Viện (USAID)
CSDL	Cơ sở dữ liệu (Database)
ĐCSVN	Đảng Cộng Sản Việt Nam
ĐHSPSài Gòn	Đại Học Sư Phạm Sài Gòn
ĐHSPHCM	Đại Học Sư Phạm Thành Phố Hồ Chí Minh
ĐHVH	Đại Học Vạn Hạnh
HĐVHGD	Hội Đồng Văn Hóa Giáo Dục
HTTVN	Hội Thư Viện Việt Nam
IOM	International Organization for Migration
KSTĐC	Kiểm Soát Tiêu Đề Chuẩn (Authority Control)
KSTĐCTN	Kiểm Soát Tiêu Đề Chuẩn Tại Ngoại (Outsourcing Authority Control)
LEAF-VN	Library and Education Assistance Foundation for Vietnam
LTTV	*Lục Tỉnh Tân Văn* (nhựt báo)
MARC	Machine Readable Cataloging
MLS	Master of Library Science
OPAC	Online Public Access Catalog
PCTNNN	Phòng Công Tác Người Nước Ngoài
QLVNCH	Quân Lực Việt Nam Cộng Hòa
QTTV	Quản Thủ Thư Viện (Librarian)
SDC	Staff Development Center (USAID)
SKATLĐ	Sức Khỏe và An Toàn Lao Động (Occupational health and safety)
SPS	Sharon Professional Services
THKMTĐ	Trung Học Kiểu Mẫu Thủ Đức
TOEFL	Test of English as a Foreign Language
TVTS	*Thư viện tập san*
USAID	United States Agency for International Development
VLEP	Vietnam Library Education Project
VNCH	Việt Nam Cộng Hòa
WHSA	Workplace Health and Safety Agency (Ontario)

BẢNG LIỆT KÊ HÌNH ẢNH

LỜI TỰA

Cuốn hồi ký này của anh Lâm Vĩnh-Thế có thể coi là một mẫu mực của thể loại kể lại chuyện của đời mình. Vâng, anh kể chuyện riêng tư của cuộc đời anh, về nguồn gốc gia đình, về việc đi học từ tiểu học lên đến đại học, ra đời đi làm việc, rồi đi du học, rồi đến việc ứng dụng sở học vào công việc trong suốt phần còn lại của đời mình, cho tới khi anh gõ máy viết cuốn hồi ký này lúc đã về hưu. Hồi ký là việc riêng tư, cái đó đã hẳn, nhưng người đọc sẽ thấy ngay một đặc điểm: trong cái riêng ấy đầy những cái chung mà người đọc sẽ thích thú được biết.

Ngay việc nguồn gốc dòng họ của anh cũng đã mang tính lịch sử và xã hội. Chỉ cần đọc một câu này đã thấy ngay tính cách ấy:

"Ông nội tôi, cụ Lâm Văn Ngọ (1882-1960), là một hậu duệ đời thứ ba của một gia đình người Minh Hương giàu có lớn ở Chợ Lớn (khu người Hoa của thành phố Sài Gòn), đã làm việc trong nhiều năm với tư cách là Chủ Nhiệm kiêm Chủ Bút cho tờ nhựt báo tiếng Việt ***Lục Tỉnh Tân Văn*** *(LTTV) cho đến khi tờ báo đình bản vào năm 1944."*

Câu ngắn ngủi ấy cho biết tác giả Lâm Vĩnh-Thế là hậu duệ của một lớp người Trung Hoa sang lập nghiệp tại miền Nam Việt Nam khoảng cuối thế kỷ 18, và đến đời ông nội của tác giả thì đã có lúc nắm giữ một cơ quan ngôn luận tiếng Việt nổi tiếng có mặt tại Sài Gòn từ đầu thế kỷ 20.

Việc đi học của tác giả thì song song với những dòng hồi ký về việc học hành của mình, tác giả đã mô tả cả một hệ thống giáo dục do người Pháp đặt ra với đặc tính mà lâu nay nhiều người đã chỉ trích là nhằm hạn chế sự hiểu biết rộng rãi của dân chúng Việt Nam:

"Trái ngược hẳn với lối giáo dục của Hoa Kỳ là một nền giáo dục đại chúng (mass education) nhằm giúp cho gần như tất cả học sinh đều có thể tốt nghiệp bậc trung học, hệ thống giáo dục của Pháp là nhằm vào việc đào tạo nhân tài (elite education) với rất nhiều kỳ thi khó khăn để loại bỏ dần những học sinh học kém."

Anh đã chứng minh thế nào là "rất nhiều kỳ thi khó khăn" trong nền giáo dục mà người Pháp áp dụng trên đất nước Việt Nam: vào học lớp Năm, lớp đầu tiên của bậc tiểu học mới được ba năm là đụng ngay kỳ thi đầu tiên, Sơ Đẳng Tiểu Học. Qua được kỳ thi này, học thêm hai năm nữa, cuối năm lớp Nhất, phải qua một kỳ thi lớn: thi Tiểu Học mà thời trước thường gọi là thi Ri Me (Primaire), là cửa ngõ để vào bậc Trung học. Sau bốn năm phải đậu bằng Trung Học Đệ Nhất Cấp mới lên Trung học Đệ Nhị Cấp được. Học mới được hai năm đã phải thi Tú Tài I. Qua Tú Tài I, học một năm nữa phải thi đậu Tú Tài II mới gọi là hoàn tất bậc Trung học. Tính ra một người phải qua năm kỳ thi được tổ chức cho cả nước cùng một thời điểm trong 12 năm học thì mới tới ngưỡng cửa của bậc Đại Học. Tới đây thì có thể ghi danh học các phân khoa Đại Học, trừ một số trường đặc biệt như Đại Học Sư Phạm, Quốc Gia Hành Chánh, Y, Nha, Dược, v.v. thì phải qua một kỳ thi tuyển.

Tác giả đã tính toán: "*Có thể nói trong 100 em học sinh cùng vào học Lớp Năm ở bậc tiểu học, khi vào được năm thứ nhứt của các trường đại học, có lẽ chỉ còn lại độ 5-10 em mà thôi. 90-95 em kia đã bị các kỳ thi loại bỏ dần dần hết*".

Trên đây chỉ là một thí dụ để diễn tả cách viết hồi ký của tác giả: khi nói về việc học hành của chính mình, đã không quên mô tả tỉ mỉ cả nền giáo dục mà mình đã phải trải qua. Có lẽ tác giả ý thức rằng muốn hiểu câu chuyện của một người thì trước hết phải hiểu khung cảnh, môi trường mà người ấy sống và sinh hoạt. Nhưng tác giả không chỉ mô tả bằng chữ, anh có rất nhiều hình ảnh để làm chứng cho những điều anh nói. Anh đã cho chúng ta xem những hình ảnh của gia đình thuộc thế hệ trước, hình ảnh của chính anh thuở bé cùng gia đình, và đặc biệt là hình chụp của tất cả văn bằng của anh từ nhỏ tới lớn. Những văn bằng ấy ngày nay có thể được xem như tài liệu cổ: văn bằng Sơ Đẳng Tiểu Học của kỳ thi ngày 19 tháng 6 năm 1950; văn bằng Tiểu Học kỳ thi 22-6-1953; bằng Trung Học Đệ Nhất Cấp kỳ thi ngày 22-6-1957; bằng Tú Tài - phần I năm 1959, phần II năm 1960.

Những văn bằng này của miền Nam chúng ta, ngày nay là những chứng tích rất quý, vì chúng ta đã trải qua một cuộc chiến dài, và một kết thúc thua cuộc, những mất mát giấy tờ tài liệu là không tránh khỏi, nhất là đối với những người rời nước đi ra sinh sống tại nước ngoài.

Nhưng quãng đời đi học chỉ là giai đoạn "khởi động" của cuộc đời nhiều thay đổi của tác giả về sau. Tác giả đã tốt nghiệp ban Sử Địa tại Đại Học Sư Phạm Sài Gòn vào năm 1963, và đi dạy học. Nhưng dạy môn Sử Địa cho bậc Trung học có vẻ không phải là những gì số phận dành cho tác giả như một nghề nghiệp chính trong suốt đời mình. Năm 1971, anh Thế đã được học bổng của USAID (United States Agency for International Development) qua Hoa Kỳ học về môn Thư viện tại Đại học Syracuse, tiểu bang New York. Về nước năm 1973, với bằng Master of Library Science (MLS), năm sau anh Thế cùng một số đồng nghiệp từ Mỹ học xong trở về nước ra ứng cử các chức vụ của Ban Chấp Hành Hội Thư Viện Việt Nam. Anh đã đắc cử chức vụ Chủ tịch Ban Chấp Hành Hội Thư Viện Việt Nam, nhiệm kỳ 1974, với một chương trình hoạt động tích cực để ngành thư viện được tổ chức tốt hơn, hầu phục vụ quần chúng hữu hiệu hơn.

Qua cuốn sách này, tôi được biết là anh Thế khi đi du học tại Đại Học Syracuse, đã có được một vị Thầy hướng dẫn (academic advisor) có lương tâm chức nghiệp cao, và hết sức dạy dỗ, hướng dẫn anh để cho anh chọn những môn học rất có ích cho mục tiêu học tập do anh quyết định. Kết quả là anh đã được đào tạo thành một Quản Thủ Thư Viện chuyên ngành biên mục, cộng thêm với những kiến thức anh đã hấp thu được nơi trường Đại Học Sư Phạm Sài Gòn đã giúp anh Thế thành một giảng viên giỏi với cách giảng dạy tân tiến thu thập từ các vị Thầy của anh ở Việt Nam cũng như ở Mỹ.

Đại học Vạn Hạnh (ĐHVH), nơi kẻ viết những dòng này cũng vừa tốt nghiệp ngành thư viện từ Hoa Kỳ về nước trước anh Thế vài tháng, đang trông coi công việc tại Phân Khoa Khoa Học Xã Hội và Thư Viện. Nơi đây đã trở thành một địa điểm tốt cho những anh chị em quan tâm đến ngành thư viện cùng nhau lập những kế hoạch lâu dài hầu phát triển ngành Thư viện Việt Nam.

Với những hoạt động thiết thực của Hội Thư Viện Việt Nam có trụ sở đặt tại ĐHVH, cũng như chính Hội đã có những lớp huấn luyện chuyên môn được tổ chức tại đây, Tiến sĩ Đoàn Viết Hoạt, Phụ Tá Viện Trường Đặc Trách Học Vụ, đã đệ trình lên Hội Đồng Viện ĐHVH và được chấp thuận mở Ban Thư Viện Học. Anh Thế đảm nhận chức vụ Trưởng Ban, cùng với một số các đồng nghiệp trẻ tuổi cũng tốt nghiệp ngành Thư Viện Học phụ trách việc giảng dạy những môn học của ngành này tại bậc Cử Nhân, Phân Khoa Văn Học và Khoa Học Nhân Văn, dưới quyền điều khiển của Khoa Trưởng là Giáo sư Nguyễn Đăng Thục và Phó Khoa Trưởng là Tiến sĩ Lê Văn Hòa. Ban Thư Viện Học đầu tiên của Việt Nam Cộng Hòa đã chính thức được giảng dạy theo cấp bậc Cử Nhân bắt đầu từ niên khóa 1974-1975.

Nhưng rồi đến cuối tháng 4-1975, mọi chuyện sụp đổ hết. Bao nhiêu kiến thức, tâm huyết, thành quả đã đạt được, trong phút chốc biến thành hư vô, để tiếp thu một ngành thư viện cổ lỗ do người chiến thắng mang đến, có thể nói là đi giật lùi so với đà tiến triển của ngành thư viện thế giới tại thời điểm đó.

Tuy nhiên, sự nghiệp của anh Lâm Vĩnh-Thế không chấm dứt tại đó, khi vào năm 1981 anh và gia đình được người anh ruột đang ở Canada bảo lãnh sang. Sau một thời gian hội nhập xã hội mới, sự may mắn lại mỉm cười với anh. Người Thầy hướng dẫn anh trong thập niên 1970 lúc anh theo học ngành thư viện tại Đại Học Syracuse đã lại tận tình giúp đỡ, khuyến khích và đóng học phí cho anh đi học lại những môn học mới mẻ với sự áp dụng máy điện toán vào mọi hoạt động giảng dạy cũng như thực hành của ngành thư viện. Được đi học lại để có những kiến thức mới mẻ của ngành thư viện, anh đã hội nhập nhanh chóng vào môi trường mới, và được thu dụng làm việc trong ngành này tại Canada. Với trí thông minh cùng kinh nghiệm sẵn có, anh Thế đã thu nhận kiến thức mới dễ dàng. Với khả năng chỉ huy và nhất là sự quyết tâm thực hành công việc rất chu đáo, anh Thế ngày càng thăng tiến, cuối cùng anh đã hội nhập nhanh chóng và trở lại làm việc trong môi trường mới mẻ của ngành Thông Tin Thư Viện và rất thành công cho đến ngày về hưu.

Trong thời gian làm việc và đã hội nhập vào dòng chính của ngành Thông Tin Thư Viện tại Bắc Mỹ, anh Thế đã không quên thực hiện hoài bão phát triển ngành Thư Viện cho Việt Nam mà anh đã ấp ủ từ đầu thập niên 1970. Khi cuộc sống và công việc đã ổn định tại Canada, anh Thế đã hăng hái gia nhập cùng nhóm chuyên gia thư viện thông tin tại Mỹ để thực hiện các công tác như *Dự Án Giáo Dục Thư Viện (Vietnam Library Education Project = VLEP)* và *Hội Hỗ Trợ Thư Viện và Giáo Dục Việt Nam (Library and Education Assistance Foundation for Vietnam = LEAF-VN)* để giúp ngành thư viện Việt Nam thay đổi và hội nhập với đà tiến triển của thế giới. Năm 1998 anh Thế đã trở về Việt Nam lần đầu tiên để thuyết trình trong một hội nghị quốc tế về công nghệ thông tin (Hội Nghị Quốc Tế NIT '98 = 10th International Conference on New Information Technology, March 24-26,1998, in Hanoi, Vietnam). Với bài thuyết trình này, anh đã chính thức thúc đẩy, khuyến cáo Việt Nam nên thiết lập những tiêu chuẩn dành cho ngành Thư Viện Thông Tin. Anh đã cộng tác với những nhóm đồng nghiệp Việt Nam ở Mỹ để dịch những tài liệu căn bản của ngành Thư viện chẳng hạn như *ALA Từ Điển Giải Nghĩa Thư Viện Học và Tin*

Học Anh-Việt (1996), *Bộ Quy Tắc Biên Mục* Anh Mỹ Rút Gọn, 1988 (2004), những sách thuộc loại Cẩm Nang (Handbook) chỉ dẫn cách áp dụng những tiêu chuẩn quốc tế trong thư viện, viết những bài báo chuyên ngành thư viện, bằng tiếng Anh cũng như tiếng Việt xuất bản tại Canada, Úc Châu, Mỹ, và Việt Nam, v.v…

Với khả năng lãnh đạo cao, anh Thế luôn luôn đề ra những công tác khả thi cho Nhóm này để rồi lại liên lạc, hợp tác với các đơn vị thư viện trong nước để "chuyển giao" kiến thức chuyên môn, giúp cho sự phát triển ngành thông tin thư viện theo kịp với đà tiến triển của thế giới. Anh cũng đã cố gắng và thành công trong việc tìm kiếm học bổng và khuyến khích các đồng nghiệp tại Việt Nam ra nước ngoài tu nghiệp ngắn hạn để tăng cường nghiệp vụ của họ cũng như tiếp nối việc "chuyển giao" kiến thức cho đồng nghiệp của thế hệ sau trong nước, đạt được đúng **tôn chỉ** của Hội LEAF-VN mà anh Thế là một thành viên tích cực.

"Hội Hỗ Trợ Thư Viện và Giáo Dục Việt Nam (LEAF-VN) được thành lập nhằm giúp đỡ nhân dân Việt Nam thực hiện một nền giáo dục tốt đẹp bằng cách trợ giúp việc phát triển các hệ thống và dịch vụ thư viện trong cả nước." (http://leaf-vn.org)

Cuốn hồi ký về cuộc đời của anh Lâm Vĩnh-Thế không chỉ là chuyện kể về nỗi thăng trầm trong đời của một cá nhân, mà còn chứa rất nhiều kiến thức về chuyên môn, về thời đại mà tác giả đã trải qua. Nói về chuyện học vấn của mình từ nhỏ tới lớn anh không bao giờ quên mô tả hệ thống giáo dục mà trong đó mình đã được đào tạo, các cuộc thi, các bằng cấp mà mình đã đạt được. Cho đến khi đi du học tại Hoa Kỳ về ngành Thư Viện, anh vẫn có thể kể rất chi tiết ngành mình theo học, từ giáo sư, bạn học cho đến giáo trình. Người đọc có thể không nắm được các chuyên môn trong ngành học của anh, nhưng biết khá chi tiết từng chặng đường anh đã vượt qua, và nhất là biết được những giá trị kiến thức mà anh đã thủ đắc. Và như để chứng minh công việc một đời của anh là thu thập sách vở tài liệu của một xã hội để cất giữ vào một nơi gọi là Thư Viện, trong cuốn hồi ký này anh cũng đã cung cấp rất đầy đủ tài liệu, hình ảnh, cho các sự việc mà anh đang kể.

Vì thế, có thể nói, quyển hồi ký này của tác giả Lâm Vĩnh-Thế cũng là một thư viện nho nhỏ của đời anh vậy.

California ngày 27-11-2020

Phạm Thị Lệ-Hương
Faculty Emerita
Modesto Junior College
Yosemite Community College District
Modesto, California, Hoa Kỳ

CHƯƠNG MỘT

GIÁO DỤC VÀ HUẤN LUYỆN

NGUỒN GỐC GIA ĐÌNH

Hoàn toàn không có một điều gì báo trước là tôi sẽ trở thành một quản thủ thư viện. Ông nội tôi, cụ Lâm Văn Ngọ (1882-1960), là một hậu duệ đời thứ ba của một gia đình người Minh Hương[1] giàu có lớn ở Chợ Lớn (khu người Hoa của thành phố Sài Gòn), đã làm việc trong nhiều năm với tư cách là Chủ Nhiệm kiêm Chủ Bút cho tờ nhựt báo tiếng Việt ***Lục Tỉnh Tân Văn*** (LTTV) cho đến khi tờ báo đình bản vào năm 1944. Ba tôi, ông Lâm Đình Thâm (1901-1948), làm Phụ tá cho Ông Nội tôi tại tòa soạn của tờ báo này.

Hình 1.1. Ông Nội làm việc tại tòa soạn nhựt báo *Lục Tỉnh Tân Văn* (1923-1944)

Ông Ngoại tôi, cụ Nguyễn Ngọc Bích (?-?), là Cai Tổng của Tổng An Điền bao gồm 9 xã, trong đó có xã Linh Đông là quận lỵ của Quận Thủ Đức, thuộc tỉnh Gia Định, ngay bên cạnh thành phố Sài Gòn. Trước khi trở thành Cai Tổng, Ông Ngoại tôi là một thương gia giàu có, chủ một vựa cá lớn phục vụ cho vùng Thủ Đức - Dĩ An. Mẹ tôi, bà Nguyễn Thị Ất (1904-1979), được Ông Ngoại tôi cho đi học đến hết lớp Ba bậc Tiểu học. Do đó, Mẹ tôi biết đọc, biết viết, biết làm 4 phép toán, và cũng biết được một ít tiếng Pháp. Và nhờ vậy, Mẹ tôi đã có thể giúp cho Bà Ngoại tôi lo việc sổ sách cho vựa cá của gia đình cho đến khi Mẹ tôi lập gia đình với Ba tôi.

Hình 1.2. Ông Ngoại trong vườn sau nhà

Ba Mẹ tôi cưới nhau vào khoảng năm 1920 và đã sống rất nhiều năm trong ngôi nhà rất lớn của Ông Cố Nội tôi trong Chợ Lớn, tại số 14 đường Trần Thanh Cần (về sau đổi tên là Hải Thượng Lãn Ông). Đến khoảng năm 1930, Ba Mẹ tôi đã có được 4 người con: một trai lớn và ba gái nhỏ.

Cuộc sống bình thường của Ba Mẹ tôi đã bị phá vỡ một cách thình lình sau khi Ba Mẹ tôi mất cả ba người con gái trong vòng mấy tháng, tất cả đều chết vì bịnh đau màng óc truyền nhiễm. Và như ông bà mình đã thường nói, ***"họa vô đơn chí,"*** cả hai gia đình họ Lâm và họ Nguyễn đều bị suy sụp nặng nề trong thời gian Cuộc Đại Khủng Hoảng Kinh Tế của thập niên 1930 (1929-1939). Cả hai cụ Cố Nội và Cố Ngoại đều qua đời trong thời gian khó khăn này. Ông Nội tôi phải tìm việc làm và được người anh rể, ông Nguyễn Văn Của, chủ nhân của tờ báo LTTV, giao cho công việc làm Chủ Nhiệm kiêm Chủ Bút cho tờ báo. Sau đó Ba tôi cũng vào làm phụ tá cho Ông Nội tôi tại tòa soạn báo. Trong khoảng thời gian 1933-1941, Ba Mẹ tôi có thêm được 4 người con nữa, hai gái lớn và hai trai nhỏ, mà tôi là con trai út. Từ năm 1940 cho đến khi Ba tôi mất một cách đột ngột vì bịnh tim vào tháng 1-1948, gia đình Ba Mẹ tôi đã sống rất chật vật. Khi Ba tôi mất, nghĩa trang riêng của gia đình họ Lâm vẫn còn nằm trong vùng kiểm soát của Việt Minh nên Mẹ tôi không thể chôn cất Ba tôi trong nghĩa trang đó được. Và vì thế Mẹ tôi đã vô cùng trọng ân gia đình ông Nguyễn Văn Của khi họ cho phép an táng Ba tôi trong nghĩa trang riêng của họ.

Hình 1.3. Ba Mẹ tôi với Anh cả Lâm Vĩnh Tường (khoảng năm 1922)

GIÁO DỤC

Khi Ba tôi mất vào tháng 1-1948, tôi chưa được tròn 7 tuổi nên chưa được đi học Lớp Năm ở trường tiểu học. Một buổi sáng, Mẹ tôi đưa tôi đến một trường tiểu học tư thục rất nhỏ có tên là ***Quốc Học***, nằm trên đường Legrand de la Liraye (sau năm 1954, được đổi tên thành đường Phan Thanh Giản, hiện nay là đường Điện Biên Phủ), qua khỏi ngã tư với đường Albert 1er (nay là đường Đinh Tiên Hoàng) chừng 50 mét, để ghi danh cho tôi vào học Lớp Năm. Tôi chỉ học ở trường này độ vài ba tháng gì đó thôi để biết đọc, biết viết, và thuộc cửu chương. Ngày tựu trường của niên khóa 1948-1949, tôi chính thức được vào học Lớp Năm, trường Nam Tiểu Học Đakao trên đường Albert 1er. Tôi đã học suốt bậc Tiểu Học tại đây trong 5 năm (1948-1953).

Thời gian này, Việt Nam, đặc biệt là Nam Phần, hãy còn dưới quyền cai trị của Pháp. Hệ thống giáo dục, tuy đã chuyển ngữ học bằng tiếng Việt ở bậc tiểu học (bậc trung học thì vẫn còn tiếp tục học bằng tiếng Pháp), vẫn hoàn toàn rập khuôn theo hệ thống của Pháp. Tên gọi của các lớp học vẫn còn được gọi bằng tiếng Pháp:

- ở trường tiểu học:
• Lớp Năm: Cours Enfantin
• Lớp Tư: Cours Préparatoire
• Lớp Ba: Cours Elémentaire
• Lớp Nhì: Cours Moyen
• Lớp Nhứt: Cours Supérieur

- ở trường trung học:
• Lớp Đệ Thất: Première Année
• Lớp Đệ Lục: Deuxième Année
• Lớp Đệ Ngũ: Troisième Année
• Lớp Đệ Tứ: Quatrième Année
• Lớp Đệ Tam: Classe Seconde
• Lớp Đệ Nhị: Classe Première
• Lớp Đệ Nhứt: Classe Terminale

Trái ngược hẳn với lối giáo dục của Hoa Kỳ là một nền giáo dục đại chúng (mass education) nhằm giúp cho gần như tất cả học sinh đều có thể tốt nghiệp bậc trung học, hệ thống giáo dục của Pháp là nhằm vào việc đào tạo nhân tài (elite education) với rất nhiều kỳ thi khó khăn để loại bỏ dần những học sinh học kém. Có thể nói trong 100 em học sinh cùng vào học Lớp Năm ở bậc tiểu học, khi vào được năm thứ nhứt của các trường đại học, có lẽ chỉ còn lại độ 5-10 em mà thôi. 90-95 em kia đã bị các kỳ thi loại bỏ dần dần hết. Các kỳ thi đó đều là những kỳ thi được tổ chức trên toàn quốc và những người thi đậu đều được cấp văn bằng:

- Kỳ thi Sơ Đẳng Tiểu Học: được tổ chức vào cuối năm Lớp Ba, và bằng cấp được gọi là Văn-Bằng Sơ-Đẳng Tiểu-Học

- Kỳ thi Tiểu Học được tổ chức vào cuối năm Lớp Nhứt, và bằng cấp được gọi là Tiểu-Học Văn-Bằng

- Kỳ thi Trung Học Đệ Nhất Cấp được tổ chức vào cuối năm Lớp Đệ Tứ, và bằng cấp được gọi là Bằng Trung-Học Đệ-Nhất-Cấp

- Kỳ thi Tú Tài Phần I được tổ chức vào cuối năm Lớp Đệ Nhị, và kỳ thi Tú Tài Phần II được tổ chức vào cuối năm Lớp Đệ Nhứt, và văn bằng được gọi là Bằng Tú-Tài (chỉ những người đã đậu Kỳ thi Tú-Tài Phần I rồi mới được dự Kỳ Thi Tú-Tài Phần II)

Ngoài các kỳ thì này, còn phải kể thêm các kỳ thi tuyển vào các trường trung học và đại học công lập lớn như sau:

- Sau khi đậu Tiểu-Học Văn-Bằng vào cuối năm Lớp Nhứt, muốn vào học lớp Đệ Thất (hay Première Année) của hai trường trung học công lập lớn tại Sài Gòn, trường dành cho nam sinh là Trường Trung Học Petrus Trương Vĩnh Ký, trường dành cho nữ sinh là Trường Trung Học Gia Long, thì phải trải qua một kỳ thi tuyển; chỉ những người thi đậu mới được nhận vào học
- Sau khi đậu bằng Tú Tài Phần II rồi, muốn vào học các trường đại học công lập lớn tại Sài Gòn, như là Trường Đại Học Sư Phạm, Trường Kỹ Sư Phú Thọ, Học Viện Quốc Gia Hành

Chánh, các Đại Học Y Khoa, Nha Khoa và Dược Khoa, thì phải trải qua một kỳ thi tuyển; chỉ những người thi đậu mới được nhận vào học.

Sau khi người anh cả của tôi, anh Lâm Vĩnh Tường, mất vào năm 1944, anh chị em chúng tôi còn lại 4 người: chị lớn nhứt tên Lâm Nguyệt Anh sinh năm 1933, chị kế tên Lâm Nguyệt Phương sinh năm 1936, anh tôi tên Lâm Vĩnh Tế sinh năm 1939, và tôi sinh năm 1941.

Hình 1.4. Hình Mẹ và bốn anh chị em tôi -
Hàng đầu: Mẹ tôi với Anh Tế (bên phải) và tôi
Hàng sau: Chị Anh (bên phải) và Chị Phương (bên trái)

Tất cả các anh chị của tôi đều thi đậu các kỳ thi ở bậc tiểu học và kỳ thi tuyển, hai chị thi đậu vào Trường Gia Long, và anh Tế thi đậu vào Trường Petrus Ký. Trong thời gian theo học tại Trường Nam Tiểu Học Đakao, tôi đã cố gắng theo gương của các anh chị, và tôi cũng đã thành công, đậu cả hai kỳ thi cuối Lớp Ba và cuối Lớp Nhứt, và cả kỳ thi tuyển vào Lớp Đệ Thất của Trường Petrus Ký. Sau đây là hình chụp hai văn bằng của bậc tiểu học:

QUỐC-GIA VIỆT-NAM

CHÁNH PHỦ NAM-VIỆT

VĂN-BẰNG SƠ-ĐẲNG TIỂU-HỌC

GIÁM-ĐỐC SỞ HỌC CHÁNH NAM-VIỆT

Chiếu theo nghị-định ngày 21 tháng chạp năm 1917 ban hành Học-qui trong xứ Đông-Dương, và các nghị-định tiếp theo;

Chiếu y tờ vi bằng của ban giám khảo cuộc thi SƠ-ĐẲNG TIỂU HỌC ngày 19 Juin 1950 tại Saigon giám khảo chứng nhận tên Lâm vinh Thế sanh ngày ... Juillet 1941 tại Bình hòa Xã Gia định đáng lãnh Văn-bằng Sơ-Đẳng Tiểu-Học.

Nghị chuẩn Văn-bằng SƠ-ĐẲNG TIỂU-HỌC cho tên Lâm vinh Thế

Tại Saigon ngày 30 Décembre 1950 — THANH-TRA HẠNG TỈNH

Tại Saigon, ngày 10 NOV 1951 — GIÁM-ĐỐC SỞ HỌC CHÁNH NAM-VIỆT, TRẦN-BÁ-CHÍU

Chỗ dán hình

INSPECTION — ECOLES PRIMAIRES DE SAIGON

Số hiệu Văn-bằng ...

Hình 1.5. Văn-Bằng Sơ-Đẳng Tiểu-Học - Kỳ thi ngày 19-6-1950

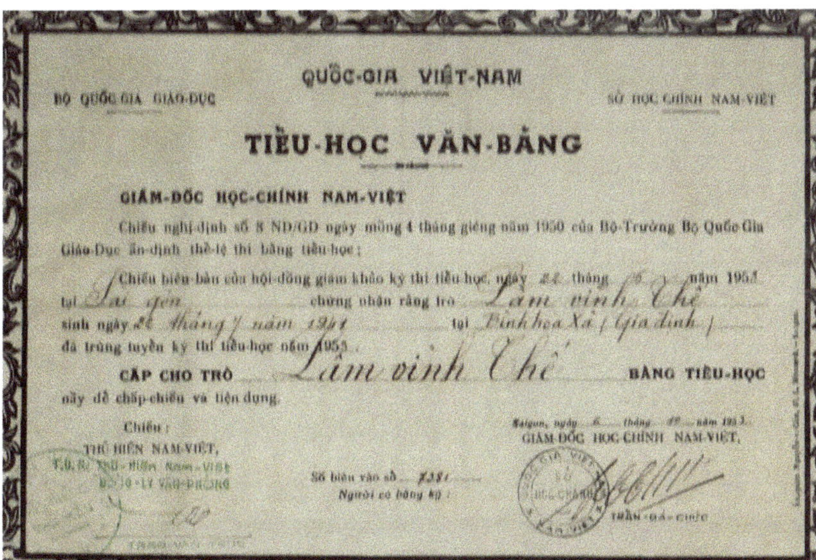
QUỐC-GIA VIỆT-NAM

BỘ QUỐC-GIA GIÁO-DỤC — SỞ HỌC CHÍNH NAM-VIỆT

TIỂU-HỌC VĂN-BẰNG

GIÁM-ĐỐC HỌC-CHÍNH NAM-VIỆT

Chiếu nghị-định số 8 ND/GD ngày mồng 4 tháng giêng năm 1950 của Bộ-Trưởng Bộ Quốc-Gia Giáo-Dục ấn-định thể-lệ thi bằng tiểu-học;

Chiếu biên-bản của hội-đồng giám-khảo kỳ thi tiểu-học, ngày 22 tháng 6 năm 1953 tại Saigon chứng nhận rằng trò Lâm vinh Thế sinh ngày .. tháng 7 năm 1941 tại Bình hòa Xã (Gia định) đã trúng tuyển kỳ thi tiểu-học năm 1953.

CẤP CHO TRÒ Lâm vinh Thế BẰNG TIỂU-HỌC này để chấp-chiếu và tiện dụng.

Chiếu: THỦ-HIẾN NAM-VIỆT,

Số biên vào sổ 7381

Người có bằng ký:

Saigon, ngày 6 tháng .. năm 1953. GIÁM-ĐỐC HỌC-CHÍNH NAM-VIỆT, TRẦN-BÁ-CHÍU

Hình 1.6. Tiểu-Học Văn Bằng - Kỳ thi ngày 22-6-1953

Trong thời gian 7 năm theo học tại Trường Trung Học Petrus Ký, tôi cũng đã vượt qua được tất cả các kỳ thi khó khăn đòi hỏi của hệ thống giáo dục trung học. Tôi đã đậu bằng Trung-

Học Đệ-Nhất-Cấp vào năm 1957, bằng Tú Tài Phần I vào năm 1959 và bằng Tú Tài Phần II vào năm 1960.

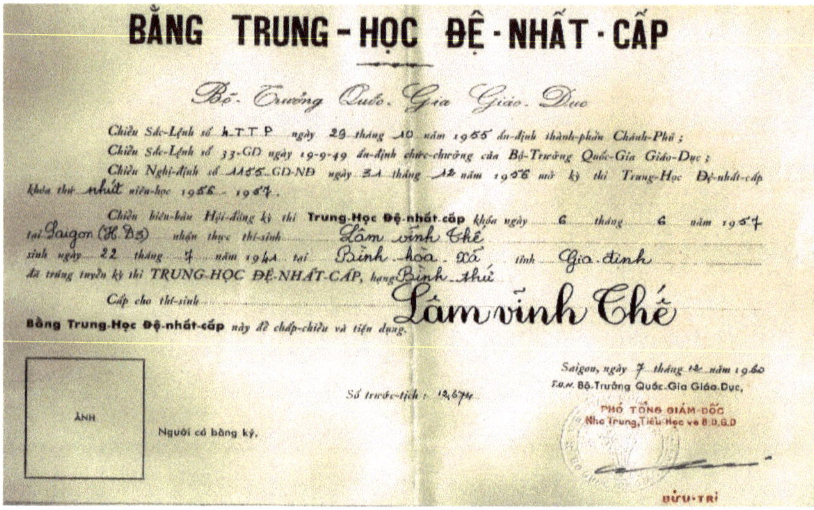

BẰNG TRUNG-HỌC ĐỆ-NHẤT-CẤP

Bộ-Trưởng Quốc-Gia Giáo-Dục

Chiểu Sắc-Lệnh số 4-TTP ngày 29 tháng 10 năm 1955 ấn-định thành-phần Chánh-Phủ;
Chiểu Sắc-Lệnh số 33-GD ngày 19-9-49 ấn-định chức-chưởng của Bộ-Trưởng Quốc-Gia Giáo-Dục;
Chiểu Nghị-định số 1155-GD-NĐ ngày 31 tháng 12 năm 1956 mở kỳ thi Trung-Học Đệ-nhất-cấp khóa thứ nhất niên-học 1956 - 1957.
Chiểu biên-bản Hội-đồng kỳ thi Trung-Học Đệ-nhất-cấp khóa ngày 6 tháng 6 năm 1957 tại Saigon (H.Đ3) nhận thực thí-sinh Lâm vĩnh Chế
sinh ngày 22 tháng 7 năm 1941 tại Bình hòa xã tỉnh Gia-định
đã trúng tuyển kỳ thi TRUNG-HỌC ĐỆ-NHẤT-CẤP, hạng Bình thứ
Cấp cho thí-sinh Lâm vĩnh Chế
Bằng Trung-Học Đệ-nhất-cấp này để chấp-chiếu và tiện dụng.

ẢNH

Người có bằng ký,

Số trước-tịch: 12,674

Saigon, ngày 7 tháng 12 năm 1960
T.U.N. Bộ-Trưởng Quốc-Gia Giáo-Dục,
PHÓ TỔNG GIÁM-ĐỐC
Nha Trung, Tiểu-Học và B.D.G.D
BỬU-TRÌ

Hình 1.7. Bằng Trung-Học Đệ-Nhất-Cấp - Kỳ thi ngày 6-6-1957

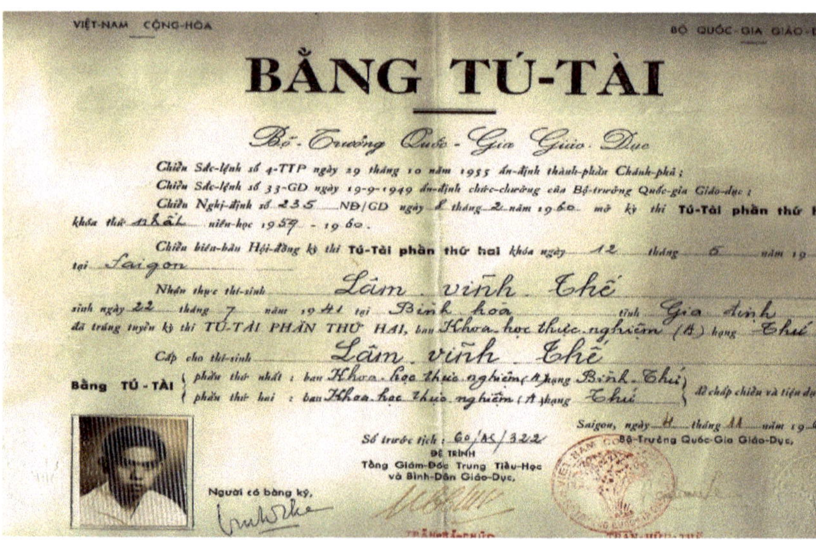

VIỆT-NAM CỘNG-HÒA

BỘ QUỐC-GIA GIÁO-DỤ

BẰNG TÚ-TÀI

Bộ-Trưởng Quốc-Gia Giáo-Dục

Chiểu Sắc-lệnh số 4-TTP ngày 29 tháng 10 năm 1955 ấn-định thành-phần Chánh-phủ;
Chiểu Sắc-lệnh số 33-GD ngày 19-9-1949 ấn-định chức-chưởng của Bộ-trưởng Quốc-gia Giáo-dục;
Chiểu Nghị-định số 235 NĐ/GD ngày 8 tháng 2 năm 1960 mở kỳ thi Tú-Tài phần thứ h
khóa thứ nhất niên-học 1959 - 1960.
Chiểu biên-bản Hội-đồng kỳ thi Tú-Tài phần thứ hai khóa ngày 12 tháng 6 năm 19
tại Saigon
Nhận thực thí-sinh Lâm vĩnh Chế
sinh ngày 22 tháng 7 năm 1941 tại Bình hòa tỉnh Gia định
đã trúng tuyển kỳ thi TÚ-TÀI PHẦN THỨ HAI, ban Khoa học thực nghiệm (A) hạng Thứ
Cấp cho thí-sinh Lâm vĩnh Chế
Bằng TÚ-TÀI { phần thứ nhất: ban Khoa học thực nghiệm (A) hạng Bình Thứ; phần thứ hai: ban Khoa học thực nghiệm (A) hạng Thứ } để chấp chiếu và tiện dụng

Saigon, ngày 4 tháng 11 năm 19
Số trước tịch: 60/AS/322
ĐỆ TRÌNH
Tổng Giám-Đốc Trung Tiểu-Học và Bình-Dân Giáo-Dục,
Người có bằng ký,
Bộ-Trưởng Quốc-Gia Giáo-Dục,

Hình 1.8. Bằng Tú Tài - Phần I năm 1959 và Phần II năm 1960

Khoảng mười năm sau khi Ba tôi mất, do may mắn cũng như do sự cố gắng phấn đấu của bà, Mẹ tôi đã phục hồi được phần nào tài sản của dòng họ và nhờ vậy đã giúp cho anh chị em tôi rất thành công trong việc học. Mẹ tôi rất hãnh diện về sự học hành có kết quả rất tốt của anh chị em tôi. Vào Mùa Hè năm 1960, tôi đã đậu Kỳ thi Tú Tài Phần II, và sau đó đậu luôn kỳ thi tuyển vào Năm Thứ Nhứt, Ban Sử Địa, Trường Đại Học Sư Phạm Sài Gòn (ĐHSPSài Gòn).

Mẹ tôi rất vui vì đã từ lâu Mẹ tôi luôn mong ước có được một đứa con làm nghề dạy học. Vào lúc đó, người chị hai của tôi, chị Lâm Nguyệt Anh (1933-2015), đã tốt nghiệp Học Viện Quốc Gia Hành Chánh, Khóa 3 (1957), và đã trở thành một nhân viên cao cấp của Tổng Nha Thuế Vụ với chức vụ Trưởng Ty, và sau đó là Chánh Sự Vụ Sở Thuế Lợi Tức Pháp Nhân, và anh tôi, anh Lâm Vĩnh Tế (1939-2000), với một học bổng của Kế Hoạch Colombo, đang theo học tại Trường Đại Học Montréal ở Canada (anh Tế sẽ tốt nghiệp với bằng Tiến sĩ về Hóa Lý vào năm 1967).

Trong thời gian 3 năm tại ĐHSPSài Gòn (1960-1963), tôi đã được học với một số giáo sư người Pháp. Mặc dù người Pháp, và đặc biệt là Quân Đội Viễn Chinh Pháp, đã phải rời khỏi Việt Nam sau khi Hiệp Định Genève đã được ký kết vào tháng 7-1954, Chính phủ Việt Nam Cộng Hòa (VNCH), do việc không có đủ giáo sư người Việt, đã yêu cầu nhiều giáo sư người Pháp ở lại Việt Nam và tiếp tục dạy cho Trường Đại Học Sài Gòn. Trong Ban Sử Địa của ĐHSPSài Gòn, anh chị em sinh viên chúng tôi đã được may mắn theo học với các thầy cô người Pháp sau đây:

• Giáo sư Bourriot dạy môn Sử Âu Châu thời Trung và Hiện Đại

• Giáo sư Normand dạy môn Địa Lý Thiên Nhiên (Hình Thể)

• Giáo sư Teulières dạy môn Địa Lý Nhân Văn

• Giáo sư Rescoussié dạy môn Khí Hậu Học

Hình 1.9. Ban Sử Địa chụp chung với Giáo sư Teulières

Trong số các giáo sư người Việt và không phải người Pháp, chúng tôi cũng đã có may mắn được thọ giáo với một số vị giáo sư là những nhà nghiên cứu có tiếng tăm, trong đó đáng kể nhứt là các thầy sau đây:

• Thầy Vương Hồng Sển, một học giả nổi tiếng và chuyên gia hàng đầu về đồ cổ, lúc đó là Giám Đốc Viện Bảo Tàng Sài Gòn, dạy chúng tôi môn Sử Việt Nam

• Thầy Trương Bửu Lâm, tốt nghiệp Tiến sĩ Sử Học, Đại Học Louvain, Bỉ, lúc đó đang là Giám Đốc Viện Khảo Cổ, dạy chúng tôi môn Phương Pháp Sử

• Thầy Trần Kính Hòa (Chen Ching Ho), người Đài Loan, nhưng viết và nói tiếng Việt rất thông thạo, lúc đó đang phụ trách Ủy Ban Phiên Dịch Châu Bản Triều Nguyễn của Viện Đại Học Huế, dạy chúng tôi môn Sử Đông Nam Á

Hình 1.10. Ban Sử Địa với các Thầy Vương Hồng Sển, Trần Kính Hòa và Cô Quách Thanh Tâm

Mùa Thu năm 1963, tôi tốt nghiệp ĐHSPSài Gòn, và được bổ nhiệm làm Giáo sư môn Sử Địa cho các lớp đệ nhị cấp tại Trường Trung Học Công Lập Kiến Hòa (Bến Tre) trong vùng Đồng Bằng Sông Cửu Long.

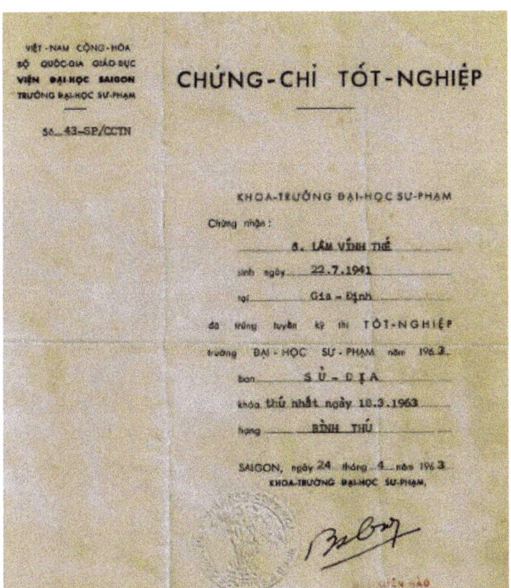

VIỆT-NAM CỘNG-HÒA
BỘ QUỐC-GIA GIÁO-DỤC
VIỆN ĐẠI-HỌC SAIGON
TRƯỜNG ĐẠI-HỌC SƯ-PHẠM

Số 43-SP/CCTN

CHỨNG-CHỈ TỐT-NGHIỆP

KHOA-TRƯỞNG ĐẠI-HỌC SƯ-PHẠM

Chứng nhận:

Ô. LÂM VĨNH THẾ

sinh ngày 22.7.1941

tại Gia - Định

đã trúng tuyển kỳ thi TỐT-NGHIỆP

trường ĐẠI-HỌC SƯ-PHẠM năm 1963

ban SỬ - ĐỊA

khóa thứ nhất ngày 18.3.1963

hạng BÌNH THỨ

SAIGON, ngày 24 tháng 4 năm 1963
KHOA-TRƯỞNG ĐẠI-HỌC SƯ-PHẠM,

Hình 1.11. Chứng chỉ tốt nghiệp Đại Học Sư Phạm Sài Gòn

LẬP GIA ĐÌNH

Khi còn đang học năm thứ hai ở ĐHSPSài Gòn (1961), tôi đã đính hôn với Cô Võ Thị Nhơn Nghĩa, em gái duy nhứt của Anh Võ Văn Minh, bạn học rất thân của tôi trong thời gian bốn năm đầu ở Trường Petrus Ký. Bây giờ, năm 1963, tôi đã tốt nghiệp ĐHSPSài Gòn, sẽ được bổ nhiệm làm Giáo sư Trung Học Đệ Nhị Cấp, với lương cao, Mẹ tôi nghĩ là đã đến lúc tôi nên lập gia đình. Sau khi coi được ngày tốt, Mẹ tôi quyết định sẽ tổ chức lễ cưới vào ngày 6-10-1963. Tiệc cưới với trên 200 khách mời của cả hai họ sẽ được tổ chức vào buổi tối tại Nhà Hàng Đồng Khánh, một nhà hàng lớn của người Hoa trong Chợ Lớn.

Hình 1.12. Vợ chồng tôi trước bàn thờ ông bà

Hình 1.13. Toàn gia đình sau tiệc cưới

Vài ngày trước ngày đám cưới, tôi nhận được văn thư bổ nhiệm của Nha Trung Học và phải đi trình diện tại Trường Trung Học Công Lập Kiến Hòa, thuộc tỉnh Kiến Hòa (Bến Tre) trong vùng Đồng Bằng Sông Cửu Long, vào ngày 7-10-1963. Đó là lý do tại sao vợ chồng tôi đã không có được đi hưởng tuần trăng mật. Ngay ngày hôm sau đám cưới, tôi phải đi xe đò xuống Kiến Hòa (chỉ cách Sài Gòn độ 80 km về phía Tây-Nam) để trình diện với vị Hiệu Trưởng của trường. Tôi phải xin phép nghỉ một tuần lễ để có thì giờ tìm chỗ ở và chuẩn bị dọn nhà. Tôi nói cho ông Hiệu Trưởng rõ là tôi vừa mới cưới vợ ngày hôm trước. Ông Hiệu Trưởng đã thông cảm và đồng ý cho tôi nghỉ phép một tuần lễ.

Tôi bắt đầu dạy học từ giữa tháng 10-1963. Độ 10 ngày sau thì Trường đóng cửa, nghỉ lễ một tuần nhân dịp Lễ Quốc Khánh 26 Tháng Mười, kỷ niệm ngày thành lập chế độ Cộng Hòa. Tôi trở về Sài Gòn và, cùng với nhạc phụ của tôi, vợ chồng tôi dọn nhà từ Sài Gòn về Kiến Hòa vào ngày 1-11-1963. Chúng tôi rời Sài Gòn rất sớm nhưng đến khoảng hơn 10 giờ mới về đến Kiến Hòa, vì xe phải qua phà Rạch Miễu - Tân Thạch. Sau khi đã sắp xếp xong đồ đạc trong ngôi nhà mà tôi đã mướn, chúng tôi mới dùng cơm trưa lúc gần 2 giờ, và đã được nghe những tin tức đầu tiên về cuộc đảo chánh ngày 1-11-1963 lật đổ chế độ Ngô Đình Diệm.

MỘT CƠ HỘI BẤT NGỜ VÀ MAY MẮN

Sau khi dạy học ở Kiến Hòa được ba năm, tháng 9-1966 tôi được thuyên chuyển về dạy tại Trường Trung Học Kiểu Mẫu Thủ Đức (THKMTĐ), phụ trách môn Kiến Thức Xã Hội (tên gọi mới cho môn Sử Địa tại trường THKMTĐ). Chính tại ngôi trường này, số mạng đã đưa đẩy tôi bước vào ngành thư viện một cách hết sức tình cờ, hoàn toàn không có một sự tính toán và chuẩn bị nào hết. Câu chuyện xảy ra vào một ngày trong niên khóa 1970-1971.

Ngày hôm đó, trong giờ nghỉ buổi sáng, tôi vào thư viện để chúc mừng cho một người bạn, GS Nguyễn Ứng Long, trong thời gian đó đang phụ trách điều hành cái thư viện nhỏ bé của trường. Lý do tôi tìm anh để chúc mừng là vì ngày hôm trước tôi được tin anh vừa được chính phủ (VNCH) bổ nhiệm vào chức vụ Giám Đốc Nha Văn Khố và Thư Viện Quốc Gia, chịu trách nhiệm về văn khố và thư viện cho cả nước. Tôi rất mừng cho anh vì tôi thật sự tin rằng đây là một chức vụ quan trọng và xứng đáng với kiến thức và khả năng chuyên môn của anh vì anh đã tốt nghiệp với văn bằng Cao Học về Thư Viện Học (Master of Library Science = M.L.S.) từ Trường Đại Học George Peabody, tại thành phố Nashville, thuộc tiểu bang Tennessee, Hoa Kỳ. Điều hoàn toàn bất ngờ cho tôi là sau khi tôi chúc mừng anh và chúng tôi trò chuyện được một lúc thì anh ngỏ ý muốn tôi thay thế anh phụ trách điều hành thư viện của trường THKMTĐ. Anh nói thêm là sau khi có người thay thế anh tại thư viện thì anh mới có thể yên tâm rời trường để đi nhận chức vụ mới. Không biết tại sao lúc đó tôi nhận lời ngay, không một chút do dự, đắn đo gì cả.[2]

HUẤN LUYỆN VỀ THƯ VIỆN TẠI VIỆT NAM

Trước khi rời trường THKMTĐ, Anh Long đã trao cho tôi một cuốn sách và bảo tôi mang về nhà đọc để biết qua những kiến thức căn bản của công tác Tổng kê (tiếng Anh là Cataloging; bây giờ tại Việt Nam thì gọi công tác này là Biên mục) là công tác cốt lõi của ngành thư viện. Đó là cuốn sách có tựa đề là: ***Phương pháp tổng kê và phân loại sách*** của tác giả là ông Richard K. Gardner, Cố vấn về Thư viện trong Phái đoàn Cố vấn của Viện Đại Học Michigan tại Việt Nam, và đã được bà Nguyễn Thị Cút, Quản thủ Thư viện của Thư viện Abraham Lincoln tại Sài Gòn, dịch sang tiếng Việt. Đây là ấn bản lần thứ nhì của cuốn sách, và do Hội Văn Hóa Á Châu (Asia Foundation) xuất bản năm 1966, dày 517 trang.

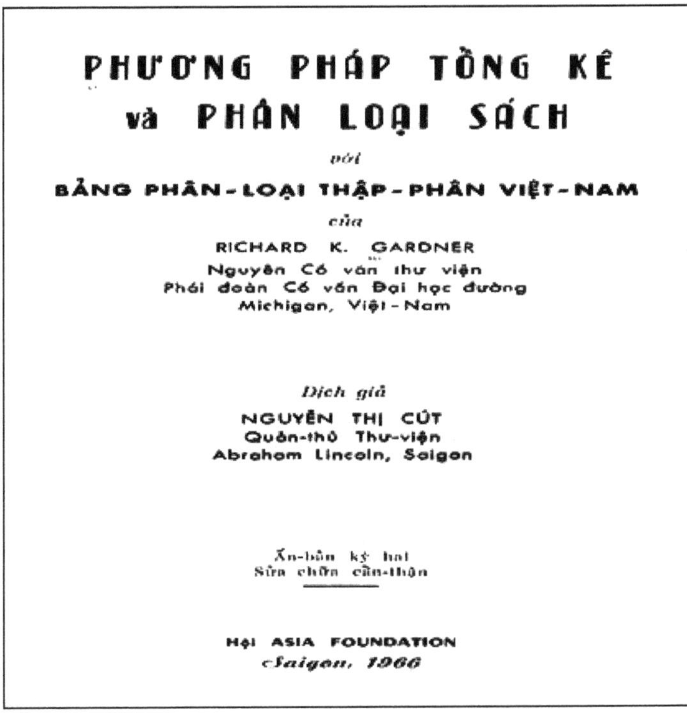

PHƯƠNG PHÁP TỒNG KÊ
và PHÂN LOẠI SÁCH

với

BẢNG PHÂN-LOẠI THẬP-PHÂN VIỆT-NAM

của

RICHARD K. GARDNER
Nguyên Cố vấn thư viện
Phái đoàn Cố vấn Đại học đường
Michigan, Việt-Nam

Dịch giả

NGUYỄN THỊ CÚT
Quản-thủ Thư-viện
Abraham Lincoln, Saigon

Ấn-bản kỳ hai
Sửa chữa cẩn-thận

HỘI ASIA FOUNDATION
Saigon, 1966

Hình 1.14. Trang nhan đề của sách Tổng Kê và Phân Loại

Vào năm 1970 này, bà Nguyễn Thị Cút đang là Phó Chủ Tịch và anh Nguyễn Ứng Long là Ủy Viên Kế Hoạch trong Ban Chấp Hành của Hội Thư Viện Việt Nam (HTVVN), một hội đoàn chuyên môn đã được thành lập từ ngày 12-12-1958.

Sau khi đọc kỹ quyển sách mang tính chất cẩm nang này, tôi bắt đầu thực hành công tác tổng kê một số sách trong thư viện, theo những chỉ dẫn rất chi tiết trong sách, và tôi cũng dần dần nhận thấy thích thú với công tác này. Tuy vẫn tiếp tục giảng dạy môn Kiến Thức Xã Hội trong trường, tôi bắt đầu dành nhiều thì giờ hơn cho công tác thư viện. Sau một vài tháng, vị Hiệu Trưởng của Trường THKMTĐ, Giáo sư Phạm Văn Quảng, quyết định gửi tôi đi dự một khóa huấn luyện về thư viện tại Sài Gòn. Thời gian này, một đơn vị của Cơ Quan Phát Triển Quốc Tế của Hoa Kỳ (USAID = United States Agency for International Development) có nhiệm vụ trợ giúp VNCH phát triển hệ thống thư viện trên toàn quốc, mang tên là Cơ Quan Phát Triển Thư Viện (CQPTTV; tên tiếng Anh là Library Development Authority), do một vị cố vấn người Mỹ tên là John Lee Hafenrichter phụ trách, có một chương trình mở các khóa huấn luyện về thư viện cho các giáo chức phụ trách các thư viện học đường. Mỗi khóa huấn luyện kéo dài 3 tuần lễ, và khóa đầu tiên với 8 học viên đã được tổ chức tại Sài Gòn trong thời gian từ ngày 1 đến ngày 21-12-1968.[3]

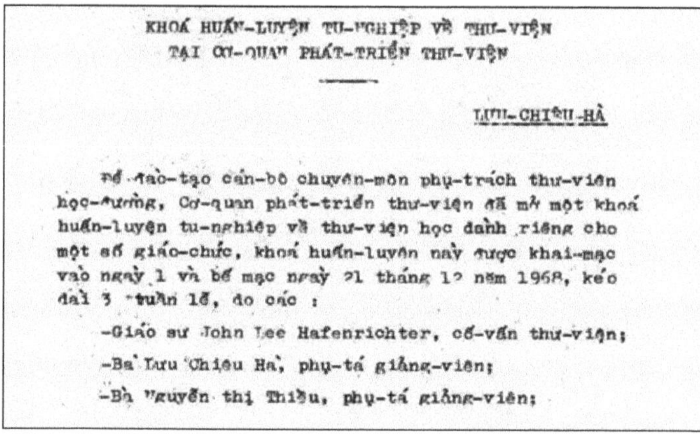

KHOÁ HUẤN-LUYỆN TU-NGHIỆP VỀ THƯ-VIỆN
TẠI CƠ-QUAN PHÁT-TRIỂN THƯ-VIỆN

LƯU-CHIỀU-HÀ

Để đào-tạo cán-bộ chuyên-môn phụ-trách thư-viện học-đường, Cơ-quan phát-triển thư-viện đã mở một khoá huấn-luyện tu-nghiệp về thư-viện học dành riêng cho một số giáo-chức, khoá huấn-luyện này được khai-mạc vào ngày 1 và bế mạc ngày 21 tháng 12 năm 1968, kéo dài 3 tuần lễ, do các :

-Giáo sư John Lee Hafenrichter, cố-vấn thư-viện;

-Bà Lưu Chiêu Hà, phụ-tá giảng-viên;

-Bà Nguyễn thị Thiệu, phụ-tá giảng-viên;

Hình 1.15. Khóa huấn luyện căn bản thư viện đầu tiên của CQPTTV

Mỗi năm CQPTTV tổ chức 4 khóa huấn luyện như thế. Mục tiêu của chương trình huấn luyện nhằm cung cấp cho học viên những kiến thức căn bản về thư viện học: tổng kê và phân loại sách, điều hành thư viện, phát triển sưu tập, và phục vụ độc giả. Cuối mỗi khóa học, học viên sẽ được đưa đi thăm viếng một vài thư viện lớn của thủ đô Sài Gòn. Cái khóa mà tôi được gởi đi học tôi không còn nhớ được là khóa thứ mấy nhưng nội dung của chương trình huấn luyện thì hoàn toàn không có gì khác cả.

Sau khóa huấn luyện, trở về trường, với những hiểu biết mới thu thập được về công tác thư viện, tôi cảm thấy tự tin hơn rất nhiều trong nhiệm vụ tại thư viện. Tôi bắt tay ngay vào việc củng cố và phát triển thêm việc sử dụng thư viện của các học sinh trong việc học của các em. Tôi đặc biệt chú trọng vào việc làm cho thư viện trở thành một nơi hấp dẫn thu hút các em đến.

Do đó tôi cố thu xếp thời gian và dành nhiều phương tiện để tổ chức triển lãm, giới thiệu sách mới và ngay cả hội thi về các đề tài dân gian mà các em thích. Cuộc hội thi với đề tài vẽ tranh Tết được các em ủng hộ rất nồng nhiệt, và kết thúc với một cuộc triển lãm các tranh vẽ của các em ngay trong thư viện, được sự tán thưởng của toàn trường. Ngày cuối của cuộc triển lãm tranh Tết cũng là ngày trao giải thưởng cho các tác phẩm dự thi, có cả sự hiện diện của ông Hafenrichter của CQPTTV, do chính Giáo sư Hiệu Trưởng Phạm Văn Quảng mời đến dự.

Sang đầu năm 1971, với sự khuyến khích của Anh Nguyễn Ứng Long, tôi đã xin gia nhập HTVVN, và tại Đại Hội Thường Niên Năm 1971, cả Anh Nguyễn Ứng Long và tôi đều được bầu vào Ban Chấp Hành của Hội: Anh Long là Phó Chủ Tịch và tôi là Ủy Viên Tổ Chức. Tôi bắt đầu sinh hoạt với Hội và đã đóng góp bài viết đầu tiên cho ***Thư viện tập san*** (TVTS), cơ quan ngôn luận chính thức của HTVVN: đó là bài viết ***Thư viện Trường Trung Học Kiểu Mẫu Thủ Đức.***[4] (có thể truy cập toàn văn tại địa chỉ Internet sau đây: http://www.nsl.hcmus.edu.vn/greenstone/collect/tapsantv/index/assoc/HASHb262.dir/5.pdf)

Tại thời điểm này, tôi hoàn toàn không biết gì hết về chuyện sau đây: ông Hafenrichter đã đặc biệt chú ý đến cá nhân tôi từ khóa huấn luyện và đánh giá tốt những công việc tôi đã thực hiện tại Thư viện của Trường THKMTĐ cũng như hoạt động của tôi trong HTVVN. Vào khoảng cuối tháng 2-1971, ông Hafenrichter, trong một lần lên thăm thư viện của Trường THKMTĐ, sau khi làm việc xong với GS Hiệu Trưởng Phạm Văn Quảng, đã vào gặp riêng tôi trong phòng làm việc của tôi, và, thật bất ngờ, ông báo cho tôi biết ông đã đề nghị và cũng đã được cơ quan USAID đồng ý cấp cho tôi một học bổng đi du học tại Hoa Kỳ để lấy bằng Master of Library Science (MLS). Thật là một tin rất vui và quá bất ngờ đối với tôi. Sau đó, ông nói ngay cho tôi biết là mọi việc đã được GS Hiệu Trưởng Phạm Văn Quảng thông qua, và bắt đầu tuần sau, tôi sẽ đi học Anh Văn tại SDC (Staff Development Center), trung tâm huấn luyện Anh ngữ của USAID tại Sài Gòn.

SDC có một cơ sở khá lớn trên đường Sương Nguyệt Ánh ở Sài Gòn. Con đường này có một đặc điểm là thuộc khu nhà giàu, hai bên đường phần nhiều là các biệt thự lớn, kín cổng cao tường. Tôi không biết rõ SDC đã mua hay thuê lại một căn trong các biệt thự này, và sau đó đã xây thêm một tòa nhà mấy tầng, chia thành nhiều phòng để làm lớp học. SDC chia chương trình huấn luyện của họ thành 6 cấp lớp, từ cấp 1 dành cho những học viên có trình độ Anh ngữ kém nhứt cho đến cấp 6 dành cho những học viên có trình độ cao nhứt. Sau khi hoàn tất cấp 6 thì học viên sẽ được dự kỳ thi TOEFL (**T**est **O**f **E**nglish as a **F**oreign **L**anguage) để xác định khả năng Anh ngữ. Đại đa số học viên của SDC là công chức, quân nhân, và nhân viên cảnh sát của Chính phủ VNCH. Ngay khi được các cơ quan giới thiệu đến thụ huấn tại SDC, tất cả các học viên đều phải qua một cuộc thi trắc nghiệm để xác định khả năng Anh ngữ của họ. SDC đã sử dụng bài trắc nghiệm tiêu chuẩn của Viện Ngôn Ngữ của Đại Học Georgetown của Hoa Kỳ gọi là ALIGU (American Language Institute of Georgetown University).

Khả năng Anh ngữ của tôi rất khá, ngay từ thời còn học trung học, tôi luôn luôn đứng đầu lớp về môn học này. Từ tháng 9-1966, sau khi từ Trường Trung Học Công Lập Kiến Hòa thuyên chuyển về Trường THKMTĐ, tôi đã bắt đầu ghi danh học các lớp đêm của Hội Việt-Mỹ ở số 55 đường Mạc Đĩnh Chi. Trong vòng 3 năm, tôi đã học xong tất cả 12 lớp của Hội Việt-Mỹ. Do đó, ngày đầu tiên khi tôi đến trình diện tại SDC, thi Anh ngữ với cái bài trắc nghiệm ALIGU, tôi đã đậu tương đối dễ dàng và được xếp vào Cấp 6 ngay lập tức. Ngày đầu tiên vào học Lớp 6, tôi mới biết là các bạn cùng học Lớp 6 với tôi, mà một số khá lớn là các sĩ quan quân đội và cảnh sát, đã học tại SDC từ hơn 2 năm rồi, họ vào Cấp 1 và từ từ lên tới Cấp 6 lần này. Cô giáo dạy chúng tôi ở Lớp 6 này là Cô Phạm Thị Mây mới tốt nghiệp bằng M.A. (Master of Arts) về Anh ngữ từ Hoa Kỳ về. Mỗi ngày, chúng tôi học 4 giờ, từ 8 giờ sáng đến 12 giờ trưa, sau đó trở về cơ quan của mình để làm việc trong buổi chiều. Trong suốt 4 giờ trong lớp thì quy định của SDC là học viên không được nói tiếng Việt, phải cố gắng dùng toàn tiếng Anh để cho quen, vì sau khi xong Lớp 6 là sẽ lên đường đi Hoa Kỳ theo học các trường đại học hoặc các lớp tu nghiệp của ngành chuyên môn của mình. Tôi hoàn tất khóa huấn luyện Anh ngữ tại SDC vào khoảng cuối tháng 5-1971 và thi TOEFL đạt được điểm khá cao. Mấy tuần lễ sau thì tôi được ông Hafenrichter báo cho biết là tôi đã được Trường Đại Học Syracuse tại tiểu bang New York của Hoa Kỳ nhận cho vào học Chương trình Master of Library Science vào Khóa Mùa Thu năm 1971.

HUẤN LUYỆN TẠI HOA KỲ

Chuyến phi cơ Boeing 707 của hãng hàng không Pan Am đưa tôi đi Mỹ rời phi trường Tân Sơn Nhứt vào lúc 11 giờ sáng ngày 9-8-1971. Sau hai trạm dừng tại Hong Kong và Tokyo, chiếc Boeing 707 đáp xuống phi trường Honolulu tại tiểu bang Hawaii vào lúc 9 giờ sáng của cùng ngày 9-8-1971. Sau khi làm xong thủ tục di trú, tôi được đưa về East-West Center nằm trong khuôn viên của Trường Đại Học Hawaii. Tôi sẽ ở đây trong 3 tuần lễ để dự một khóa huấn luyện gọi là Pre-University Workshop.[5] Nhờ khóa huấn luyện này tôi đã không gặp nhiều khó khăn khi bắt đầu vào học Khóa Mùa Thu của năm 1971 tại Trường Đại Học Syracuse.

Trong thời gian hai năm (1971-1973) theo học Trường Thư Viện Học của Viện Đại Học Syracuse, tại thành phố Syracuse, thuộc tiểu bang New York của Hoa Kỳ, tôi đã có may mắn lớn nhận được sự dìu dắt, giúp đỡ và huấn luyện từ Giáo sư (GS) Pauline Atherton (về sau, bà lập gia đình với GS Cochrane nên đổi tên là Pauline Atherton Cochrane). Mối quan hệ thầy-trò giữa GS Cochrane và tôi tiếp diễn cho mãi đến ngày hôm nay.[6]

Hình 1.16. Giáo Sư Pauline Atherton Cochrane chụp năm 2011

GS Atherton có cho biết lý do bà làm giáo sư hướng dẫn cho tôi là vì đã được GS Khoa Trưởng chỉ định và đã cho bà cho xem hồ sơ của tôi do USAID gởi về nói rõ là theo kế hoạch đã được thỏa thuận giữa USAID và ĐHSPSài Gòn thì sau khi học xong về nước tôi sẽ có trách nhiệm thành lập Ban Thư Viện Học cho ĐHSPSài Gòn, và đó sẽ là Ban Thư Viện Học đầu tiên của VNCH. Chính vì thế, ngay từ đầu bà đã có kế hoạch nhằm đào tạo tôi không phải chỉ thành một quản thủ phụ trách quản trị thư viện mà hướng nhiều hơn về việc trở thành một giáo sư giảng dạy ngành thư viện học. Ngay từ học kỳ đầu tiên (Mùa Thu 1971 = Fall Semester 1971), bà đã hướng dẫn tôi ghi danh học một giáo trình về phương pháp nghiên cứu. Bà cũng hỏi tôi sau này thích giảng dạy về chuyên ngành nào trong thư viện học và tôi đã cho bà biết là tôi thích dạy về chuyên ngành biên mục (Cataloging). Do đó bà đã hướng dẫn tôi học khá nhiều giáo trình về chuyên ngành này. Có thể nói là trong số các ứng viên mà USAID đã chọn và gửi đi học tại Hoa Kỳ về ngành thư viện, không có một người nào học nhiều về Cataloging như tôi cả. Trước sau, tôi đã học tất cả 3 giáo trình về chuyên ngành Biên Mục: 1) LSC 503: Organization of Information Resources; 2) LSC 624: Special Problems in Cataloging; và, 3) LSC 630:

Advanced Topics in Organization of Information Resources. Trong 3 giáo trình này thì 2 giáo trình 503 và 630 do chính GS Atherton phụ trách giảng dạy. Cũng chính trong học kỳ mà tôi theo học giáo trình 630 đó, bà đã giúp tôi thực hiện được một điều chưa từng xảy ra tại trường Syracuse, mà có thể cũng rất hiếm xảy ra tại các viện đại học khác tại Hoa Kỳ. Đó là việc bà đã can thiệp và thành công để tôi được theo học một giáo trình chỉ dành cho sinh viên đang học tiến sĩ: đó là giáo trình LSC 998 Readings and Research in Library Science, là giáo trình cuối cùng trong học trình của bậc tiến sĩ với LSC 999 dành cho luận văn tiến sĩ (PhD dissertation). Trong lớp học cho LSC 998 lúc đó chỉ có 5 sinh viên, tôi và 4 người nữa, 1 nữ và 3 nam, tất cả đều đang học bậc Tiến sĩ. Tôi còn nhớ người nữ sinh viên đó là một cô gái người Ấn Độ, tên là Kalpana DaSài Gònupta, về sau có một thời gian (1983-1995) là Thư Viện Trưởng của Thư Viện Quốc Gia Ấn Độ đặt tại thành phố Kolkata (thủ đô của tiểu bang West Bengal, ngày xưa mang tên là Calcutta). Trong suốt học kỳ, mỗi tuần, 5 người sinh viên chúng tôi thay phiên nhau mỗi người thuyết trình về một đề tài và sau đó tất cả mọi người thảo luận dưới sự điều hợp của GS Atherton. Chúng tôi phải đọc rất nhiều sách do GS Atherton tuyển chọn tùy theo đề tài mà chúng tôi tự chọn với sự hướng dẫn của bà. Trong lớp dành cho giáo trình LSC 630 mà tôi theo học với bà, phương pháp giảng dạy của bà cũng đặt trên căn bản tự học và thảo luận. Mỗi tuần bà đưa ra một danh sách các chương sách và bài báo về một đề tài cho chúng tôi đọc trước, khi đến lớp thì bà nêu vấn đề để mọi người thảo luận, góp ý dựa trên những gì mình đã đọc trước trong tuần. Nhờ vậy, những gì chúng tôi thu nhận được từ lớp học là do chúng tôi tự tìm ra dưới sự hướng dẫn của bà. Cuối khóa cũng hoàn toàn không có kỳ thi cuối khóa kiểu bình thường như các giáo sư dạy các giáo trình khác, mà theo lối dự án (project). Bà đưa ra một danh sách các chủ đề thuộc phạm vi học tập của giáo trình cho chúng tôi chọn. Sau khi chọn xong chủ đề rồi thì mỗi người tự đặt ra cho mình một bảng câu hỏi (tối thiểu là 20, và tối đa là 50) và viết ra câu trả lời cho từng câu hỏi với ghi chú đầy đủ về tài liệu đã sử dụng để trả lời câu hỏi đó. Do đó, thật sự mà nói, thực hiện xong dự án, chúng tôi hiểu biết và hoàn toàn nắm vững các vấn đề trong nội dung của giáo trình mà bà muốn truyền đạt cho chúng tôi. Với kiến thức về sư phạm mà tôi đã có được qua thời gian 3 năm học ở trường ĐHSPSài Gòn (1960-1963), và qua kinh nghiệm 8 năm dạy học (1963-1971), tôi thật sự nhận ra tính tối ưu của phương pháp giảng dạy của GS Atherton.

Sau khi kết thúc học kỳ mùa Xuân (Spring Semester 1973) vào cuối tháng 4-1973, tôi hoàn tất chương trình Cao học về Thư Viện Học (Master of Library Science program). Chương trình này đòi hỏi ứng viên phải học và đậu 12 giáo trình, và tôi đã hoàn tất đòi hỏi này, như đã ghi rõ trong bảng điểm chính thức (Transcript) của Viện Đại Học Syracuse như sau:

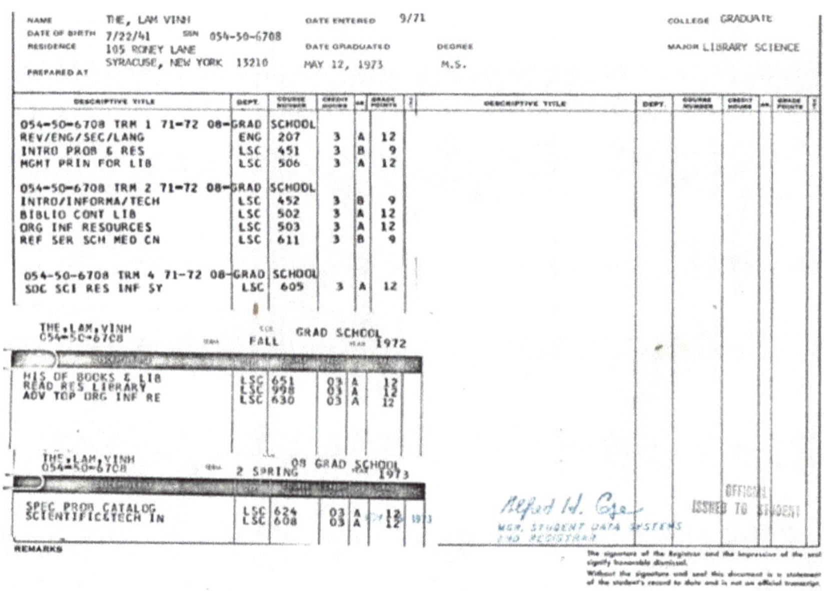

NAME THE, LAM VINH DATE ENTERED 9/71 COLLEGE GRADUATE
DATE OF BIRTH 7/22/41 SSN 054-50-6708
RESIDENCE 105 RONEY LANE DATE GRADUATED DEGREE MAJOR LIBRARY SCIENCE
SYRACUSE, NEW YORK 13210 MAY 12, 1973 M.S.
PREPARED AT

DESCRIPTIVE TITLE	DEPT.	COURSE NUMBER	CREDIT HOURS	GR.	GRADE POINTS
054-50-6708 TRM 1 71-72 08-GRAD SCHOOL					
REV/ENG/SEC/LANG	ENG	207	3	A	12
INTRO PROB & RES	LSC	451	3	B	9
MGMT PRIN FOR LIB	LSC	506	3	A	12
054-50-6708 TRM 2 71-72 08-GRAD SCHOOL					
INTRO/INFORMA/TECH	LSC	452	3	B	9
BIBLIO CONT LIB	LSC	502	3	A	12
ORG INF RESOURCES	LSC	503	3	A	12
REF SER SCH MED CN	LSC	611	3	B	9
054-50-6708 TRM 4 71-72 08-GRAD SCHOOL					
SOC SCI RES INF SY	LSC	605	3	A	12
THE, LAM, VINH 054-50-6708 FALL GRAD SCHOOL 1972					
HIS OF BOOKS & LIB	LSC	651	03	A	12
READ RES LIBRARY	LSC	998	03	A	12
ADV TOP ORG INF RE	LSC	630	03	A	12
THE, LAM, VINH 054-50-6708 2 SPRING 08 GRAD SCHOOL 1973					
SPEC PROB CATALOG	LSC	624	03	A	12
SCIENTIFIC&TECH IN	LSC	608	03	A	12

REMARKS

Alfred H. Cope
MGR. STUDENT DATA SYSTEMS AND REGISTRAR

OFFICIAL
ISSUED TO STUDENT

The signature of the Registrar and the impression of the seal signify honorable dismissal.
Without the signature and seal this document is a statement of the student's record to date and is not an official transcript.

Registrar

Hình 1.17. Bảng điểm chính thức của Phòng Học Vụ Viện Đại Học Syracuse

Giữa tháng 5-1973, tôi rời Trường Syracuse để về thủ đô Hoa Kỳ, Washington, D.C., làm thủ tục về nước. Sau khi hoàn tất thủ tục này, tôi được USAID sắp xếp cho đi dự một khóa hội thảo trong một tuần lễ về truyền thông (Communications Seminar) tại tiểu bang Ohio. Sau khóa hội thảo này, tôi mới thật sự chính thức lên đường về nước. Tôi về đến phi trường Tân Sơn Nhứt vào lúc 11 giờ sáng ngày 28-5-1973, cũng với một chuyến bay của hãng hàng không Pan Am, nhưng lần này là một chiếc Boeing 747 khổng lồ. Hơn hai tháng sau, tôi nhận được văn bằng MLS do Viện Đại Học Syracuse gửi sang.

Syracuse University

To all who read these presents, Greeting

Whereas

Lam Vinh The

has honorably completed the studies and duties prescribed by the Faculty, therefore, the Trustees of the University by the authority vested in them have conferred the degree of

Master of Science (Library Science)

upon the candidate together with all the rights, privileges, honors, and marks of distinction which everywhere pertain thereto.

Whereof let this Diploma with the seal of the University bear witness. Given at Syracuse, in the State of New York, this twelfth day of May, nineteen hundred and seventy-three.

Syracuse University Founded AD 1870

Dean, Graduate School

Chancellor

Hình 1.18. Bằng Master of Library Science (MLS) của Viện Đại Học Syracuse

CHƯƠNG HAI
PHÁT TRIỂN NGÀNH THƯ VIỆN TẠI VIỆT NAM
(Tháng 5/1973 - 30/4/1975)

Cuối tháng 5-1973 tôi về đến Sài Gòn và đối diện với một thực tế có hơi phũ phàng: Trường ĐHSPSài Gòn không chịu thi hành hợp đồng đã ký kết với USAID là thành lập Ban Thư Viện Học. Tôi nghĩ quyết định này của Trường ĐHSPSài Gòn là do sự kiện Cơ quan USAID đã rút ra khỏi Việt Nam sau khi Hiệp Định Paris đã được ký kết vào ngày 27-1-1973. Tuy nhiên, cũng chính trong thời gian của hai năm này, từ tháng 5-1973 cho đến cuối tháng 4-1975, tôi đã có cơ hội đóng góp rất nhiều vào việc phát triển ngành thư viện tại VNCH.

PHÁT TRIỂN HỘI THƯ VIỆN VIỆT NAM

Trong thời gian nửa năm sau của 1973, tôi đã tham gia giảng dạy trong một số khóa huấn luyện sơ cấp dành cho các quản thủ thư viện học đường. Như đã trình bày trong Chương Một, các khóa huấn luyện sơ cấp này trước đây do CQPTTV của USAID phụ trách. Trước khi rút khỏi Việt Nam, cơ quan này đã chuyển giao công tác huấn luyện đó lại cho Nha Trung Học của Bộ Văn Hóa Giáo Dục. Ông Giám Đốc Nha Trung Học, Phạm Tấn Kiệt, một người bạn của tôi trong thời gian học trung học ở Trường Petrus Ký cũng như lúc học đại học ở Trường ĐHSPSài

Gòn, đã mời tôi tham gia vào việc giảng dạy cho hai khóa huấn luyện sơ cấp này, một khóa tại Trường Nữ Trung Học Gia Long ở Sài Gòn, và một khóa tại Trường Trung Học Tống Phước Hiệp ở Vĩnh Long. Trong thời gian tôi còn đang học ở Hoa Kỳ, ông Hafenrichter đã thuyết phục được Trường ĐHSPSài Gòn mở Khóa I Huấn Luyện Trung Cấp Giáo Sư Quản Thủ Thư Viện đầu tiên trong niên khóa 1972-1973. Học viên được tuyển chọn từ các giáo sư trung học đệ nhị cấp đã có ít nhứt 2 năm thâm niên công vụ, đã tốt nghiệp một khóa huấn luyện sơ cấp về thư viện của CQPTTV, và đang phụ trách thư viện tại một trường trung học. Sau khi tốt nghiệp các khóa huấn luyện sơ cấp này, gần như tất cả các anh chị em giáo chức, phần lớn là các giáo sư trung học đệ nhị cấp đã tốt nghiệp ĐHSPSài Gòn, đều trở thành hội viên của HTVVN.

Trong thời gian đó, tôi cũng tiếp tục tham gia các công tác của HTVVN, và đã đóng góp cho TVTS, Bộ Mới, số 19 Đặc Biệt (1973), 2 bài báo với nhan đề như sau:

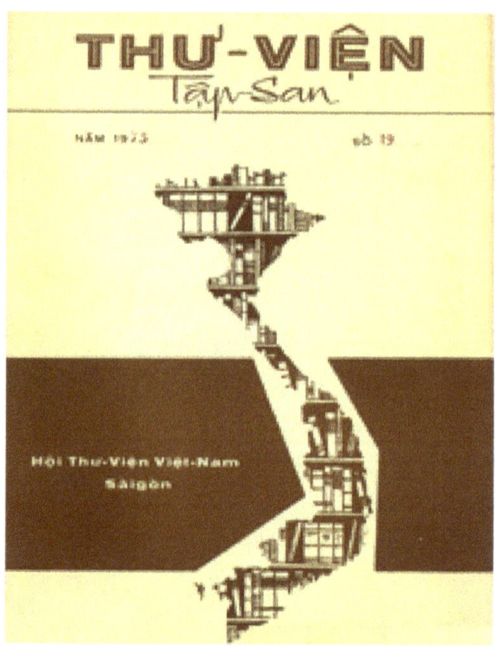

Hình 2.1. Bìa Thư viện tập san

• ***Một đề nghị với các quản thủ thư viện học đường: tổng kê đơn giản hóa***, tr. 35-42

(có thể truy cập toàn văn tại địa chỉ Internet sau đây: http://www.nsl.hcmus.edu.vn/greenstone/collect/tapsantv/index/assoc/HASH01ce.dir/7.pdf)

• ***Nguyên tắc thiết lập đề mục***, tr. 77-83

(có thể truy cập toàn văn tại địa chỉ Internet sau đây: http://www.nsl.hcmus.edu.vn/greenstone/collect/tapsantv/index/assoc/HASH01ce.dir/13.pdf)

Lúc đó, trong Ban Chấp Hành của HTVVN, Bà Nguyễn Thị Cút và Anh Nguyễn Ứng Long vẫn còn đang giữ các chức vụ Chủ Tịch và Phó Chủ Tịch và đây cũng là nhiệm kỳ thứ ba của hai người. Anh Long báo cho tôi biết là cả Anh và Bà Cút đều đã cảm thấy mỏi mệt sau ba nhiệm kỳ liên tiếp và đều đã quyết định sẽ không ra tranh cử vào đầu năm 1974 nữa. Anh Long khuyên tôi nên ra ứng cử chức vụ Chủ Tịch HTVVN cho nhiệm kỳ 1974. Tôi đã nghe lời khuyên này của Anh Long. Ngày 3-2-1974, HTVVN họp Đại Hội Thường Niên để bầu Ban Chấp Hành mới cho nhiệm kỳ 1974. Tôi đã ra ứng cử chức vụ Chủ Tịch và đã đắc cử. Sau đây là thành phần của Ban Chấp Hành HTVVN cho nhiệm kỳ 1974: [1]

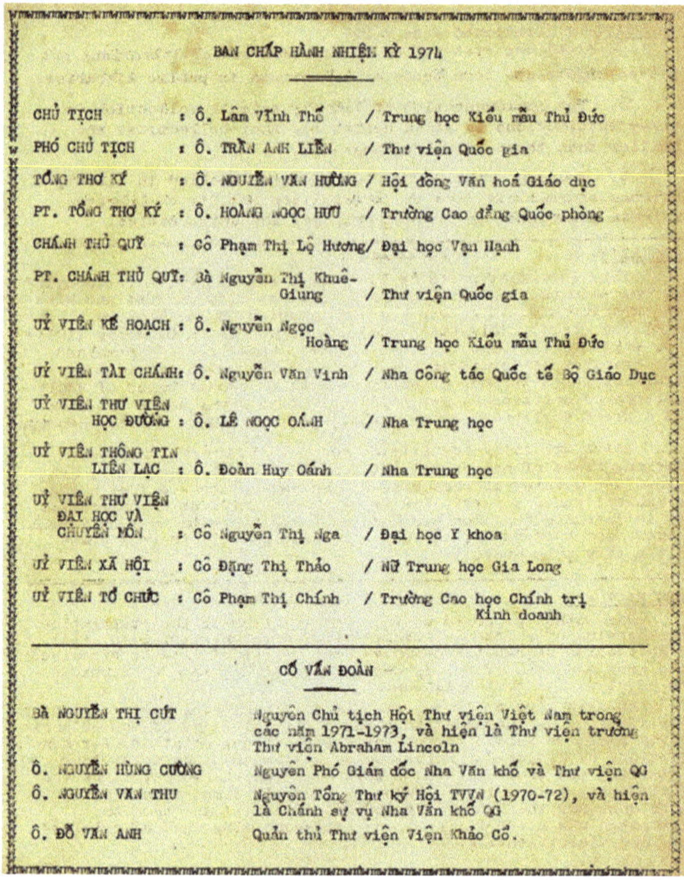

BAN CHẤP HÀNH NHIỆM KỲ 1974

CHỦ TỊCH : Ô. Lâm Vĩnh Thế / Trung học Kiểu mẫu Thủ Đức

PHÓ CHỦ TỊCH : Ô. TRẦN ANH LIÊN / Thư viện Quốc gia

TỔNG THƠ KÝ : Ô. NGUYỄN VĂN HƯỞNG / Hội đồng Văn hoá Giáo dục

PT. TỔNG THƠ KÝ : Ô. HOÀNG NGỌC HƯU / Trường Cao đẳng Quốc phòng

CHÁNH THỦ QUỸ : Cô Phạm Thị Lộ Hương / Đại học Vạn Hạnh

PT. CHÁNH THỦ QUỸ: Bà Nguyễn Thị Khuê-Giung / Thư viện Quốc gia

UỶ VIÊN KẾ HOẠCH : Ô. Nguyễn Ngọc Hoàng / Trung học Kiểu mẫu Thủ Đức

UỶ VIÊN TÀI CHÁNH: Ô. Nguyễn Văn Vinh / Nha Công tác Quốc tế Bộ Giáo Dục

UỶ VIÊN THƯ VIỆN HỌC ĐƯỜNG : Ô. LÊ NGỌC OÁNH / Nha Trung học

UỶ VIÊN THÔNG TIN LIÊN LẠC : Ô. Đoàn Huy Oánh / Nha Trung học

UỶ VIÊN THƯ VIỆN ĐẠI HỌC VÀ CHUYÊN MÔN : Cô Nguyễn Thị Nga / Đại học Y khoa

UỶ VIÊN XÃ HỘI : Cô Đặng Thị Thảo / Nữ Trung học Gia Long

UỶ VIÊN TỔ CHỨC : Cô Phạm Thị Chính / Trường Cao học Chính trị Kinh doanh

CỐ VẤN ĐOÀN

BÀ NGUYỄN THỊ CỨT — Nguyên Chủ tịch Hội Thư viện Việt Nam trong các năm 1971-1973, và hiện là Thư viện trưởng Thư viện Abraham Lincoln

Ô. NGUYỄN HÙNG CƯỜNG — Nguyên Phó Giám đốc Nha Văn khố và Thư viện QG

Ô. NGUYỄN VĂN THU — Nguyên Tổng Thư ký Hội TVVN (1970-72), và hiện là Chánh sự vụ Nha Văn khố QG

Ô. ĐỖ VĂN ANH — Quản thủ Thư viện Viện Khảo Cổ.

Hình 2.2. Ban Chấp Hành Hội Thư Viện Việt Nam nhiệm kỳ 1974

Đây là lần đầu tiên từ ngày thành lập, HTVVN đã bầu vào các chức vụ Chủ Tịch, Phó Chủ Tịch, và Thủ Quỹ của Ban Chấp Hành ba quản thủ thư viện chuyên nghiệp, tốt nghiệp bằng Cao học về Thư Viện Học (MLS) từ các trường đại học của Hoa Kỳ. Một điều nữa cũng cần được nhấn mạnh: đây là lần đầu tiên HTVVN đã bầu một Ban Chấp Hành gồm đa số là những người trẻ (dưới 45 tuổi), ***tất cả đều đã được huấn luyện chuyên môn thư viện, và tốt nghiệp với bằng MLS ở Hoa Kỳ, hay bằng Cao Đẳng về Thư Viện từ Hoa Kỳ và Úc, hoặc các khóa huấn luyện sơ cấp hoặc trung cấp ở trong nước*** với một Cố Vấn Đoàn gồm những vị cao niên và hoạt động lâu năm trong nghề.

Ban Chấp Hành đã có buổi họp đầu tiên vào ngày 6-2-1974 tại trụ sở mới của Hội đặt trong khuôn viên của Viện Đại Học Vạn Hạnh (ĐHVH), tại số 222 đường Trương Minh Giảng, Quận 3, Sài Gòn. Một quyết định quan trọng đã được thông qua tại buổi họp này là HTTVN sẽ phát hành một ***Bản tin*** (BT) hàng tháng.

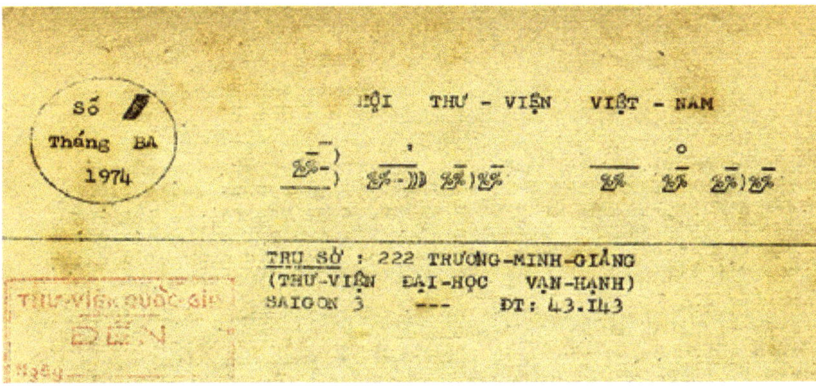

Số 1
Tháng BA
1974

HỘI THƯ - VIỆN VIỆT - NAM

TRỤ SỞ : 222 TRƯƠNG-MINH-GIẢNG
(THƯ-VIỆN ĐẠI-HỌC VẠN-HẠNH)
SAIGON 3 --- ĐT: 43.143

THƯ-VIỆN QUỐC-GIA
ĐẾN
Ngày

Hình 2.3. Trang bìa Bản Tin Số 1 (Tháng 3-1974) của Hội Thư Viện Việt Nam

Trong Lá Thư Chủ Tịch của BT đầu tiên của HTVVN, tôi đã phác họa một đường lối hoạt động tích cực để giúp phát triển Hội như sau: [2]

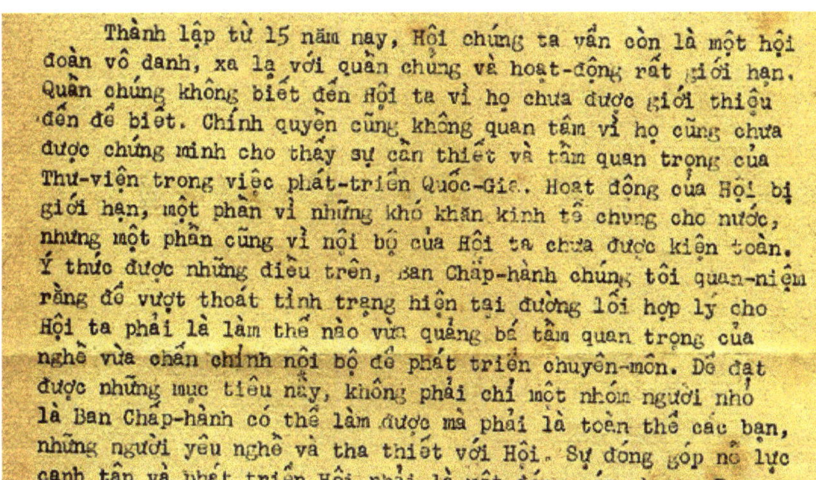

Thành lập từ 15 năm nay, Hội chúng ta vẫn còn là một hội đoàn vô danh, xa lạ với quần chúng và hoạt-động rất giới hạn. Quần chúng không biết đến Hội ta vì họ chưa được giới thiệu đến để biết. Chính quyền cũng không quan tâm vì họ cũng chưa được chứng minh cho thấy sự cần thiết và tầm quan trọng của Thư-viện trong việc phát-triển Quốc-Gia. Hoạt động của Hội bị giới hạn, một phần vì những khó khăn kinh tế chung cho nước, nhưng một phần cũng vì nội bộ của Hội ta chưa được kiện toàn. Ý thức được những điều trên, Ban Chấp-hành chúng tôi quan-niệm rằng để vượt thoát tình trạng hiện tại đường lối hợp lý cho Hội ta phải là làm thế nào vừa quảng bá tầm quan trọng của nghề vừa chấn chỉnh nội bộ để phát triển chuyên-môn. Để đạt được những mục tiêu này, không phải chỉ một nhóm người nhỏ là Ban Chấp-hành có thể làm được mà phải là toàn thể các bạn, những người yêu nghề và tha thiết với Hội. Sự đóng góp nỗ lực canh tân và phát triển Hội phải là một đóng góp chung. Trong

Hình 2.4. Lá Thư Chủ Tịch, *Bản Tin* (HTVVN) Số 1 (Tháng 3-1974)

Dựa trên đường lối đã phác họa như trên, Ban Chấp Hành đã thảo luận và đồng thuận một chương trình hoạt động cho nhiệm kỳ 1974 gồm các dự án như sau:

• Xuất bản TVTS như một quý san, ba tháng ra một số, một năm đủ 4 số; đồng thời cũng xuất bản tờ BT, mỗi tháng ra một số, giữa các số của TVTS

• Tổ chức 2 Khóa Huấn Luyện Căn Bản Thư Viện Học dành cho hội viên

• Tổ chức một Đại Hội Hè để thảo luận một số vấn đề chuyên môn và nội bộ của Hội

• Chấn chỉnh và kiện toàn tình trạng hội viên của Hội

• Ấn hành một số tài liệu chuyên môn

Được sự ủy quyền của Ban Chấp Hành, và với tư cách Chủ Tịch của HTVVN, tôi đã đích thân đi gặp vị Đại Diện của Cơ Quan Văn Hóa Á Châu (Asia Foundation) tại Việt Nam, lúc đó là ông Julio Andrews, trình bày chương trình hoạt động này và xin tài trợ. Độ một tuần lễ sau, HTVVN nhận được văn thư của Asia Foundation báo cho biết họ chấp nhận tài trợ một phần các dự án trong chương trình hoạt động này của Hội. Nhờ sự tài trợ này, Ban Chấp Hành đã thực hiện được một phần quan trọng của chương trình hoạt động đã đề ra cho nhiệm kỳ 1974.[3]

Thư viện tập san và *Bản tin* hàng tháng

Bốn số TVTS từ số 20 (Đệ 1 TCN 1974) đến số 23 (Đệ 4 TCN 1974), với bài vở thật phong phú, đã được xuất bản và gởi đến toàn thể hội viên khắp cả nước, từ Huế vào đến An Xuyên (Cà Mau). Sau đây là một số bài vở tiêu biểu:

• Lâm Vĩnh-Thế, ***Thư viện cổ tại Alexandria***, số 20, tr. 3-12

(có thể truy cập toàn văn tại địa chỉ Internet sau đây: http://www.nsl.hcmus.edu.vn/greenstone/collect/tapsantv/index/assoc/HASH0198.dir/3.pdf)

• Nhật Thịnh và Nguyễn Thị Khuê Giung, ***Đại cương những tên hiệu Việt Nam xưa và nay***, số 20, tr. 23-34.

(có thể truy cập toàn văn tại địa chỉ Internet sau đây: http://www.nsl.hcmus.edu.vn/greenstone/collect/tapsantv/index/assoc/HASH0198.dir/5.pdf)

• Nguyễn Văn Hường, ***Sử dụng học sinh phụ tá tại thư viện***, số 21, tr. 14-28.

(có thể truy cập toàn văn tại địa chỉ Internet sau đây: http://www.nsl.hcmus.edu.vn/greenstone/collect/tapsantv/index/assoc/HASHfa0c.dir/4.pdf)

• Lê Ngọc Oánh, ***Tiến trình phát triển thư viện học đường Việt Nam hiện tại,*** số 21, tr. 38-51.

(có thể truy cập toàn văn tại địa chỉ Internet sau đây: http://www.nsl.hcmus.edu.vn/greenstone/collect/tapsantv/index/assoc/HASHfa0c.dir/7.pdf)

• Nguyễn Xuân, ***Văn khố Việt Nam thời Pháp thuộc, và những di sản văn hóa triều Nguyễn***, số 22, tr. 17-42.

(có thể truy cập toàn văn tại địa chỉ Internet sau đây: http://www.nsl.hcmus.edu.vn/greenstone/collect/tapsantv/index/assoc/HASHd0a5.dir/5.pdf)

• Lê Tấn Tài, ***Cách tổ chức hồ sơ xếp đứng trong thư viện học đường***, số 22, tr. 43-52.

(có thể truy cập toàn văn tại địa chỉ Internet sau đây: http://www.nsl.hcmus.edu.vn/greenstone/collect/tapsantv/index/assoc/HASHd0a5.dir/6.pdf)

• Lê Bá Kông (Phạm Thị Lệ-Hương dịch), ***Kỹ nghệ xuất bản sách tại Việt Nam Cộng Hòa***, số 23, tr. 17-32.

(có thể truy cập toàn văn tại địa chỉ Internet sau đây: http://www.nsl.hcmus.edu.vn/greenstone/collect/tapsantv/index/assoc/HASH7268.dir/5.pdf)

• Lâm Vĩnh-Thế, ***Chương trình C.I.P. là gì?*** số 23, tr. 45-50.

(có thể truy cập toàn văn tại địa chỉ Internet sau đây: http://leaf-vn.org/ChuongTrinh-CIP-LamVinhThe.pdf)

Trong thời gian giữa các số TVTS, 7 số BT hàng tháng cũng đã được ấn hành và phân phối đến hội viên để thông báo đầy đủ cho hội viên về các dự án công tác (thí dụ như Đại Hội

Hè 1974) cũng như những hoạt động cụ thể của Ban Chấp Hành trong suốt nhiệm kỳ về cả hai phương diện đối nội cũng như đối ngoại, thí dụ như tranh cử vào Hội Đồng Văn Hóa Giáo Dục (HĐVHGD).

Huấn Luyện Căn Bản Thư Viện Học

Theo đúng như chương trình hoạt động đã đề ra, hai khóa huấn luyện căn bản thư viện học miễn phí dành cho hội viên đã được tổ chức trong năm 1974.

• Khóa 1: với 31 học viên, khai giảng ngày 7-5-1974, và bế giảng ngày 28-6-1974

• Khóa 2: với 30 học viên, khai giảng ngày 23-9-1974, và bế giảng ngày 13-11-1974

Hai khóa huấn luyện đều được tổ chức tại trụ sở của Hội, trong khuôn viên của ĐHVH với phòng học chính là Thư viện của ĐHVH. Mỗi khóa huấn luyện gồm 120 giờ học, với chương trình gồm các bộ môn như sau: Lịch Sử Thư Viện; Tổ Chức và Điều Hành Thư Viện; Tổng Kê và Phân Loại; và, Công Tác Tham Khảo. Ban giảng huấn là các thành viên của Ban Chấp Hành và Cố Vấn Đoàn. Trong lúc học tập, học viên cũng được đưa đi thăm viếng các thư viện lớn tại Sài Gòn. Các lễ khai giảng và bế giảng đều được tổ chức trọng thể tại Giảng Đường 19 là giảng đường lớn nhứt của ĐHVH và đặt dưới sự đồng chủ tọa của vị Thứ Trưởng Bộ Văn Hóa Giáo Dục và Thanh Niên và Thượng Tọa Thích Mãn Giác, Phụ Tá Viện Trưởng Đặc Trách Điều Hành của ĐHVH. Tại lễ bế giảng các học viên đều được cấp chứng chỉ tốt nghiệp của Hội. Sau lễ bế giảng là một tiệc trà thân mật tại Câu Lạc Bộ của ĐHVH. Trong các dịp nầy, các thiệp mời đã được gởi đến cho tất cả các cơ quan và hội đoàn văn hóa công và tư tại thủ đô Sài Gòn. Nhờ vậy vị trí của HTVVN trong sinh hoạt văn hóa của VNCH đã được nâng cao rất nhiều. Sau đây là một vài hình ảnh về hai khóa huấn luyện căn bản thư viện học này:

Hình 2.5. Giáo sư Bùi Xuân Bào, Thứ Trưởng Bộ Giáo Dục Đặc Trách Văn Hóa, đọc diễn văn tại Lễ Khai Giảng Khóa Huấn Luyện

Hình 2.6. Giáo sư Nguyễn Ngọc Huy, Viện Trưởng Viện Đại Học Sài Gòn, trao Chứng Chỉ Tốt Nghiệp cho Học viên Khóa Huấn Luyện

Hình 2.7. Tiệc trà sau Lễ Bế Giảng Khóa Huấn Luyện tại Câu Lạc Bộ của Viện Đại Học Vạn Hạnh

Đại Hội Hè 1974

Đây là lần đầu tiên từ ngày thành lập vào năm 1958, HTVVN đã triệu tập một đại hội bất thường mệnh danh là Đại Hội Hè 1974, vào các ngày 9, 10 và 11-8-1974, để thảo luận một số vấn đề về nội bộ và chuyên môn. Đại Hội nầy đã được Ban Chấp Hành HTVVN nhiệm kỳ 1974 chuẩn bị rất kỹ lưỡng. Bốn Ủy Ban Đặc Biệt đã được thành lập và giao cho nhiệm vụ chuẩn bị tài liệu cho Đại Hội. Đó là các Ủy Ban sau đây:

- Ủy Ban Phân Loại:

Trưởng Ban: Ông Lâm Vĩnh-Thế
Thư Ký: Ông Nguyễn Ngọc Hoàng
Ủy Viên: Cô Nguyễn Thị Phương Nguyệt, Ông Đỗ Văn Anh, và Ông Nguyễn Văn Vinh

- Ủy Ban Tổng Kê:

Trưởng Ban: Cô Nguyễn Thi Nga
Ủy Viên: Cô Phạm Thị Lệ-Hương, Bà Bùi Tuyết Nhung, và Ông Hoàng Ngọc Hữu

- Ủy Ban Tu Chính Điều Lệ và Nội Quy:

Đồng Trưởng Ban: Các ông Nguyễn Cửu Sà và Lâm Vĩnh-Thế
Thư Ký Đoàn: Các ông Nguyễn Nhựt Quang, Trần Thanh Sao, và Lê Văn Thu
Thuyết Trình Đoàn: Các ông Lê Ngọc Oánh, Nguyễn Hùng Cường, và Hoàng Ngọc Hữu

- Ủy Ban Quy Chế Thư Viện Học Đường:

Trưởng Ban: Ông Lê Ngọc Oánh
Thư Ký Đoàn: Các ông Nguyễn Nhựt Quang và Nguyễn Văn Thước
Thuyết Trình Đoàn: Các cô Đặng Thị Thảo và Huỳnh Thị Oanh

Nhiệm vụ của các Ủy Ban đã được Ban Chấp Hành ấn định cụ thể như sau:

• Ủy Ban Phân Loại: soạn thảo bảng số phân loại thập phân Dewey cho Lịch Sử, Địa Lý, và Văn Học Việt Nam

• Ủy Ban Tổng Kê: giải quyết dứt khoát vấn đề làm Tiểu dẫn cho tên tác giả Việt Nam

• Ủy Ban Tu Chính Điều Lệ và Nội Quy: tu chính Điều Lệ và Nội Quy của HTVVN cho thích hợp với hoàn cảnh và đà phát triển của ngành thư viện tại Việt Nam

• Ủy Ban Quy Chế Thư Viện Học Đường: dự thảo một Quy Chế dành cho quản thủ thư viện học đường

Các Ủy Ban đã họp hàng tuần trong suốt hai tháng 4 và 5/1974. Đề nghị của các Ủy Ban sau đó đã được Ban Chấp Hành thảo luận trong các phiên họp ngày 29-6-1974 và 4-7-1974. Toàn bộ đề nghị của bốn Ủy Ban được in ra và gởi đến cho toàn thể hội viên nghiên cứu một tháng trước khi về tham dự Đại Hội. Ban Chấp Hành cũng liên hệ với Nha Tiểu Học và Nha Trung Học của Bộ Văn Hóa Giáo Dục để các quản thủ thư viện học đường (đều là giáo chức) được cấp Lộ Trình Thư, và riêng một số hội viên ở các tỉnh xa được cấp cả vé phi cơ, để về dự Đại Hội. Trong thời gian 3 ngày dự Đại Hội, các hội viên đều được Hội cấp phụ cấp vãng phản. Đại Hội Hè 1974 đã thành công hết sức rực rỡ với sự tham dự của gần 300 hội viên (trước đây số hội viên về họp các Đại Hội Thường Niên để bầu lại Ban Chấp Hành không bao giờ vượt quá con số 100) và đạt được tất cả 4 mục tiêu đề ra, quan trọng nhứt là Quy Chế Thư Viện Học Đường.[4]

Chấn Chỉnh Tình Trạng Hội Viên

Từ đầu nhiệm kỳ 1974, Ban Chấp Hành được biết tổng số hội viên là gần 400 trên toàn quốc. Trong số nầy, hội viên thực sự có sinh hoạt với Hội không lên quá 100. Số hội viên đã không đóng niên liễm (200 đồng một năm) lên tới trên 250 người, trong số nầy có người đã thiếu niên liễm 2-3 năm, thậm chí có người thiếu niên liễm đến 6-7 năm. Điều nầy có nghĩa là HTVVN đã thất thu một số niên liễm rất quan trọng. Trong khi họp để thảo luận về vấn đề nầy, Ban Chấp Hành đi đến kết luận là tình trạng hội viên không đóng niên liễm có hai nguyên nhân chánh: 1) Về phía hội viên, vì trong quá khứ Hội đã không có đem lại quyền lợi gì thiết thực cho hội viên khiến cho một số đông hội viên nghĩ rằng chả có lý do gì họ phải đóng niên liễm cả; 2) Về phía Hội thì cũng có thiếu sót là không có theo dõi và truy thu niên liễm. Từ kết luận nầy, Cô Phạm Thị Lệ-Hương, Chánh Thủ Quỹ, đã đề ra một kế hoạch để truy thu và tận thu niên liễm. Các Bản Tin hàng tháng là phương tiện giúp thực hiện kế hoạch nầy. Một mặt trình bày cho hội viên thấy rõ những quyền lợi thiết thực mà họ đã và đang được hưởng từ khi Tân Ban Chấp Hành bắt đầu làm việc: 1) Hội viên đã được nhận miễn phí các số TVTS với bài vở phong phú giúp họ tích cực trong công tác cũng như những BT hàng tháng với đầy đủ tin tức cập nhật; 2) Hội viên đã được huấn luyện miễn phí về căn bản thư viện học (tổng số hội viên tốt nghiệp qua 2 khóa huấn luyện là 61 người); 3) Hội viên về tham dự Đại Hội Hè đã được hưởng Lộ Trình Thư và phụ cấp vãng phản. Mặt khác thì tha thiết kêu gọi tất cả hội viên phải đóng niên liễm để Hội có phương tiện tiếp tục phục vụ hội viên. Tất cả những hội viên còn thiếu niên liễm đều nhận được văn thư nhắc nhở và ghi rõ số niên liễm còn thiếu. Ngoài ra văn thư nầy cũng ghi rõ thời gian ân hạn, sau thời điểm đó nếu hội viên vẫn không chịu đóng niên liễm thì sẽ bị xóa tên trong danh sách hội viên. Tuyệt đại đa số hội viên đã hưởng ứng nồng nhiệt lời kêu gọi nầy và kết quả là HTVVN đã truy thu được trên 100.000 đồng tiền niên liễm đã bị thiếu. Đến đầu năm 1975, tại Đại Hội Thường Niên ngày 12-1-1975, tổng số hội viên của HTVVN được ghi nhận là 436.[5]

Những Hoạt Động Khác của HTVVN

Với tư cách thành viên của Ban Chấp Hành của HTVVN, tôi và ông Nguyễn Văn Hường, Tổng Thư Ký của Hội, đã được mời thuyết trình tại một số hội thảo hoặc huấn luyện ở các trường học tại thủ đô Sài Gòn như sau:[6, 7]

• Ngày 4-3-1974, tại Trường Quốc Gia Sư Phạm, từ 10 giờ đến 12 giờ, tôi thuyết trình với đề tài ***Triết lý và mục tiêu của thư viện tiểu học***

• Ngày 25-3-1974, cũng tại Trường Quốc Gia Sư Phạm, từ 10 giờ đến 12 giờ, tôi thuyết trình với đề tài ***Tổ chức và điều hành một thư viện tiểu học***; sau phần nói chuyện của tôi, ông Nguyễn Văn Hường, đã trình bày chi tiết về Kỹ thuật trị thư.

• Ngày 4-5-1974, do lời mời của Ông Phạm Tấn Kiệt, Giám Đốc Nha Trung Học, tại Khóa Hội Thảo của các Giáo Sư Quản Thủ Thư Viện trong Vùng Sài Gòn - Chợ Lớn và Gia Định, tổ chức tại Trường Trung Học Tổng Hợp Nguyễn An Ninh, tôi thuyết trình với đề tài ***Vấn đề tham khảo tại thư viện***; sau phần nói chuyện của tôi, ông Nguyễn Văn Hường, đã trình bày đề tài ***Việc sử dụng học sinh phụ tá tại thư viện***.

Riêng bản thân tôi còn được mời tham gia giảng dạy một giáo trình về Tổng Kê và Phân Loại cho Khóa II Huấn Luyện Trung Cấp Giáo Sư Quản Thủ Thư Viện tại Trường ĐHSPSài Gòn vào đầu tháng 6-1974. Cũng như Khóa I (1972-1973), Khóa II gồm 26 Giáo sư Trung Học Đệ Nhị Cấp đã có ít nhứt 2 năm thâm niên công vụ và đã tốt nghiệp một khóa huấn luyện sơ cấp. Tôi rất vui khi nhận ra trong số 26 học viên có 2 người đã từng là bạn đồng khóa Sử Địa 3 tại Trường ĐHSPSài Gòn (1960-1963) của tôi hơn 10 năm về trước: Chị Đặng Thị Thảo và Anh Cao Đình Vưu.

Ngoài các công tác thuyết trình vừa kể trên nhằm mục tiêu là phổ biến các kiến thức căn bản về thư viện học cho các giáo chức quản thủ thư viện ở các trường tiểu học và trung học, HTVVN còn cho ấn hành nhiều tài liệu chuyên môn. Bên cạnh các giáo trình in ronéo đã sử dụng trong các khóa huấn luyện căn bản thư viện học, HTVVN đã ấn hành quyển Bảng Phân Loại Thập Phân Dewey dựa trên ấn bản trong phần Phụ Đính của cuốn ***Phương Pháp Tổng Kê và Phân Loại Sách*** của Ông Richard K. Gardner và Bà Nguyễn Thị Cút với nhiều sửa đổi và gia tăng các con số cho các mục Sử Địa và Văn Học Việt Nam đã được thông qua tại Ủy Ban Phân Loại của Đại Hội Hè 1974. Ngoài ra, HTVVN cũng đã thành lập một Ủy Ban Phiên Dịch để chuyển dịch sang Việt ngữ cuốn Bảng Phân Loại Thập Phân Dewey, ấn bản 10 Rút gọn (***Dewey Decimal Classification, 10th Abridged Edition***, của nhà xuất bản Forest Press). Dự án phiên dịch nầy đã nhận được sự tài trợ của Asia Foundation.

PHÁT TRIỂN NGÀNH THƯ VIỆN VIỆT NAM

Thành quả tốt đẹp của những hoạt động tích cực của HTVVN trong nhiệm kỳ 1974 không những đã tạo ra một thế đứng có tầm vóc cho HTVVN trong sinh hoạt văn hóa của VNCH mà còn mang lại một số hệ quả tốt đẹp cho việc phát triển ngành thư viện nói chung cho cả nước mà chính Ban Chấp Hành HTVVN cũng hoàn toàn không tiên liệu được.

Trước hết phải nói đến sự ủng hộ rất tích cực của các vị lãnh đạo Bộ Văn Hóa Giáo Dục và các đơn vị dưới quyền họ như Nha Tiểu Học, Nha Trung Học, Trường Quốc Gia Sư Phạm trong các công tác chuyên môn của HTVVN như đã trình bày bên trên. Từ việc ủng hộ tinh thần, Bộ Văn Hóa Giáo Dục đã nhanh chóng tiến tới sự ủng hộ vật chất cho HTVVN. Do đề nghị của vị Thứ Trưởng Đặc Trách Văn Hóa, người đã chứng kiến tận mắt những hoạt động tích cực của HTVVN trong những lần chính ông đến chủ tọa các lễ khai giảng và bế giảng của các khóa huấn luyện do Hội tổ chức, Bộ Văn Hóa Giáo Dục và Thanh Niên đã ban hành Nghị Định số 2496/VHGDTN/TC/TT/NĐ ngày 9-11-1974 trợ cấp một ngân khoản là 200.000 đồng cho những hoạt động bất vụ lợi của HTVVN.

Kế tiếp phải kể đến việc HTVVN được các hội đoàn văn hóa tư bầu vào Hội Đồng Văn Hóa Giáo Dục (HĐVHGD). HĐVHGD là một trong ba hội đồng (hai hội đồng kia là Hội

Đồng Kinh Tế - Xã Hội và Hội Đồng Các Sắc Tộc) do Hiến Pháp VNCH năm 1967 thành lập và do chính Phó Tổng Thống VNCH làm Chủ Tịch. Theo các điều khoản số 93 và 94 của Hiến Pháp 1967, HĐVHGD, với nhiệm vụ tư vấn chính phủ trong các vấn đề văn hóa và giáo dục, gồm có 60 hội viên, 40 được các hội đoàn văn hóa giáo dục công và tư cùng các hội phụ huynh học sinh bầu ra và 20 do Tổng Thống VNCH chỉ định. Trong số 40 hội viên được bầu sẽ có 8 hội viên do các hội đoàn văn hóa tư bầu ra. Đầu năm 1974 HĐVHGD chuẩn bị bầu cử cho nhiệm kỳ 2 (1974-1977). HTVVN là một trong 15 hội đoàn văn hóa tư hội đủ điều kiện để được tham gia vào cuộc bầu cử nầy. Sau khi ông Cố vấn Nguyễn Hùng Cường từ chối sự đề cử, Ban Chấp Hành HTVVN đồng ý đề cử tôi, với tư cách đương kim Chủ Tịch HTVVN, làm đại diện của Hội để tranh cử vào HĐVHGD. Nhờ vị thế và tầm vóc của Hội trong sinh hoạt văn hóa tại thủ đô trong thời gian đó, tôi đã đắc cử với số phiếu cao nhứt (13/15 phiếu).[8] Tại phiên họp khoáng đại đầu tiên của HĐVHGD Nhiệm Kỳ 2, tôi cũng đã được toàn thể hội viên bầu vào chức vụ Chủ Tịch Ủy Ban Văn Hóa Giáo Dục Đại Chúng, một trong 8 ủy ban của Hội Đồng. Tôi đã có chủ định, với tư cách Chủ Tịch Ủy Ban Văn Hóa Giáo Dục Đại Chúng, sẽ cố gắng soạn thảo một Dự Luật về Thư Viện Công Cộng cho VNCH, trình bày và cho thảo luận tại Ủy Ban trước khi đưa ra cho HĐVHGD phê chuẩn và chuyển sang hành pháp để yêu cầu hành pháp thực thi. Chủ định nầy đã không thành vì biến cố 30-4-1975.

Sau cùng nhưng quan trọng nhứt trong việc phát triển ngành thư viện cho Việt Nam là việc Đại Học Vạn Hạnh quyết định thành lập Ban Thư Viện Học (BTVH), đào tạo Cử Nhân Thư Viện Học đầu tiên tại VNCH. Nhận thấy rõ khả năng chuyên môn cũng như tinh thần hoạt động bất vụ lợi của Ban Chấp Hành HTVVN, rất phù hợp với tôn chỉ của Viện Đại Học Vạn Hạnh, Giáo sư Đoàn Viết Hoạt, Phụ Tá Viện Trưởng Đặc Trách Học Vụ, đã yêu cầu Ban Chấp Hành HTVVN nghiên cứu và thuyết trình cho Hội Đồng Viện một dự án thiết lập BTVH cho ĐHVH. Ngày 30-4-1974, tôi đã đại diện Ban Chấp Hành HTVVN thuyết trình trước Hội Đồng Viện về dự án nầy và dự án đã được Hội Đồng Viện đồng thanh chấp thuận. BTVH được chính thức thành lập như một Ban của Phân Khoa Văn Học và Khoa Học Nhân Văn, ĐHVH, và tôi đã được cử nhiệm làm Trưởng Ban đầu tiên. Trong mùa Hè 1974, mặc dù rất bận rộn với Đại Hội Hè, Ban Chấp Hành HTVVN cũng đã hết sức cố gắng hoàn tất chương trình học cho BTVH đầu tiên của VNCH. [9] [Xem thêm chi tiết tai địa chỉ Internet sau đây: http://leaf-vn.org/BanThuVien-DHVanHanh.pdf] Học kỳ đầu tiên của BTVH đã khai giảng vào đầu năm học 1974-1975 với 70 sinh viên. BTVH này chỉ mới giảng dạy được hai học kỳ với thành phần ban giảng huấn và các khóa trình như sau:

Học Kỳ 1:

- Ông Lâm Vĩnh-Thế: Tổng Kê và Phân Loại I
- Cô Phạm Thị Lệ-Hương: Tổ Chức và Điều Hành Thư Viện
- Ông Lê Ngọc Oánh: Tuyển Chọn Tài Liệu
- Ông Tống Văn Diệu: Lịch sử Thư Viện

Học Kỳ 2:

- Ông Lâm Vĩnh-Thế: Tổng Kê và Phân Loại II
- Cô Phạm Thị Lệ-Hương: Công Tác Khảo Cứu và Trình Bày Luận Văn
- Ông Lê Ngọc Oánh: Tham Khảo Tổng Quát
- Ông Nguyễn Ứng Long: Anh Ngữ I

Học Kỳ 2 khởi sự vào khoảng tháng 3-1975 đã không bao giờ được kết thúc vì biến cố bi thảm 30-4-1975 chấm dứt sự hiện hữu của VNCH. BTVH của ĐHVH đã bị chết non, chưa đào tạo được một vị Cử Nhân Thư Viện Học nào cho VNCH. Giáo trình duy nhứt của BTVH đã được Ban Tu Thư của ĐHVN in xong và còn lưu giữ được đến ngày hôm nay là cuốn ***TỔ CHỨC VÀ ĐIỀU HÀNH THƯ VIỆN*** của Giáo sư Phạm Thị Lệ-Hương:

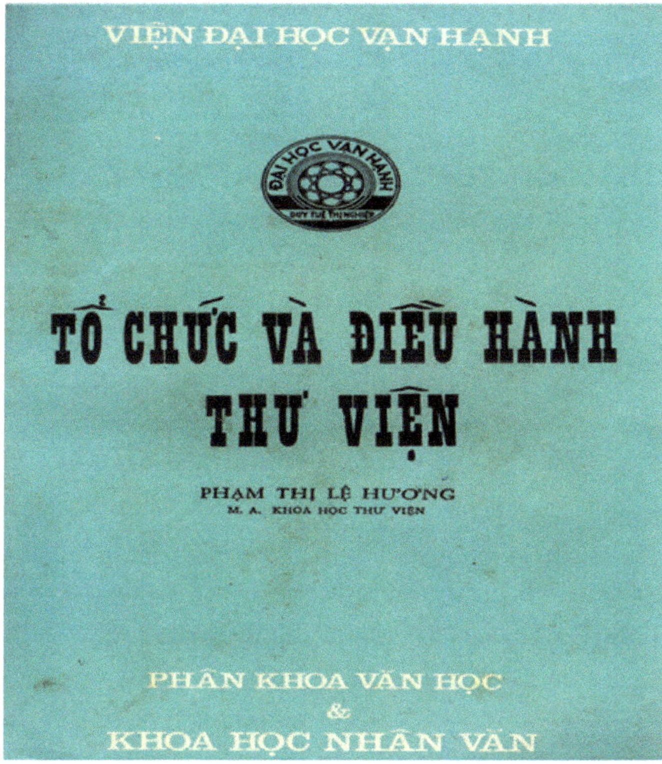

Hình số 2.8. Giáo trình *Tổ Chức và Điều Hành Thư Viện*

NHỮNG CHUYỆN SAU CÙNG CỦA NĂM 1975

Ngày 1-1-1975, Giáo sư Trần Văn Tấn, Khoa Trưởng ĐHSPSài Gòn, ký quyết định chính thức cử nhiệm tôi làm Thư Viện Trưởng của Trường.

Tại phiên họp khoáng đại thường niên ngày 12-1-1975, phần lớn các thành viên trong Ban Chấp Hành Nhiệm Kỳ 1974 đã được hội viên tín nhiệm và bầu lại vào Ban Chấp Hành Nhiệm Kỳ 1975 với thành phần như sau:[10]

- Chủ Tịch: Ông Lâm Vĩnh-Thế
- Phó Chủ Tịch: Ông Lê Ngọc Oánh
- Tổng Thư Ký: Ông Nguyễn Văn Hường

- Phó Tổng Thư Ký: Ông Tống Văn Diệu
- Chánh Thủ Quỹ: Cô Phạm Thị Lệ-Hương
- Phó Thủ Quỹ: Bà Nguyễn Thị Khuê-Giung
- Ủy Viên Kế Hoạch: Ông Nguyễn Ngọc Hoàng
- Ủy Viên Tổ Chức: Đại Đức Thích Lệ Mãnh
- Ủy Viên Tài Chánh: Ông Nguyễn Văn Vinh
- Ủy Viên Xã Hội: Cô Đặng Thị Thảo
- Ủy Viên Thông Tin Liên Lạc: Cô Tôn Nữ Minh Ngọc
- Ủy Viên Thư Viện Học Đường: Bà Tăng Thị Hoa
- Ủy Viên Thư Viện Chuyên Môn: Ông Hoàng Ngọc Hữu
- Ủy Viên Thư Viện Đại Học: Cô Võ Thị Vân
- Ủy Viên Thư Viện Công Cộng: Cô Nguyễn Thị Nga

Ban Chấp Hành Nhiệm Kỳ 1975 nầy đã không làm tròn được nhiệm vụ vì biến cố 30-4-1975. Các khóa huấn luyện, mà khoá đầu tiên dự định sẽ tổ chức vào tháng 4-1975, cũng như Đại Hội 3 Hè 1975, việc ấn hành Bảng Liệt Kê Tiêu Đề Đề Mục, các số TVTS, BT hàng tháng, v.v., tất cả đều không thực hiện được. Ban Chấp Hành Nhiệm Kỳ 1975 chỉ ấn hành được một số TVTS duy nhứt, đó là số 24, Bộ mới, Đệ 1 TCN 1975. (có thể truy cập toàn văn tại địa chỉ Internet sau đây: http://www.nsl.hcmus.edu.vn/greenstone/cgi-bin/library.cgi?e=q-000-00---0tapsantv--00-0-0--0prompt-10---4----stx--0-1l--1-vi-50---20-about-Th%c6%b0+vi%e1%bb%87n+t%e1%ba%adp+san--00031-001-1-0utfZz-8-0-&a=d&c=tapsantv&cl=search&d=HASH762171e1ecc4aea8866d55).

Công tác thứ hai được hoàn thành (tồn lại từ nhiệm kỳ 1974) là việc phiên dịch Bảng Phân Loại Thập Phân Dewey, Ấn bản 10 Tóm Lược. Khi tôi đích thân mang bản dịch (mỗi bản dịch gồm 3 tập giấy đánh máy trên 500 trang, tổng cộng là 9 tập) đến nộp cho Asia Foundation là cơ quan tài trợ cho dự án phiên dịch quan trọng nầy, theo đúng hợp đồng đã ký kết với họ, vào khoảng cuối tháng 4-1975, thì vị Đại Diện của Asia Foundation, ông Julio Andrews, đã rời khỏi Sài Gòn theo lệnh của Toà Đại Sứ Hoa Kỳ vì tình hình chiến tranh Việt Nam đã sắp đi vào chung cuộc.

Hoạt động sau cùng của HTVVN, mỉa mai thay, không dính líu gì đến việc phát triển thư viện cho Miền Nam, là đi cứu trợ các hội viên từ Miền Trung di tản vào đang tạm trú tại các trại tỵ nạn ở Sài Gòn. Ban Chấp Hành quyết định cho phép Chủ tịch và Thủ Quỹ rút từ quỹ của HTVVN ra một số tiền là 200.000 đồng để cứu trợ cho hội viên. Tôi và Cô Thủ Quỹ Phạm Thị Lệ-Hương đã đi đến tận các trại tỵ nạn nầy để trao cho các hội viên, mỗi người một phong bì đựng 5.000 đồng, gọi là tỏ chút tình tương thân tương trợ của Hội đối với hội viên.

Công cuộc phát triển của ngành thư viện tại VNCH đang diễn ra thật tốt đẹp và đầy hứa hẹn, song song với sự phát triển và hoàn thiện của HTVVN như một hội đoàn chuyên môn, đã chấm dứt một cách đột ngột vào ngày 30-4-1975. Cũng như tất cả những phát triển về mọi mặt khác của VNCH, kinh tế - xã hội - văn hóa - giáo dục, những bước phát triển của ngành thư viện VNCH mà HTVVN của nhiệm kỳ 1974 đã đặt được những nền tảng thật vững chắc, đã hoàn toàn bị xóa bỏ chỉ vì ý thức hệ chính trị mù quáng. Ngành thư viện của Việt Nam nói chung cũng như đời sống và sự nghiệp của cá nhân tôi nói riêng bước vào một giai đoạn suy thoái và khốn cùng.

CHƯƠNG BA
GIÁN ĐOẠN VÀ KHỐN CÙNG

Mặc dù đã được Tòa Đại sứ Hoa Kỳ cấp đầy đủ giấy tờ để có thể được di tản ra khỏi Sài Gòn vào những ngày cuối tháng 4-1975, tôi đã không đi được vì lý do Mẹ tôi viện cớ tuổi già (lúc đó Mẹ tôi đã 71 tuổi) không chịu ra đi.

SỐNG CÒN DƯỚI CHẾ ĐỘ MỚI

Buổi trưa ngày 30-4-1975, độ khoảng sau 2 giờ, tôi chạy xe Honda C-50 vào Trường ĐHVH để xem tình hình văn phòng của HTVVN như thế nào. Ngay giữa sân trường là một đống súng thật lớn, chất ngổn ngang đủ các loại súng nhưng có lẽ súng M-16 là nhiều nhứt, do các thanh niên mang băng đỏ đi lượm từ các khu vực chung quanh trường đem về (trong ngày 30-4-1975 này, khắp thành phố, nơi nào cũng có súng ống và quân trang do các binh sĩ của Quân Lực Việt Nam Cộng Hòa (QLVNCH) vứt bỏ đầy đường). Rất may mắn, tôi gặp được một người bạn là Tiến sĩ Huỳnh Văn Tòng, Giáo sư Ban Báo Chí, lúc đó cũng đã mang băng đỏ, và đang có trách nhiệm tại chỗ. Tôi nói cho Anh biết ý định của tôi và được Anh đưa đến chỗ văn phòng của HTVVN trong khuôn viên của Trường. Khi bước vào văn phòng của HTVVN, đặt ngay tại phòng làm việc của

Giáo Sư Phạm Thị Lệ-Hương, Phụ Tá Khoa Trưởng, Phân Khoa Khoa Học Xã Hội, tôi thấy ngay tất cả các tủ sắt nhiều ngăn để chứa tài liệu của văn phòng đều bị lục tung và trên sàn nhà thì tràn ngập các thứ giấy tờ, trong đó có cả các trang của giáo trình Tổng Kê và Phân Loại I mà tôi vừa giảng dạy xong ở Học Kỳ I cho BTVH, đã được Ban Tu Thư của Viện Đại Học Vạn Hạnh in xong và đang chờ được đóng bìa. Tôi biết ngay là không còn hy vọng gì tìm lại được hồ sơ giấy tờ gì của HTVVN nữa hết.

Ngay hôm sau, 1-5-1975, Chính Phủ Cách Mạng Lâm Thời Cộng Hòa Miền Nam Việt Nam (CPCMLTCHMNVN) đã ra thông cáo kêu gọi tất cả viên chức của chính quyền VNCH ra trình diện tại cơ quan của mình. Vào khoảng gần 10 giờ sáng, cũng như các anh chị em giáo sư và nhân viên của trường ĐHSPSài Gòn còn kẹt lại tại Sài Gòn, tôi đã đến trình diện tại Trường. Việc trình diện và đăng ký này diễn ra một cách thật đơn giản: mọi người tự viết tên họ và chức vụ của mình vào một tờ giấy để trên một cái bàn ngay cửa ra vào của một phòng học lớn của Trường. Sau đó vào ngồi trong phòng học này để nghe một người đại diện của chính quyền mới nói về chính sách của CPCMLTCHMNVN. Sau đó tất cả mọi người được phép ra về, hoàn toàn không bị làm khó dễ hay gây phiền hà gì cả. Vì vậy, phần lớn mọi người, trong đó có tôi, đều nghĩ rằng rồi đời sống sẽ trở lại bình thường, cũng sẽ như trước kia mà thôi. Tất cả mọi người đều sẽ sớm nhận ra là họ đã lầm, lầm to. Cuộc sống của họ sẽ không bao giờ trở lại bình thường như trước ngày 30-4-1975 nữa, mà sẽ bị đảo lộn hoàn toàn.

Hai ngày sau, 3-5-1975, CPCMLTCHMNVN thành lập Ủy Ban Quân Quản Thành Phố Sài Gòn - Gia Định với Thượng Tướng Trần Văn Trà làm Chủ Tịch. Ngày 5-5-1975, Tướng Trà ký ban hành mệnh lệnh số 1 gồm 5 điểm như sau: [1]

- Điều 1: Tất cả sĩ quan, binh lính, cảnh sát, nhân viên ngụy quyền phải ra trình diện và đăng ký, bắt đầu từ ngày 8-5-1975

• Điều 2: Cấp tướng và tá đăng ký tại 213 đại lộ Hồng Bàng. Cảnh sát, công an đăng ký tại Ban An Ninh Nội Chính của UBQQTP. Nhân viên, công chức đăng ký tại nhiệm sở cũ.

• Điều 3: Trình chứng minh, giấy chứng nhận cá nhân, vũ khí, phương tiện, ngân quỹ …

• Điều 4: Tập thể nào có giữ vũ khí, ngân quỹ … phải giao nộp.

• Điều 5: Mệnh lệnh này phải được thi hành triệt để đến 24 giờ ngày 31-5-1975.

Hai người bạn thân của tôi từ thời trung học đệ nhứt cấp ở Trường Trung Học Petrus Ký, một anh là Trung Tá Không Quân, và một anh là Thiếu tá Thủy Quân Lục Chiến, đã kể lại cho tôi biết là sau khi đến trình diện và đăng ký tại số 213 đại lộ Hồng Bàng (trong Chợ Lớn) theo đúng Điều 2 của Mệnh Lệnh nói trên, cả hai anh đều được thong thả ra về, hoàn toàn không có bị làm khó dễ hay gây phiền hà gì cả. Hai anh cũng cho biết là ngay cả các sĩ quan cấp tướng cũng được đối xử y như vậy. Chính vì vậy mà khi có thông cáo vào ngày 10-6-1975 kêu gọi trình diện đi học tập cải tạo, mang theo tiền ăn cho 10 ngày cho cấp úy và một tháng cho cấp tá, tất cả các sĩ quan của QLVNCH đều nô nức thi hành để, sau đó, mới biết là đã bị lừa.

ĐỜI SỐNG TINH THẦN: TẨY NÃO

Học Tập Chính Trị

Sau khi dùng quân sự cưỡng chiếm được Miền Nam, Đảng Cộng Sản Việt Nam (ĐCSVN) quyết tâm áp đặt chủ nghĩa Cộng sản vào đầu óc của toàn thể dân chúng của Miền Nam. Đối với thường dân thì tất cả mọi người, từ thành thị tới nông thôn, đều phải tham dự các buổi họp tổ tại các phường khóm, các xã ấp, gần như hằng đêm, để được rao giảng về thành tích của Đảng và Nhà Nước. Đối với các cựu quân nhân thuộc QLVNCH thì, tùy theo cấp bậc, cũng được tập trung lại để học tập chánh trị. Hạ sĩ quan và binh sĩ thì học tập tại chỗ trong 3 ngày rồi được cho về. Sĩ quan trở lên thì học tập cải tạo dài hạn trong các trại tập trung trong Miền Nam, còn các sĩ quan cấp tá và cấp tướng thì tại các trại tập trung ở Miền Bắc. Thời gian học tập cải tạo này không dưới 3 năm, với một số rất đông các sĩ quan từ cấp tá trở lên đã trải qua trên 10 năm trong các trại tập trung cải tạo ở Miền Bắc.

Trong các trường đại học, trọn niên khóa 1975-1976, thầy cô không có dạy và sinh viên cũng không có học. Tất cả mọi người đều phải tham dự các khóa học tập chính trị nhưng theo các chương trình riêng biệt và tại các địa điểm khác nhau.

Về phần các thầy cô, thì việc học tập chính trị trong những ngày đầu đã diễn ra tại rạp Thống Nhứt trên đại lộ Thống Nhứt, đối diện với Tòa Đại sứ Anh và Tổng Cục Chiến Tranh Chính Trị của QLVNCH. Tôi thật sự không biết rõ tổng số người học tập là bao nhiêu, nhưng chắc chắn phải vào khoảng trên dưới 500 vì toàn bộ thành phần ban giảng huấn của tất cả các trường đại học tại Sài Gòn đều có mặt tại đó. Chương trình học tập trong thời gian này hoàn toàn mang tính chất tuyên truyền nhằm đề cao tính siêu việt của Cách Mạng Việt Nam (tức là ĐCSVN) đã đánh thắng tất cả các thế lực đế quốc thù địch của Việt Nam từ Nhật, Pháp cho đến Mỹ để đem lại nền độc lập và thống nhứt cho cả nước. Vì đối tượng học tập là giới trí thức của Miền Nam, giảng viên gồm toàn những đảng viên và cán bộ cao cấp từ Hà Nội vào. Sau độ một tuần thì mọi người trở về trường của mình và chia ra thành tổ để thảo luận về các đề tài đã nghe thuyết trình. Tại Trường ĐHSPSài Gòn (bây giờ đã bị đổi tên thành Đại Học Sư Phạm Thành Phố Hồ Chí Minh = ĐHSPHCM), Ban Quân Quản chia các thầy cô thành các tổ theo các ban, thí dụ, Toán, Lý Hóa, Sinh Vật, vv. Riêng cá nhân tôi vì Trường không có Ban Thư Viện Học nên tôi được xếp vào tổ Anh Văn, vì họ biết tôi đã du học tại Mỹ. Tuy nói là thảo luận nhưng trên thực tế chỉ là trả bài. Kết thúc thời gian thảo luận, mỗi người đều phải viết một bản thu hoạch, cho biết mình đã hiểu vấn đề đã được học tập như thế nào. Trên thực tế cũng lại là một màn trả bài nữa mà thôi.

Sau giai đoạn học tập có tính cách tuyên truyền này, các giáo chức đại học mới thật sự bước vào thời kỳ được huấn luyện về chính trị có bài bản, kéo dài cho đến hết niên khóa 1975-1976. Chương trình học gồm gần như toàn bộ các thành phần của bộ môn Kinh Tế Chính Trị Học Mác-Lênin là một bộ môn bắt buộc trong chương trình học của tất cả các trường đại học, thí dụ:

• Biện chứng pháp duy vật

• Chủ nghĩa xã hội khoa học

• Lịch sử ĐCSVN

• Kinh tế Mác-Lênin (Lao động, Hàng hóa, Quan hệ sản xuất, Giá trị thặng dư, vv.)

Phương pháp học tập trong giai đoạn này cũng giống hệt như trong giai đoạn trước, gồm 3 phần là nghe thuyết trình, sau đó thảo luận tổ, và sau cùng là viết thu hoạch. Điều khác biệt quan trọng là trong chương trình học tập chính trị lần này là các giáo sư phải tham dự 3 chuyến ***"đi thực tế,"*** mỗi chuyến đi kéo dài trong 3 ngày, ăn uống tự túc và ngủ trong nhà dân chúng:

• đi về Bến Tre, Quận Mỏ Cày, Xã Định Thủy để được học tập tại chỗ kinh nghiệm của phong trào ***"Đồng Khởi"*** vì xã Định Thủy chính là ***"Quê Hương Đồng Khởi"*** dưới sự lãnh đạo của Bà Nguyễn Thị Định về sau được phong làm Phó Tư Lệnh của lực lượng quân Giải Phóng Miền Nam

• đi về Củ Chi, một huyện ngoại thành của T/p Hồ Chí Minh, để viếng thăm các địa đạo nổi tiếng trong vùng ***"đất thép"*** này, đã từng được quân Giải Phóng Miền Nam sử dụng để xâm nhập Sài Gòn trong thời gian cuộc Tổng Tấn Công Tết Mậu Thân 1968

• đi lên Công trường Lê Minh Xuân, thuộc Huyện Bình Chánh, cũng là một huyện ngoại thành của T/p Hồ Chí Minh, để tham gia vào công tác đào kinh dẫn thủy nhập điền tại Công trường

Đốt Sách

Song song với các chương trình học tập chính trị áp đặt lên cho tất cả các tầng lớp dân chúng ở Miền Nam như vừa trình bày bên trên, Ban Quân Quản T/p Hồ Chí Minh còn phát động cả một chiến dịch rầm rộ trên toàn thành phố gọi là ***"chiến dịch quét sạch những tàn dư văn hoá phản động và đồi truy."*** Chiến dịch này được giao cho Đoàn Thanh Niên Cộng Sản Thành Phố Hồ Chí Minh, thường được gọi tắt là Thành Đoàn, thực hiện.

> ***"Ngày 23-5-1975, trên nhiều đường phố Sài Gòn, "khí thế ra quân" của chiến dịch vô cùng sôi nổi: "Đoàn thanh niên nam nữ đi qua các đường phố và hô to nhiều khẩu hiệu đả đảo văn hoá ngoại lai đồi truy mất gốc phản động. Đi đầu là xe phóng thanh với một biểu ngữ dài có ghi: 'Đội thanh niên sinh viên học sinh xung kích bài trừ văn hoá dâm ô phản động'. Theo sau là sinh viên, học sinh sắp hàng bảy, hàng tám xuất phát từ trụ sở của lực lượng thanh niên tự vệ Thành phố, số 4 Duy Tân. Đoàn diễu hành kéo dài có đến hàng cây số đường, tất cả mọi người đều có một tấm biểu ngữ trên tay…"*** [2]

Hình 3.1. Học sinh sinh viên biểu tình tại Sài Gòn Tháng 5-1975 -- Nguồn: Internet

Kết quả của chiến dịch là hàng ngàn sách báo đã được xuất bản tại Miền Nam trước ngày 30-4-1975, hoàn toàn không phân biệt nội dung tốt xấu gì cả, đều bị gom lại, từ các nhà xuất bản, các nhà in, các tiệm bán sách, và ngay cả trong nhà của dân chúng do các đoàn viên quá khích của Thành Đoàn tự động xông vào nhà dân lục soát và tịch thu, [3] đem ra giữa đường châm lửa đốt sạch, như tấm hình bên dưới đây:

Hình 3.2. Đốt sách tháng 5-1975 tại Sài Gòn -- Nguồn: Internet

Chuyện đốt sách này chắc chắn đã được thảo luận và thông qua trong nội bộ Thành Ủy T/p Hồ Chí Minh. Gần cuối năm 1975, ngày 30-10-1975, tờ báo ***Sài Gòn Giải Phóng*** đã chính thức công bố:

> ***"… một danh sách năm mươi sáu tác giả có tác phẩm bị liệt vào hàng "phản động, dâm ô, đầu độc," bị cấm lưu hành, trong đó có Hoàng Ngọc Liên, Hà Huyền Chi, Phan Nghị, Võ Hữu Hạnh, Nguyên Vũ, Lê Xuyên, Nhã Ca, Văn Quang, Chu Tử , Doãn Quốc Sĩ*** [sic; Sỹ], ***Thanh Tâm Tuyền, Mai Thảo, Dương Nghiễm Mậu…."*** [4]

ĐỜI SỐNG VẬT CHẤT: BẦN CÙNG HÓA

Đổi Tiền

Sau khi đã thành công trọn vẹn trong việc gom giữ được tất cả các sĩ quan QLVNCH vào các trại học tập cải tạo, chính quyền mới tiến hành việc đổi tiền. Ngày 22-9-1975, việc đổi tiền, mang tên ***"Chiến dịch X-3,"*** được thực hiện đồng loạt trên toàn Miền Nam, với những quy định như sau:

• 500 đồng tiền cũ của chính quyền VNCH đổi lấy 1 đồng tiền mới

• Mỗi gia đình chỉ được đổi ***tối đa*** 100.000 đồng tiền cũ, tức là 200 đồng tiền mới, mà thôi

• Số tiền còn dư ra phải quy đổi thành tiền mới, ghi vào sổ tiết kiệm, sẽ được cứu xét sau để rút mỗi tháng 30 đồng (đến cuối năm 1976, tất cả các trương mục đều bị khóa và dân chúng không được rút tiền nữa)

Tác giả Huy Đức đã mô tả rất đúng như sau:

"Quyết định đổi tiền được báo Sài Gòn Giải Phóng coi là để kết thúc "30 năm sống dơ và chết nhục của đồng bạc Sài Gòn." Không biết "tủi nhục" đã mất đi bao nhiêu sau Chiến dịch X-3, nhưng rất nhiều tiền bạc của người dân miền Nam đã trở thành giấy lộn." [5]

Gần 3 năm sau, ngày 3-5-1978, chính quyền mới lại tổ chức đổi tiền một lần nữa với lý do là để thống nhứt tiền tệ cho cả nước nay đã hoàn toàn thống nhứt. Lần đổi tiền này được thực hiện với tỷ giá là 1 đồng tiền Miền Nam, đã phát hành vào ngày 22-9-1975 nói trên, chỉ còn giá trị có 10 xu tiền mới.

Hạ Thấp Mức Lương

Trước ngày 30-4-1975, mức lương của tôi đã trên 50.000 Đồng tiền cũ, vậy nếu tính theo giá trị tiền mới thì lương tôi phải trên 100 Đồng của tiền mới. Nhưng tôi chỉ lãnh được 45 đồng, tức là chưa tới phân nửa mức lương cũ của tôi. Mãi đến năm 1980, trước khi tôi xin nghỉ việc để đi đoàn tụ gia đình ở Canada, lương tôi mới lên đến 91 Đồng. Trường hợp của vợ tôi còn tệ hơn nhiều nữa. Vợ tôi là một nhân viên kế toán của Công ty xuất nhập cảng Pháp Denis Frères, có trụ sở trên đường Tự Do, ngó ngang Phòng Trà Maxim. Đầu năm 1975, mức lương của vợ tôi đã trên 60.000 Đồng. Công ty Denis Frères nay đã bị tịch thu và đổi tên thành Công ty Đánh cá Chiến Thắng. Lương của vợ tôi, lẽ ra phải trên 120 Đồng tiền mới, chỉ còn có 35 Đồng thôi. Ngay cả trước 1975, do khó khăn gây ra bởi mức lạm phát phi mã về tiền tệ của VNCH, với mức lương tổng cộng của cả 2 vợ chồng tôi, khoảng gần 120.000 Đồng một tháng, gia đình tôi gồm 5 người (2 vợ chồng tôi, một đứa con trai 11 tuổi, mẹ tôi và người dì, em kế của mẹ tôi) cũng đã tương đối hơi chật vật trong việc duy trì mức sống trung lưu rồi. Tôi phải làm thêm 2, 3 công việc nữa để kiếm thêm mỗi tháng khoảng 50.000 Đồng nữa mới đủ sức duy trì mức sống trung lưu đó của chúng tôi. Từ mức lợi tức hàng tháng khoảng 170.000 Đồng tiền cũ, tương đương với tiền mới là 340 Đồng, bây giờ giảm xuống chỉ còn có 80 Đồng tiền mới, nghĩa là chưa đến 1/4 mức lợi tức cũ trước ngày 30-4-1975. Để tiếp tục duy trì phần nào mức sống của gia đình, chúng tôi không còn cách nào khác hơn là phải bán dần đi đồ đạc trong nhà.

Đánh Tư Sản và Cải Tạo Công Thương Nghiệp

Thật ra, việc đánh tư sản, được gọi là ***"Chiến dịch X-2,"*** đã được thực hiện ngay trước cả việc đổi tiền, vào ngày 10-9-1975. Một số nhà tư bản lớn, đa số là người Hoa, nắm giữ các vai trò quan trọng trong việc kiểm soát và lũng đoạn thị trường, đã bị bắt và bị tịch thu tài sản:

> ***"Vào lúc 7 giờ 30 phút sáng ngày 10-9-1975, Ủy ban Quân quản Thành phố Sài Gòn họp báo, đưa ra "Bản Tuyên bố của Chính phủ Cách mạng Lâm thời Cộng hoà Miền Nam Việt Nam," ra lệnh "bắt giữ một số tư sản mại bản có chứng cứ đầu cơ tích trữ, phá rối thị trường: Mã Hỷ, vua lúa gạo; Lưu Tú Dân, lũng đoạn vải vóc; Bùi Văn Lự, nhập cảng, đầu cơ phụ tùng xe máy; Hoàng Kim Quy, thầu cung cấp kẽm gai cho quân đội Mỹ; Trần Thiện Tứ, độc quyền xuất cảng cà phê… Những gì mà Cách mạng lấy được của "nhà giàu" trên toàn miền Nam được liệt kê: "Về tiền mặt ta thu được 918,4 triệu đồng tiền miền Nam; 134.578 Mỹ Kim [trongđó***

có 55.370 USD gửi ở ngân hàng]; 61.121 đồng tiền miền Bắc; 1.200 đồng phrăng (tiền Pháp)…; vàng: 7.691 lượng; hạt xoàn: 4.040 hột; kim cương: 40 hột; cẩm thạch: 97 hột; nữ trang: 167 thứ; đồng hồ các loại: 701 cái. Trong các kho tàng ta thu được: 60 nghìn tấn phân; 8.000 tấn hoá chất; 3 triệu mét vải; 229 tấn nhôm; 2.500 tấn sắt vụn; 1.295 cặp vỏ ruột xe; 27.460 bao xi măng; 644 ô tô; 2 cao ốc; 96.604 chai rượu; 13.500 ký trà; 1000 máy cole; 20 tấn bánh qui; 24 tấn bơ; 2.000 kiếng đeo mắt; 457 căn nhà phố; 4 trại gà khoảng 30.000 con và một trại gà giá 800 triệu; 4.150 con heo; 10 con bò, 1.475.000 USD thiết bị tiêu dùng; 19 công ty; 6 kho; 65 xí nghiệp sản xuất; 4 rạp hát; 1 đồn điền cà phê, nho, táo rộng 170 hecta ở Đà Lạt” [6]

Sau khi ***Chiến dịch X-***2 kết thúc, với số tài sản lớn đã tịch thu được như vừa liệt kê bên trên, chính quyền mới vẫn nghĩ rằng việc đánh tư sản như thế vẫn chưa có thể tận diệt được ảnh hưởng của các nhà tư sản và chế độ thị trường tự do tại Miền Nam. Hai năm rưỡi sau, vào cuối tháng 3-1978, họ lại tiến hành thêm một chiến dịch nữa gọi là ***“Cải Tạo Công Thương Nghiệp Tư Doanh,”*** nhằm triệt tiêu hoàn toàn nền kinh tế tự do tại Miền Nam:

“Sáng 23-3-1978, khi người dân Sài Gòn chưa kịp thức dậy thì trước những cửa tiệm, lớn có, nhỏ có, đã lố nhố từng tốp thanh niên, mặt mày nghiêm trọng. Họ chỉ chờ chủ nhà thức dậy là ập vào, kiểm kê, niêm phong hàng hóa và bắt đầu chốt giữ.” [7]

Sau chiến dịch này, chính quyền mới đã thật sự kiểm soát toàn bộ nền kinh tế của Miền Nam kể cả khu vực tư nhân, ngay cả giới tiểu thương. Toàn Miền Nam hoàn toàn rập khuôn theo hệ thống phân phối hàng hóa cho dân chúng qua các cửa hàng quốc doanh và các hợp tác xã phường khóm. Cùng với chế độ hộ khẩu, toàn thể dân chúng Miền Nam, kể từ lúc đó trở đi, đã phải sinh sống trong chế độ bao cấp theo tiêu chuẩn, giống hệt như dân chúng Miền Bắc từ 1954 cho đến 1975.

HOẠT ĐỘNG CHUYÊN MÔN: GIÁN ĐOẠN

Hồng Hơn Chuyên

Tôi được Trường Đại Học Sư Phạm T/p Hồ Chí Minh (ĐHSPHCM) giữ lại làm Thư Viện Trưởng vì trong Ban Quân Quản của Trường không người nào có chuyên môn về thư viện cả. Phải nói đó là một điều may mắn mà tôi hoàn toàn không nghĩ và tin là có thể xảy ra vì tôi là một người đã được đào tạo tại Hoa Kỳ, lúc bấy giờ là một nước thù địch và hoàn toàn không có bang giao với Việt Nam. Nhưng mọi việc không còn như trước ngày 30-4-1975 nữa.

Cuộc sống nín thở qua sông, với thân phận hàng thần lơ láo, trong hoàn cảnh bị bần cùng hóa như đã trình bày bên trên, thật không phải dễ dàng gì, nhưng vẫn không thể so được với những đau đớn về tinh thần khi nhìn thấy những công trình văn hóa mà chính mình và các bạn mình đã bỏ biết bao công sức và thì giờ để thực hiện cho đất nước đã bị vứt bỏ một cách phũ phàng.

Cũng như tất cả các hội đoàn chuyên môn của VNCH, HTVVN, mà tôi đã được tuyệt đại đa số hội viên tín nhiệm bầu lại vào chức vụ Chủ Tịch Ban Chấp Hành một nhiệm kỳ nữa vào ngày 12-1-1975 cách đó mới có 4 tháng, đã đương nhiên không còn hiện hữu nữa, nghĩa là không còn được phép hoạt động nữa. Một số thành viên quan trọng trong Ban Chấp Hành nhiệm kỳ 1975 của HTVVN đã kịp thời di tản ra khỏi Việt Nam. Những thành viên còn kẹt lại cũng đành chịu chung số phận như tôi, nín thở qua sông, để sống còn trong chế độ mới. HTVVN, vừa mới vươn lên, đạt được một số thành quả khả quan, đã bị khai tử một cách đột ngột, với toàn bộ số tiền quỹ của Hội còn trong Tổng Nha Ngân Khố bị tịch thu, với các tài liệu chuyên môn đã xuất bản không còn được sử dụng nữa, và với toàn bộ hồ sơ, giấy tờ tại Văn phòng của Hội trong khuôn viên Đại Học Vạn Hạnh đã bị tiêu hủy.

Cùng với tất cả các trường đại học tư, ĐHVH cũng không còn được hoạt động nữa, và, dĩ nhiên, BTVH cũng chung số phận. Đây là BTVH ở cấp đại học đầu tiên của VNCH, mà tôi và các bạn trong Ban Chấp Hành HTVVN đã bỏ ra bao nhiêu tâm huyết mới hình thành được. Bây giờ bỗng chốc tan biến như trong một giấc mơ. Ngay cả tập giáo trình ***Nhập Môn Tồng Kê và Phân Loại*** mà tôi vừa giảng dạy xong ở Học Kỳ 1 và vừa được Ban Tu Thư của Viện Đại Học Vạn Hạnh in xong cũng đã bị tiêu hủy.

Trong chức vụ Thư Viện Trưởng (về sau, khi Ban Giám Hiệu đã được bổ nhiệm rồi, thì đổi lại gọi là Trưởng Phòng Thư Viện), tôi phải đối mặt hằng ngày với thực trạng còn quá lạc hậu của nghành thư viện của Miền Bắc nay áp đặt lên Miền Nam. Thư viện của ĐHSPHCM cũng không thể đi ra ngoài quy luật này. Về mặt điều hành thư viện, Ban Quân Quản, và từ giữa năm 1976 trở đi, Ban Giám Hiệu luôn luôn cử một người làm phó cho tôi tuy hoàn toàn không biết nghiệp vụ thư viện nhưng là một đảng viên. Đây là một dụng ý của Ban Giám Hiệu nhằm kiểm soát tôi nhưng cũng lại là một chuyện có lợi cho tôi. Người đầu tiên là anh TVQ, một đảng viên từ R [8] về. Tôi bàn với anh Q. và chúng tôi đồng ý phân công như sau: tôi chỉ lo về mặt chuyên môn, còn các vấn đề về tổ chức, trong đó bao gồm cả chuyện học tập chính trị, thì sẽ do anh Q. phụ trách. Ban Giám Hiệu rất hài lòng với việc phân công này mà tôi thì rất mừng vì thoát được, không phải chịu trách nhiệm với cái mảng công tác chính trị, theo chủ trương ***"hồng hơn chuyên"*** của chính quyền mới.

Trong công tác chuyên môn thư viện, về dịch vụ kỹ thuật, tại Miền Bắc lúc đó, ngay trong các thư viện đại học, các thẻ thư mục vẫn còn trong tình trạng viết tay trên giấy tập mỏng, và xếp trong các tủ thư mục bằng gỗ thơ sơ, ọp ẹp. Trong khi đó, tại Miền Nam, ngay từ giữa thập niên 1960, trong các thư viện đại học, các thẻ thư mục đã được đánh máy trên những thẻ giấy cứng được sản xuất với kích thước 7,5 cm x 12,5 cm theo đúng tiêu chuẩn quốc tế, và xếp trong các tủ thư mục, bằng gỗ và cả bằng kim loại, đóng theo kích thước đúng tiêu chuẩn quốc tế. Một số thư viện đại học, thí dụ Thư viện của ĐHVH, việc làm thẻ thư mục đã tiến thêm một bước: sử dụng một loại giấy sáp đặc biệt khổ nhỏ để đánh máy thẻ thư mục chính và sau đó dùng một loại máy in rônêô nhỏ để in ra các thẻ phụ, tất cả đều đúng tiêu chuẩn 7,5 cm x 12,5 cm.

Về mặt phục vu độc giả, trong khi tại Miền Nam các thư viện phần lớn đều đã có Phòng Tham Khảo và với kho sách mở, mà tài liệu được sắp xếp theo môn loại, để độc giả có thể vào tự do chọn lựa tài liệu mình cần sử dụng thì tại Miền Bắc các thư viện, ngay cả thư viện đại học, không có Phòng Tham Khảo, vẫn còn áp dụng kho sách đóng, độc giả không được vào, và với sách vở xếp theo khổ sách.

Về công tác phát triển sưu tập, tôi khám phá ra một điều rất bất ngờ nhưng đã giúp tôi hiểu được một sự thật về các thư viện của Miền Bắc. Trong thời gian mấy tháng đầu sau ngày 30-4-1975, lúc đang còn trong giai đoạn học tập chính trị, tôi được biết là các thư viện đại học ở Miền Bắc đều có những sưu tập sách rất là đáng kể, với tổng số sách cao hơn các thư viện đại học ở Miền Nam rất nhiều. Bây giờ thật sự bắt tay vào công việc mua sách tôi mới hiểu ra tại sao sưu tập của các thư viện đại học ở Miền Bắc lại đồ sộ, rất đáng kể như vậy. Lý do rất dễ hiểu: tất cả các sưu tập đó đều là sách giáo khoa dành cho sinh viên. Mỗi một nhan đề thư viện phải mua hàng trăm, có khi cả ngàn cuốn để cho sinh viên mượn học trọn học kỳ hay trọn niên khóa. Vì vậy con số tổng số sách trong sưu tập của thư viện luôn luôn là rất lớn, có thể lên đến mấy chục ngàn hay cả trăm ngàn cuốn, nhưng nếu tra theo nhan đề thì chỉ có vài trăm hay nhiều lắm là vài ngàn mà thôi. Sinh viên các trường đại học hoàn toàn chỉ học theo sách giáo khoa mà thôi, gần như không có sách nào khác để đọc thêm hay tham khảo.

Trong lãnh vực tổng kê (ở Miền Bắc gọi là biên mục, và bây giờ Miền Nam cũng phải gọi theo như vậy), tại Miền Nam, vấn đề làm tiểu dẫn chính (bây giờ gọi là dẫn mục chính = Main Entry) cho các tác giả Việt Nam đã là đề tài tranh cãi trong nhiều năm: theo họ hay theo tên? Vấn đề sau cùng đã được giải quyết tại Đại Hội Hè 1974 của HTVVN: làm tiểu dẫn chính cho tác giả Việt Nam theo họ, theo đúng đề nghị của Bộ Quy Tắc Biên Mục Anh-Mỹ Ấn Bản 2, một tiêu chuẩn quốc tế đã được phần đông các nước trên thế giới áp dụng. Tại Miền Bắc, công tác biên mục mô tả đã không theo một tiêu chuẩn nào cả, mỗi thư viện làm một cách, đưa đến tình trạng bất nhất, là một điều đại cấm kỵ trong ngành biên mục mô tả. Bây giờ các thư viện ở Miền Nam cũng phải theo cách làm sai lầm này. Về công tác phân loại, Đại Hội Hè 1974 của HTVVN đã biểu quyết chấp nhận Bảng Liệt Kê Số Phân Loại Tăng Cường trong Hệ Thống Phân Loại Thập Phân Dewey cho Văn Học và Lịch Sử - Địa Lý Việt Nam. Bây giờ, các thư viện tại Miền Nam đều phải sử dụng hệ thống phân loại lỗi thời BBK (Bibliotechno-Bibliograficheskaia Klassifikatsia) của Liên Xô, giống như tất cả các thư viện tại Miền Bắc.

Tất cả những bước phát triển cho ngành thư viện mà HTVVN đã tạo ra được cho Miền Nam trước ngày 30-4-1975 đều bị hủy bỏ hết và toàn thể các thư viện ở Miền Nam đều là nạn nhân của sự gián đoạn mang tính thụt lùi này cho mãi đến sau năm 1990. Tại thời điểm này, nhà nước Cộng Hòa Xã Hội Chủ Nghĩa Việt Nam đã đứng bên bờ vực thẳm khi toàn bộ hệ thống Cộng sản Liên Xô và Đông Âu sụp đổ. Không còn cách nào khác, họ phải chấp nhận Đổi Mới. Đó cũng là lúc tôi và các bạn của tôi trong Ban Chấp Hành HTVVN nhiệm Kỳ 1974-75 quyết định trở về Việt Nam để tiếp tục và hoàn tất việc phát triển hệ thống thư viện cho Việt Nam theo đúng các tiêu chuẩn quốc tế về thư viện và thông tin mà chúng tôi đã cố gắng làm trước ngày 30-4-1975. Đó sẽ là nội dung của Chương Tám, **Nối Lại Quan Hệ Với Cộng Đồng Thư Viện Việt Nam**.

Một chuyện bất ngờ đã xảy ra vào khoảng giữa năm 1976. ĐHSPHCM được lệnh đến tiếp thu cơ sở vật chất của ĐHVH tại số 222 đường Nguyễn Văn Trỗi (trước ngày 30-4-1975 là đường Trương Minh Giảng). Sau đó Ban Giám Hiệu của Trường quyết định dọn tất cả các Phòng, Ban của Trường về địa điểm mới này và gọi là Cơ Sở I, địa điểm cũ được gọi là Cơ Sở II. Thư viện chính của Trường bây giờ là thư viện cũ của ĐHVH. Tôi mừng vô cùng vì thấy là toàn bộ sưu tập khá lớn của ĐHVH vẫn còn nguyên, không bị phá hoại hay đốt bỏ trong chiến dịch đốt sách hồi giữa năm 1975. Sau đó, dựa theo đề nghị của tôi, Ban Giám Hiệu đã quyết định 2 điều:

- Tiếp tục bảo quản tốt sưu tập quan trọng này
- Việc sử dụng sưu tập chỉ dành cho các giáo sư của Trường cũng như các giáo sư từ các đại học khác hay các nhà nghiên cứu từ các cơ quan bên ngoài đã được Hiệu Trưởng ký tên cho phép đọc các tài liệu trong sưu tập

Nhờ vậy, sưu tập sách quan trọng này của Viện Đại Học Vạn Hạnh đã được lưu giữ, bảo quản tốt, và cũng đã được sử dụng phần nào trong công việc nghiên cứu trong suốt thời gian tôi phục vụ tại Trường cho đến khi được cho nghỉ việc vào đầu tháng 7-1980 để chuẩn bị rời Việt Nam đi đoàn tụ gia đình tại Canada. Ngoài ra, cũng do việc tiếp thu cơ sở của ĐHVH, tôi đã giúp được một số anh chị em nhân viên cũ của Thư Viện ĐHVH mà chính tôi đã có góp phần huấn luyện họ trong hai khóa huấn Căn Bản Thư Viện Học của HTVVN vào năm 1974. Tôi đã đề nghị và được Ban Giám Hiệu đồng ý giữ họ lại công tác trong Thư viện. Một trong những anh chị em này là chị Hồ Thị Minh Tương, thủ khoa của một trong hai khóa huấn luyện kể trên, về sau được tôi đề cử giữ chức vụ Trưởng Ban Kỹ Thuật cho thư viện. Năm 1998, khi tôi trở về Việt Nam lần đầu tiên, tôi có trở lại thăm trường ĐHSPHCM, và rất vui mừng được gặp lại chị Minh Tương lúc đó đang giữ chức vụ Phó Giám Đốc Thư Viện của Trường.

QUYẾT ĐỊNH RA KHỎI VIỆT NAM

Cuộc Sống Quá Khó khăn

Mặc dù đã áp đặt những biện pháp, chương trình rất cứng

rắn và vô cùng thất nhân tâm để đồng hóa Miền Nam mới chiếm được với Miền Bắc, như đã trình bày như trên, chính quyền mới vẫn càng ngày càng gặp nhiều khó khăn về mọi mặt, chính trị, kinh tế, và cả quân sự nữa, đưa đến thực tế là đời sống của dân chúng càng ngày càng khó khăn, với số người vượt biên, liều chết bỏ nước ra đi, càng ngày càng tăng, trong đó con số những người trí thức, giáo sư đại học không phải là nhỏ. Phong trào ***"thuyền nhân"*** với những thảm cảnh trên Biển Đông, trong vùng Vịnh Thái Lan, với cao điểm là các năm 1978-1979, đã làm chấn động lương tâm của cả thế giới, ngay cả với những quốc gia, với những người đã từng ủng hộ phe Cộng sản trong suốt thời gian Chiến Tranh Việt Nam.

Về chính trị, người Cộng sản đã hoàn toàn thất bại trong quyết tâm ***"tẩy não"*** dân chúng Miền Nam. Bị bắt buộc phải học tập chính trị thì họ đành chấp nhận phải học thôi, nhưng tin tưởng vào chủ nghĩa thì không ai tin cả. Kết quả mà người Cộng sản đã đạt được chỉ là sự thần phục ngoài mặt mà thôi, cũng giống hệt như họ đã đạt được suốt thời gian cai trị Miền Bắc trong hơn 20 năm trước đó (1954-1975): dân chúng Miền Bắc ai cũng sống một cuộc đời hai mặt cả, bên ngoài thì mọi người đều luôn luôn ca tụng chủ nghĩa, đảng, nhà nước và lãnh tụ, nhưng bên trong thì họ chưởi rủa thậm tệ. Lý do chính là vì họ đã thấy rõ sự giả dối tồi bại của người Cộng sản, ngoài mặt luôn luôn nói là xóa bỏ bất công do xã hội giai cấp tư bản đặt ra để bóc lột dân nghèo nhưng trên thực tế thì lại tạo ra một xã hội theo tiêu chuẩn còn bất công hơn nhiều. Người dân Miền Bắc đã cay đắng mô tả sự bất công này trong mấy câu vè như sau:

Tôn Đản là của vua quan
Nhà Thờ là của trung gian nịnh thần
Đồng Xuân là của thương nhân
Vỉa hè là của nhân dân anh hùng. [9]

Không những đối xử bất công với người dân như thế, ĐCSVN còn dối gạt dân trong mấy chục năm là dân chúng Miền Nam bị bọn đế quốc xâm lược Mỹ và bọn tay sai Ngụy quyền áp bức, sống cực khổ, nghèo nàn nên cần phải được "giải phóng" khỏi cuộc sống cơ cực đó. Sau ngày 30-4-1975, khi người Miền Bắc, kể cả bộ đội, vào được Sài Gòn, họ mới biết rõ là đã bị ĐCSVN lừa bịp trong bao nhiêu năm, vì họ đã thấy rất rõ là dân chúng Miền Nam đã sống sung sướng, giàu có, đầy đủ tiện nghi hơn họ ở Miền Bắc quá nhiều. Nhà báo Huy Đức, một người đã sinh sống và được giáo dục hoàn toàn tại Miền Bắc xã hội chủ nghĩa, đã viết rõ ràng như sau trong tác phẩm ***Bên Thắng Cuộc*** của anh, trong phần mở đầu, ***Mấy lời của tác giả***:

> ***"Cuốn sách của tôi bắt đầu từ ngày 30-4-1975 - ngày nhiều người tin là miền Bắc đã giải phóng miền Nam. Nhiều người thận trọng nhìn lại suốt hơn ba mươi năm, giật mình với cảm giác bên được giải phóng hóa ra lại là miền Bắc."*** [10]

Về kinh tế, vì nặng tính giáo điều, chính quyền mới đã đem cả hệ thống hợp tác xã nông nghiệp của Miền Bắc áp đặt nguyên khuôn lên nền kinh tế nông nghiệp đã phát triển khá cao của Miền Nam. Kết quả là nông dân Miền Nam đã từ chối cách làm ăn đó của Miền Bắc bằng cách đập cho bò gãy chân đem bán lấy thịt chứ không vào hợp tác xã. Sản xuất nông nghiệp đi xuống thấy rõ, nhiều nơi ở nông thôn đã bắt đầu thiếu ăn. Tại thành phố, cán bộ và công nhân viên nhà nước không còn được mua gạo nữa, thay vào đó là khoai sắn và bo bo. Các nhà máy không có ngoại tệ để nhập cảng nguyên liệu từ nước ngoài vào bắt đầu ngưng sản xuất, đóng cửa và cho công nhân nghỉ việc hàng loạt. Sau gạo, cán bộ và công nhân viên nhà nước cũng bắt đầu không còn được cung cấp công nghệ phẩm nữa. Cả nước đối diện với đời sống nhỏ giọt về mọi mặt.

Về quân sự, ngay từ giữa năm 1975, Khmer Đỏ đã tấn công, phá phách lẻ tẻ biên giới Tây Nam, nhưng cuộc tấn công quy mô, ở cấp sư đoàn, của Kampuchia đã thật sự diễn ra vào đêm 30-4-1977, đồng loạt tấn công các đồn công an biên phòng dọc biên giới của tỉnh An Giang, tiến sâu vào lãnh thổ của Việt Nam đến 10 km. VN phải huy động Sư đoàn 330 phản công chiếm lại những phần lãnh thổ đã bị mất. Cuộc chiến tranh với Kampuchia thật sự bắt đầu.

Từ giữa năm 1978, tình hình toàn Miền Nam mới chiếm được đã tồi tệ đến mức báo động. Nhà báo Huy Đức ghi lại phản ứng của Thành Ủy Thành phố Hồ Chí Minh như sau:

> ***"Ông Võ Văn Kiệt quyết định gặp gỡ giới trí thức Thành phố. Với hy vọng có được sự chia sẻ từ những người Sài Gòn vốn được coi là có cảm tình với "Cách mạng," ông Kiệt đã nói khá chân thành: "Anh em cố gắng ở lại, trong vòng ba năm nữa, nếu tình hình vẫn không thay đổi, tôi sẽ đưa anh em ra phi trường." Cả hội trường im lặng. Rồi, giáo sư Nguyễn Trọng Văn đứng lên: "Chúng tôi sẵn sàng ở lại, nhưng nếu ba năm nữa mà tình hình không thay đổi thì tôi cho rằng người nên ra đi phải là các anh".***
>
> ***Câu nói của giáo sư Nguyễn Trọng Văn gây rúng động. Tối hôm ấy, tại số 56 Trương Định có một cuộc họp của Thường vụ mở rộng, Tổng Thư ký Hội Trí thứcYêu Nước Huỳnh Kim Báu được mời dự. Hầu hết ý kiến phát biểu đều phê phán Giáo sư Văn gay gắt, ông Mai Chí Thọ đề nghị: "Bắt!." Ông Báu kể, Võ Văn Kiệt làm thinh, nhưng cặp mắt đăm chiêu. Cuối cùng, ông nói: "Sau khi nghe anh Văn nói, tôi cũng bị sốc, rất sốc. Nhưng rồi suy nghĩ, tôi thấy, anh Văn đã phát biểu rất nghiêm túc. Tôi cho rằng, nếu ba năm nữa mà tình hình không thay đổi thì rõ ràng người ra đi không thể là các anh ấy." Kết luận của ông Kiệt khiến cho mọi người im lặng, và nhờ nó, Giáo sư Nguyễn Trọng Văn đã không bị bắt."***[11]

Cuối năm 1978, đời sống kinh tế của gia đình tôi đã thật sự kiệt quệ lắm rồi. Tiền mặt thì đâu còn gì nữa sau hai lần đổi tiền. Vàng đã bị mất hết qua các chuyến đi vượt biên không thành hoặc bị lường gạt. Đồ đạc, vật dụng trong nhà những thứ có giá đã được bán đi dần dần để có thêm tiền chi dụng. Đầu tiên là chiếc xe hơi Honda N-360, vì không còn có thể sử dụng được nữa (do không có xăng, mà cũng do có thể bị xem là giàu có, thuộc giai cấp tư sản) đã được bán đi từ đầu năm 1976 để có tiền lo cho việc sinh nở của vợ tôi và mua sẵn vài thùng sữa SMA để dành cho đứa con thứ nhì sắp ra đời của vợ chồng tôi. Sau khi vợ tôi nghỉ việc, chúng tôi bán luôn chiếc xe gắn máy Honda C-50 mà trước đây vợ tôi đã dùng để đi làm hằng ngày. Rồi lần lần vợ chồng tôi cũng phải bán đi cả những vật dụng khác trong nhà, những thứ không còn là hoàn toàn cần thiết nữa. Trong hoàn cảnh gần như đã khốn cùng đó thì gia đình tôi lại phải chịu thêm một mất mát lớn hơn nữa khi Mẹ tôi qua đời.

Mẹ Mất

Đầu năm 1979, gia đình Chị Hai tôi tìm được đường dây đi ***"vượt biên bán chính thức theo diện người Hoa."*** Việc tổ chức đưa người Hoa ra khỏi Việt Nam này được chính quyền mới giao cho Công An các tỉnh thực hiện với bí danh là ***"Phương Án II"*** [12] đã được tác giả Huy Đức ghi lại như sau:

> ***"Cũng trong những ngày ấy, ở miền Nam, công an bắt đầu triển khai "Phương án II." … Phương án II là một kế hoạch được "phổ biến miệng để giữ bí mật," theo đó: Người di tản được đóng vàng để công an mua thuyền hoặc đóng thuyền cho đi mà không sợ bị bắt hay gây khó khăn. Việc thực hiện Phương án II chỉ do ba người là bí thư, chủ tịch và giám đốc công an tỉnh quyết định. Công an được giao làm nhiệm vụ đứng ra thu vàng và tổ chức cho người di tản. … Kết quả kiểm tra của Ban 69 cho thấy có một sự khác biệt rất lớn giữa báo cáo của Bộ Nội vụ và thực tế thực hiện Phương án II. Báo cáo của Bộ nội vụ nói rằng: "Từ tháng 8-78 đến 6-79, mười lăm tỉnh, thành đã cho người Hoa đi nước ngoài bằng tàu, thuyền gồm 156 chuyến với số người là 59.329 người, đã thu 5.612 kg vàng, năm triệu đồng Việt Nam, năm mươi bảy ngàn đô la Mỹ, 235 ô tô, 1.749 nhà và gian nhà." Nhưng, số liệu sau khi Ban 69 kiểm tra cho thấy: "Số tàu đã cho đi: 533; Số người đã đi: 134.322; Thu vàng: 16.181kg; Ngoại tệ: 164.505 đô la; Tiền ngân hàng VN: 34.548.138 đồng; Một số tài sản khác: 538 ô tô, xe du lịch; 4.145 nhà và gian nhà."***

Thông tin kể trên của tác giả Huy Đức cho thấy rõ ràng ***"Phương Án II"*** không phải chỉ đơn thuần là một là một giải pháp chính trị, nhằm trục xuất người Hoa ra khỏi Việt Nam để tránh chuyện "đạo quân thứ năm" khi chiến tranh với Trung quốc diễn ra, mà còn là một cách trấn lột tài sản, của cải của người Hoa. Nó cũng cho thấy rõ là bọn Công An ở các tỉnh đã chiếm đoạt làm của riêng đến khoảng 2/3 số tài sản khổng lồ cướp được này.

Do tính cách đặc biệt của nó là do chính Công An tổ chức nên hoàn toàn bảo đảm, sẽ thành công, không sợ bị bắt, ở tù nên giá vé cho cách vượt biên này rất cao, lên đến 12 cây vàng cho một người, trong khi cách vượt biên bình thường trước đó chỉ trong khoảng 3-4 cây vàng mà thôi. Gia đình Chị Hai tôi, do đường dây quen biết giới thiệu, chỉ trả trước một phần, phần còn lại sẽ trả dần sau khi đã đến được nước ngoài. Tôi vẫn còn nhớ ngày gia đình Chị Hai rời Sài Gòn đi xuống Mỹ Tho là Ngày Đưa Ông Táo, 23 Tết năm Kỷ Mùi (nhằm ngày 19-2-1979). Thật không ngờ chuyến đi vượt biên này, mà mọi người trong gia đình tôi đều tin chắc là sẽ rất dễ dàng, và chẳng bao lâu gia đình sẽ nhận được tin của Chị Hai cho biết đã đến bến bờ tự do an toàn, đã trở thành một cơn ác mộng cho gia đình tôi.

Từ giữa tháng 2 cho đến giữa tháng 6, gia đình tôi không nhận được một tin tức nào từ Chị Hai hết. Mẹ tôi và cả gia đình tôi đều lo lắng vô cùng. Lý do rất dễ hiểu: thông thường thì sau khi chuyến đi khởi sự thì tối đa chỉ một tháng gia đình đã nhận được tin tức rồi, hoặc là tin vui là thân nhân đã đi thoát và đã đến một trại tỵ nạn nào đó chờ đi định cư ở một nước thứ ba, hoặc là tin xấu là chuyến đi đã thất bại và họ đang bị giam ở đâu đó và đang chờ gia đình tìm cách cứu họ ra. Bốn tháng đã trôi qua mà hoàn toàn không có tin tức gì cả là một sự bất thường đáng sợ. Chuyện gì đã xảy ra? Nếu xảy ra tai nạn và tàu bị chìm, có người chết, thì báo chí cũng đã loan tin rồi, giống như vụ xảy ra ở Cát Lái.[13] Gia đình tôi hoàn toàn không có câu trả lời, và, Mẹ tôi, dĩ nhiên, càng ngày càng lo lắng nhiều hơn.

Ngày 20-6-1979, gia đình tôi nhận được giấy tờ bảo lãnh đi Canada do anh Lâm Vĩnh Tế, là Anh Tư của tôi gởi về. Mẹ tôi rất mừng. Giấy bảo lãnh này được Anh Tư tôi ký với Chính phủ Canada để bảo lãnh cho Mẹ tôi với tư cách là người đứng đầu của gia đình gồm 6 người

- Mẹ tôi: chủ gia đình
- Dì tôi: em gái của Mẹ tôi
- Tôi: con trai
- Vợ tôi: con dâu
- Hai dứa cháu nội: hai đứa con trai của vợ chồng tôi

Anh Tư tôi đã tính toán rất cẩn thận nên đã có làm riêng thêm 2 hồ sơ bảo lãnh: một cho riêng một mình Dì tôi (mà trong gia đình đều gọi là Má Sáu, Mẹ tôi là Má Năm), và một riêng cho gia đình tôi và vợ con tôi.

Lập tức Mẹ tôi bảo tôi đưa bà ra Công An Phường nơi gia đình tôi cư trú, để đăng ký xin đi Canada. Tại đây, Công An cho biết chỉ chấp nhận cho Mẹ tôi và Dì tôi được đăng ký mà thôi, họ không nhận cho gia đình tôi đăng ký với lý do là tôi vẫn còn là công nhân viên nhà nước. Mẹ tôi không chịu và mang hồ sơ về không đăng ký nữa. Cái mừng nhận được giấy bảo lãnh từ Anh Tư tôi, giúp Mẹ tôi quên đi phần nào vụ bặt tin gia đình Chị Hai và lên tinh thần trở lại, đã không kéo dài được bao lâu. Mẹ tôi lại rơi vào tình trạng ngày đêm lo lắng trở lại. Khoảng hơn một tuần lễ sau đó, Mẹ tôi bị tai biến mạch máu não rất nặng, tê liệt nửa người bên phải, và rơi vào hôn mê. Sau khi đưa được Mẹ tôi vào bệnh viện, tôi lập tức ra Bưu Điện Sài Gòn để gởi điện tín sang Canada báo tin cho Anh Tư tôi ngay. Tình trạng y tế của Việt Nam lúc đó rất bi đát, thuốc men thiếu thốn rất trầm trọng. Mẹ tôi bị hôn mê cần phải được vô nước biển nhưng bệnh viện không có. Bác sĩ điều trị bảo tôi ra chợ trời tìm mua. Như đã trình bày bên trên, gia đình tôi lúc đó đã kiệt quệ lắm rồi, trong nhà không có tiền mặt, và cũng đâu còn đồ vật gì quý giá có thể bán được nữa. Tôi đành phải lấy ra một trong hai lượng vàng mà Chị Hai tôi, trước khi đi vượt biên bán chính thức, đã đưa cho tôi giữ và dặn lại là chỉ để chi dùng khi Mẹ tôi và Dì tôi trăm tuổi. Với cây vàng đó tôi mua được 4 bình nước biển và 1 hộp thuốc Lasix theo toa của Bác sĩ điều trị. Với tình trạng y tế như vậy, và với tuổi tác cao của Mẹ tôi, tôi thật sự lo là Mẹ tôi khó qua được cơn bệnh hiểm nghèo này. Và quả thật đúng như tôi đã nghĩ, sau gần một tuần nằm hôn mê trong Phòng Cấp Cứu, Mẹ tôi được bệnh viện cho về, và ngày hôm sau, 4-7-1979, Mẹ tôi mất ở tuổi 75.

Hình 3.3. Gia đình trong đám tang của Mẹ tôi

Nhờ Anh Tư tôi kịp thời gởi tiền về, tôi đã lo được cho Mẹ tôi một đám tang và hỏa táng (theo đúng di chúc của Mẹ tôi) thật đàng hoàng với tro hài cốt sau đó được đưa vào thờ tại Chùa Vạn Thọ ở Tân Định.

Rời Việt Nam Đi Định Cư Tại Canada

Việc Mẹ tôi vĩnh viễn rời xa đưa tôi vào trạng thái mất tinh thần khá trầm trọng. Mồ côi cha từ năm 7 tuổi, tôi đã được Mẹ nuôi dưỡng, giáo dục, và sống bên Mẹ gần 40 năm. Tất cả những gì tôi đã có được, từ cuộc sống, giáo dục, gia đình, đến cả sự nghiệp, đều do Mẹ ban cho tôi trực tiếp hoặc gián tiếp. [14] Trong sự cơ cực về đời sống vật chất cộng thêm sự đau đớn về tinh thần khi nhìn thấy sự nghiệp mà mình đã khổ công xây dựng hoàn toàn sụp đổ, và bây giờ ngay cả chỗ dựa tinh thần vững chắc nhứt là Mẹ cũng không còn nữa, tôi thật sự nghĩ và tin rằng tôi đã rơi đến đáy vực của sự khốn cùng rồi. Và tôi đã đi đến quyết định là bằng mọi cách, mọi giá, tôi phải thoát ra khỏi sự khốn cùng này bằng cách mang gia đình tôi ra khỏi Việt Nam để cho gia đình tôi, và nhứt là các con tôi, có một đời sống đáng sống hơn. Trước mắt việc tôi cần làm và phải làm là chu toàn sự đóng góp của tôi trong việc cầu siêu cho Mẹ tôi theo đúng nghi thức của Phật Giáo. Ngoài việc cúng đủ 7 cái Thất cho Mẹ tôi tại Chùa Vạn Thọ, trong suốt thời gian 49 ngày đó, mỗi đêm tôi đều tụng kinh Địa Tạng để cầu siêu cho Mẹ tôi. Đó là lần đầu tiên và cũng là duy nhứt trong đời, tôi đã tụng Kinh Địa Tạng trong suốt 49 đêm liên tiếp như vậy.

Sau khi hoàn tất giai đoạn cầu siêu 49 ngày cho Mẹ tôi, tôi cảm thấy trong lòng tôi lắng dịu lại rất nhiều. Cái cảm giác tuyệt vọng đã không còn nữa. Tôi bắt đầu trở lại thói quen đi uống cà phê ban đêm với bạn bè. Các bạn tôi đều khuyên tôi đi nộp giấy bảo lãnh đi Canada của Anh tôi đã gửi về. Lúc đầu tôi thật sự không có hứng thú làm cái chuyện đó, vì tôi nghĩ, lúc Mẹ tôi còn sống thì gia đình tôi còn có hy vọng nhờ Mẹ tôi làm đầu tàu may ra có thể kéo được cả gia đình tôi cùng đi, chớ còn bây giờ không còn Mẹ tôi làm đầu tàu nữa thì gia đình tôi còn có hy vọng gì nữa đâu mà nộp đơn. Một đêm nọ, vào khoảng giữa tháng 9-1979, tôi đi uống cà phê với anh L., một người bạn thân, cùng làm việc tại trường. Anh L. cho tôi hay là một đứa em bà con của anh ấy, cũng có giấy bảo lãnh của một người anh ở Canada gửi về, đã đem ra phường nộp và đã được nhận cho đăng ký hồ sơ xin đi Canada. Anh L. bảo tôi chắc bây giờ họ đã có chính sách rồi nên Công An địa phương mới chịu cho đăng ký như vậy. Anh ấy bảo tôi nên đi đăng ký hồ sơ xem sao, anh ấy còn nói thêm một câu làm tôi suy nghĩ rất nhiều: ***"ông cứ nộp đơn đi, nếu tụi nó không cho ông đi thì ông cũng đâu có mất cái gì mà sợ."*** Tối hôm đó, tôi nói chuyện đó cho vợ tôi nghe, và chúng tôi đồng ý là anh L. nói có lý. Sáng hôm sau, tôi lục tìm lại các giấy bảo lãnh mà Anh Tư tôi đã làm và gởi về cho Má Sáu tôi và cho gia đình tôi. Sáng ngày 21-9-1979, vợ chồng tôi và Má Sáu tôi cùng ra Công An Phường để nộp hồ sơ xin đăng ký đi Canada theo diện đoàn tụ gia đình. Lần này, đúng như lời anh L. đã nói với tôi mấy đêm trước, hồ sơ của chúng tôi được chấp nhận một cách dễ dàng, không bị làm khó dễ gì hết. Công An còn cấp cho chúng tôi một biên nhận ghi rõ ràng là họ đã nhận hồ sơ, có ghi rõ ngày tháng và đóng mộc đàng hoàng,và cái anh Công An nhận hồ sơ còn tử tế dặn dò chúng tôi là đừng có xin nghỉ việc, cứ tiếp tục đi làm cho đến khi nào được giấy xuất cảnh rồi hãy xin nghỉ việc để trong thời gian chờ đợi vẫn tiếp tục được mua lương thực theo giá công nhân viên nhà nước. Chuyện nộp hồ sơ thì dễ dàng như vậy nhưng chuyện có được giấy xuất cảnh thì hoàn toàn không dễ dàng một chút nào hết.

Phòng Công Tác Người Nước Ngoài

Tất cả các hồ sơ xin xuất cảnh, bất kể là đi nước nào, sau khi đã nộp tại Công An Phường, đều được chuyển đến Phòng Công Tác Người Nước Ngoài (PCTNNN), tại số 161 đường Nguyễn Du, Quận Nhứt (trong ngôi nhà trước đây là Tòa Đại Sứ Canada tại Sài Gòn), một đơn vị trực thuộc Sở Công An Thành phố Hồ Chí Minh. PCTNNN có nhiệm vụ xét duyệt hồ sơ, làm báo cáo cho Sở Công An thành phố, và, sau khi được chấp thuận của Sở, sẽ cấp giấy xuất cảnh cho các cá nhân hay hộ gia đình đã nộp hồ sơ. Như vậy rõ ràng là PCTNNN là cái khâu then chốt trong cả tiến trình xuất cảnh này. Đứng đầu PCTNNN lúc đó là Thượng Tá (về sau thăng cấp lên Đại Tá) Nguyễn Văn Năm, với bí danh là Năm Thạch, một cán bộ nằm vùng của Mặt Trận Giải Phóng Miền Nam (Việt Cộng), đã từng làm quản lý trong nhiều năm cho đoàn cải lương Thanh Minh - Thanh Nga nổi tiếng của Sài Gòn.

Các gia đình có hồ sơ xin xuất cảnh đều hiểu rõ PCTNNN là nơi mà họ phải ***"chạy"*** và có thể nói mọi người đều sẵn sàng ***"chạy"*** để có được giấy xuất cảnh. So với chuyện đi vượt biên với bao nhiêu nguy hiểm, có thể bị bắt phải ở tù, hay ngay cả có thể mất cả sinh mạng, việc đi xuất cảnh hoàn toàn bảo đảm an ninh, nếu có phải chung vàng để lấy cho được cái giấy xuất cảnh thì cũng đâu có gì phải đắn đo, ngần ngại. Trước tình hình như thế, tôi thấy rõ là tôi cũng không thể nào làm khác hơn họ, nghĩa là tôi cũng phải ***"chạy."*** Đồng thời tôi cũng thấy rõ là tôi hoàn toàn không có khả năng tài chánh để làm cái chuyện đó. Tôi đành phải viết thư cầu cứu gởi cho Anh Tư tôi. Độ khoảng 3 tuần lễ sau đó, có một người đến nhà giao cho tôi 7 cây vàng, lúc đó có giá trị tương đương với số tiền là 3.000 đô la Canada. Đó cũng là người đã mang tiền đến cho tôi trong thời gian đám tang Mẹ tôi. Bây giờ đã có phương tiện trong tay, tôi bắt đầu tìm cách ***"chạy."***

Vấn đề là ***"chạy"*** như thế nào, đường dây ở đâu, và có đúng đường dây hay không. Lúc đầu, vì chưa có kinh nghiệm, tôi đã là nạn nhân của một vụ lường gạt vì tin tưởng vào một đường dây dỏm. Qua một người quen làm trung gian, anh T., tôi được giới thiệu với một đường dây có quan hệ với một cán bộ trong PCTNNN. Anh cán bộ này tên là Đ. cho biết là nếu chịu trả 2 cây vàng thì sẽ giúp cho gia đình tôi được vào PCTNNN làm thủ tục lấy dấu tay và hai tuần sau gia đình tôi sẽ được cấp giấy xuất cảnh. Tôi chỉ phải thanh toán sau khi đã làm xong thủ tục đó. Tôi nhận lời ngay. Đúng ngày giờ đã hẹn, cả gia đình tôi được đưa vào bên trong PCTNNN và chính anh Đ đứng ra làm cái việc lấy dấu tay cho cả gia đình tôi. Ngày hôm sau, người trung gian, anh T., đến nhà tôi và tôi đã đích thân trao 2 cây vàng cho anh T. Nhưng rồi chờ mãi, hơn cả tháng, mà vẫn không nhận được giấy xuất cảnh, tôi bắt đầu nghi ngờ là vụ này không xong rồi. Tôi có đến nhà anh T. hai lần để hỏi thăm thì anh T. bảo cứ chờ, đến lần thứ ba thì người nhà nói anh T. không còn ở đó nữa và cũng không biết là anh ấy đi đâu. Đến đây thì tôi biết chắc là mình đã bị lừa rồi mà đành phải làm thinh vì đâu có thể đi thưa gởi gì được. Độ chừng hai tháng sau thì tôi được tin là Anh Đ. cũng không còn làm việc ở PCTNNN nữa.

Đúng như ông bà mình thường nói: ***"Trong cái rủi có cái may."*** Cái rủi của tôi là bị lừa mất 2 cây vàng nhưng nhờ đó, lúc gia đình tôi được anh Đ. đưa vào làm cái việc lấy dấu tay, tôi đã được vào bên trong khu vực làm việc của nhân viên PCTNNN và đã được gặp một người. Lúc đó tôi không quan tâm nhiều lắm về người đó, chỉ có cảm giác là đã có gặp người đó ở đâu trước đó rồi nhưng không nhớ ra được là đã gặp ở đâu. Vậy thôi. Bây giờ, đường dây của hai anh T. và Đ. đã không còn nữa, tôi bắt buộc phải tìm một đường dây khác. Tôi chợt nhớ lại cái người mà tôi đã nhìn thấy ở PCTNNN. Tôi cố gắng nhớ lại và sau cùng tôi đã nhớ ra là tôi đã gặp người đó ở đâu. Đó là một người con rể của bác Ba, một người bạn rất thân của Mẹ tôi. Tôi nhớ lại là tôi đã gặp người đó khi tôi đến nhà bác Ba, đem một ít trái cây biếu bác để cám ơn Bác sau đám tang của Mẹ tôi. Đó là Anh Ba Đ., chồng của Chị H., con gái lớn của bác Ba. Lúc đó tôi đang ngồi nói chuyện với Bác Ba thì chị H. và anh Đ. từ buồng trong bước ra để đi công việc gì đó. Bác Ba đã giới thiệu tôi với Anh Đ. và tôi đã đứng lên bắt tay anh. Anh chị thưa với Bác Ba rồi đi. Cuộc gặp gỡ đầu tiên đó giữa tôi và Anh Đ. kéo dài chưa tới 5 phút. Thời gian trôi qua cũng hơn nửa năm rồi vì thế khi thấy anh ở PCTNNN tôi chỉ có cảm giác đã có gặp anh rồi nhưng không thể nào nhớ ra anh là ai được. Bây giờ nhớ ra được tôi vô cùng vui mừng vì đã tìm được đường dây mới để ***"chạy",*** và, đặc biệt hơn nữa, là không cần phải qua một người trung gian nào hết. Tôi đem chuyện này kể lại cho vợ tôi nghe, vợ tôi cũng rất mừng. Chúng tôi bàn với nhau về chuyện này thật kỹ vì không muốn bị lừa một lần nữa, và đồng ý với nhau là tôi cần phải tìm hiểu thêm cho rõ về anh Đ. này.

Lúc đó tôi đã được nhà trường cho nghỉ việc rồi nên tôi đã có thể tham gia vào sinh hoạt của một nhóm gồm các gia đình đã nộp hồ sơ xin xuất cảnh đi Canada. Trong nhóm, có một số gia đình đã có được giấy xuất cảnh, các gia đình còn lại, trong đó có gia đình tôi, thì chưa có giấy xuất cảnh. Mỗi buổi sáng các ngày làm việc trong tuần, chúng tôi thường tụ họp tại công viên trước Sở Ngoại Vụ Thành phố Hồ Chí Minh để nghe ngóng tin tức về phái đoàn Canada. Chẳng bao lâu tôi và 4 người bạn nữa hình thành một nhóm nhỏ thật thân tình với nhau. Trong nhóm nhỏ này của chúng tôi, có một gia đình đã có giấy xuất cảnh rồi, và một số người gồm cha, mẹ và hai đứa em trai nhỏ đã khám sức khỏe xong có kết quả tốt, đã được Canada cấp giấy nhập cảnh và đã rời Việt Nam; những người còn lại, gồm anh V. là người bạn trong nhóm, và hai người em gái, vì khám sức khỏe có vấn đề nên còn phải uống thuốc do Canada cấp trong 6 tháng để chờ khám sức khỏe lại. Anh V. chính là người đã chia xẻ với chúng tôi mọi tin tức mà anh đã có được qua kinh nghiệm của chính gia đình anh cũng như do anh đã lượm lặt được từ nhiều nguồn tin khác nhau. Nhờ vậy, mọi người trong nhóm chúng tôi đã nắm thật vững tất cả các thủ tục trong tiến trình xin xuất cảnh từ lúc nộp đơn, được cấp giấy xuất cảnh, gặp phái đoàn Canada để được phỏng vấn, đi khám sức khỏe do Canada đòi hỏi, được cấp giấy nhập cảnh của Canada, và sau cùng là các thủ tục cần thiết khác phải làm trước khi lên máy bay rời Việt Nam, như là: lấy cho được các giấy chứng nhận không nợ ngân hàng, hợp lệ nhà đất, đã chích các vắc-xin phòng ngừa các bệnh truyền nhiễm, đăng ký chuyến bay, và ký gởi hành lý. Nhờ vậy tôi đã biết rõ một chi tiết quan trọng về anh Đ.: anh ấy chính là người nhân viên của PCTNNN, rất thân cận, gần như là cánh tay mặt của ông Năm Thạch, và được giao cho nhiệm vụ rất quan trọng là cấp phát các giấy xuất cảnh sau khi các giấy nầy đã được ông Năm Thạch ký tên. Tôi lập tức tiến hành ngay chuyện tiếp cận anh Đ. Tôi đến nhà gặp Bác Ba nhờ Bác và Chị H. chuyển lời tới anh Đ. là vợ chồng tôi muốn nhờ anh ấy giúp cho việc lấy giấy xuất cảnh, và chúng tôi sẽ đền ơn cho anh ấy. Mấy ngày sau, tôi trở lại và chị H. cho biết là anh ấy đồng ý giúp và cho biết chi phí rõ ràng là mỗi đầu người phải trả một cây vàng. Vợ chồng tôi rất mừng và chúng tôi nhận lời ngay vì giá cả như vậy là quá thấp, ngoài sự tưởng tượng của chúng tôi. Tôi lập tức thông báo cho các người bạn trong nhóm nhỏ của chúng tôi và tất cả, trừ anh V. vì đã có giấy xuất cảnh rồi, đều đồng ý nhờ tôi nói giúp với anh Đ. cho họ cùng tham gia vào đường dây. Anh Đ. đồng ý nhưng cho biết, để giữ an toàn cho mọi người, anh ấy chỉ gặp và làm việc với tôi thôi. Tất cả các bạn trong nhóm đều đồng ý để tôi làm trung gian trong mọi việc giao dịch với anh Đ. Riêng trường hợp tôi có gặp một số khó khăn ban đầu, về sau nhờ chuyển qua diện người gốc Hoa mới xong được, tất cả ba gia đình còn lại trong nhóm đều được thông qua rất dễ dàng. Khoảng hai tháng sau, tất cả 4 gia đình trong nhóm đều nhận được giấy xuất cảnh. Bây giờ chúng tôi phải đối diện với một thử thách mới: gặp nhân viên Di Trú Canada để được phỏng vấn.

Làm Việc Với Di Trú Canada

Tại thời điểm giữa năm 1981 này, Việt Nam và Canada vẫn chưa tái lập bang giao nên Canada không có đại sứ quán tại Hà Nội và lãnh sự quán tại Thành phố Hồ Chí Minh. Thỉnh thoảng, Bộ Di Trú Canada sẽ cử nhân viên sang Thành phố Hồ Chí Minh để phỏng vấn những cá nhân hay gia đình đã được thân nhân ở Canada bảo lãnh và đã được chính phủ Việt Nam cấp giấy xuất cảnh. Trong ngôn ngữ của những người chờ được xuất cảnh đi Canada thì đều là mong được gặp ***"phái đoàn Canada."*** Trên thực tế, trong thời gian các năm 1979-1981, Canada ***không bao giờ cử một phái đoàn cả.*** Bộ Di Trú Canada chỉ gửi sang Thành phố Hồ Chí Minh một nhân viên duy nhứt là ông Bersma (là họ của ông ấy, tôi không biết tên gọi). Tôi đã có cơ hội gặp ông Bersma này tất cả là ba lần.

Lần đầu tiên tôi gặp được ông Bersma là một điều may mắn bất ngờ. Ngày hôm đó có lẽ là vào khoảng đầu tháng 10-1979. Tôi vừa mới nộp đơn xin xuất cảnh độ hơn một tuần lễ thì có tin là "phái đoàn Canada" đã đến Việt Nam và đang làm việc tại Khách sạn Caravelle ở trung tâm thành phố. Mặc dù chưa có giấy xuất cảnh và, do đó, đâu có giấy mời của Sở Ngoại Vụ đến gặp phái đoàn, tôi và vợ tôi vẫn đến trước Khách sạn Caravelle cùng với một số khá đông những người khác để nghe ngóng tin tức. Lúc đó chỉ có một nhân viên bảo vệ canh gác trước cổng khách sạn và chỉ có những người có giấy mời của Sở Ngoại Vụ mới được cho vào bên trong. Tôi và vợ tôi bàn nhau và quyết định năn nỉ người nhân viên bảo vệ để được vào bên trong. Tôi lấy một tờ giấy 50 đồng cho vào một cái bao thơ nhỏ và chờ đến khoảng quá 12 giờ trưa, khi những người tụ tập đã ra về hết, đến gần người bảo vệ và xin anh ta giúp cho vào, vừa nói tôi vừa tự động bỏ vào túi áo của anh ta cái bao thơ nhỏ đựng tiền đó, và nói là xin gởi anh ta một ít tiền uống cà phê để cám ơn. Nhưng phản ứng của người nhân viên bảo vệ này làm vợ chồng tôi hết sức ngạc nhiên. Anh ta lấy cái bao thơ ra trả lại tôi và còn trách tôi không nên làm vậy và nói thêm sẽ giúp tôi được vào gặp ông Bersma. Có thể nói đây là lần đầu tiên, sau ngày 30-4-1975, tôi gặp được một người tử tế và lương thiện như vậy, nhứt là trong cái thời buổi mà mọi người đều nghèo và cần có tiền như lúc đó. Tôi đành phải nhận lại bao thơ và cám ơn anh ta rất nhiều. Quả thật, một lúc sau, anh ta đưa tôi vào bên trong. Tôi đưa cho anh ta một mảnh giấy nhỏ trong đó tôi viết vội như sau: ***"Dear Mr. Bersma: My name is Vinh-The Lam. I would like to talk to you for a few minutes, if possible. Thanks"*** và nhờ anh ấy trao tận tay cho ông Bersma. Chưa đầy một phút sau, ông Bersma bước ra khỏi phòng, và ra hiệu mời tôi vào. Sau khi tôi đã vào trong phòng, câu nói đầu tiên của ông Bersma làm tôi vô cùng ngạc nhiên, có thể nói là bàng hoàng. Ông hỏi tôi: ***"Bà chị của ông đã rời Hong Kong và đến Canada chưa?"*** Tôi không thể nào ngờ được là ông ấy đã nắm quá vững về hồ sơ của gia đình tôi. Xin mở một dấu ngoặc ở đây để trở lại câu chuyện đi vượt biên bán chính thức theo diện người Hoa của gia đình Chị Hai tôi vào đầu năm 1979. Sở dĩ tôi và Mẹ tôi hoàn toàn không có tin tức gì hết, như đã trình bày bên trên, là vì khi chiếc tàu sắt, mang tên là Skyluck,[15] đến Hong Kong, với 2600 người trên tàu, chính quyền Hong Kong, vì đã nhận rõ là chiếc tàu này không phải như là các thương thuyền cập bến Hong Kong trước đây do tình cờ đã vớt được người vượt biên trên biển, mà rõ ràng đây là một vụ đưa người ra đi có tổ chức, đã cấm không cho tàu Skyluck được cập bến, mà giữ tàu lại ngoài khơi, cách bến cảng mấy kí lô mét. Họ bắt giam thuyền trưởng và toàn bộ thủy thủ đoàn để điều tra. Tất cả hành khách đều bị "giam" trên tàu gần 5 tháng, từ ngày 7-2 cho đến ngày 29-6 khi tàu (đã được các thanh niên trên tàu cắt dây neo) bị bão đánh dạt vào bờ đá khiến một bên hông tàu bị bể, nước tràn vào và tàu sắp chìm. Lúc đó chính quyền Hong Kong bắt buộc phải cho họ xuống đất liền và đưa họ vào giữ tại một trại giam cũ của Hong Kong tên là Chi Ma

Wan. Ngay lập tức, phái đoàn di trú Canada đã đến làm việc, phỏng vấn, và chỉ hai tuần sau, gia đình Chị Hai tôi đã được đưa sang Canada. Lúc đến Canada, vào khoảng trung tuần tháng 7-1979, lúc đó Mẹ tôi đã mất được hơn một tuần rồi, nhưng vì sức khỏe của Chị Hai tôi còn rất kém, Anh Tư tôi đã quyết định không báo tin buồn đó cho Chị Hai. Mãi đến cuối tháng 7-1979, khi Chị Hai đã khỏe lại nhiều, Anh Tư mới dám báo tin đó cho chị. Xin đóng dấu ngoặc lại. Tôi báo cho ông Bersma tin vui là Chị Hai tôi đã sang đến Canada rồi. Ông ấy chúc mừng tôi và hỏi tôi câu thứ nhì về Mẹ tôi. Tôi thông báo cho ông ấy biết là Mẹ tôi đã mất rồi. Ông Bersma ngỏ lời chia buồn với tôi và cho biết lần này ông ấy qua Việt Nam, Mẹ tôi là một trong những ưu tiên của ông, và đưa cho tôi xem cái danh sách liệt kê tên họ của những người sẽ được phỏng vấn trong lần đó, dày khoảng vài chục trang, và tôi nhìn thấy ngay tên Mẹ tôi là người số 4 trên trang đầu của danh sách. Ông hỏi tôi đã có giấy xuất cảnh chưa, và tôi đã báo cho ông ấy biết là tôi chưa có giấy xuất cảnh. Ông bảo tôi đi về vì ông không có thể làm gì được cho tôi hết. Tôi cám ơn ông ấy và ra khỏi phòng. Cuộc gặp gỡ lần đầu tiên của tôi với ông Bersma chấm dứt chỉ sau hơn 5 phút.

Cuộc gặp gỡ lần thứ nhì của tôi với ông Bersma diễn ra vào khoảng đầu năm 1980 khi Má Sáu tôi được PCTNNN cấp giấy xuất cảnh. Việc này giúp cho vợ chồng tôi thấy rõ chủ trương của chính quyền mới. Hai hồ sơ của gia đình tôi và của Má Sáu tôi cùng nộp một ngày nhưng chỉ mới 3,4 tháng thì họ đã cấp giấy xuất cảnh cho Má Sáu tôi còn hồ sơ của gia đình tôi thì hoàn toàn không được cứu xét gì hết. Như vậy, rất rõ ràng là chính quyền muốn tống mấy người già cao tuổi ra khỏi nước. Và cũng có nghĩa là về phần gia đình tôi thì nếu không ***"chạy"*** thì đừng mong gì lấy được giấy xuất cảnh. Độ hơn một tuần sau thì Má Sáu tôi nhận được thư mời của Sở Ngoại Vụ đi gặp phái đoàn Canada trên Làng Đại Học ở Thủ Đức. Năm đó Má Sáu tôi đã 74 tuổi và hai chân đều rất yếu, đi đứng rất khó khăn, luôn phải có người dìu. Tôi mướn một xe taxi và đích thân đưa Má

Sáu tôi lên Thủ Đức để gặp ông Bersma. Sau cuộc phỏng vấn chỉ trong vòng 15-20 phút, ông Bersma trả lời ngay là Má Sáu tôi không đủ điểm để được Canada nhận, và cho tôi biết Di Trú Canada sẽ gửi văn thư chính thức sau. Ông nói rõ thêm là vì Má Sáu tôi thuộc diện R (chữ tắt cho Relatives = Bà Con), chớ không phải diện F (chữ tắt cho Family = Gia đình, chỉ gồm cha mẹ, con cái, và vợ chồng) nên phải qua một hệ thống chấm điểm (gồm tối đa 100 điểm, mà điểm tối thiểu để đậu là 60), Má Sáu tôi không phải là điểm 0 mà là điểm âm luôn. Đây là lần đầu tiên tôi được biết hệ thống chấm điểm này.

Tôi buồn vô cùng nhưng phải chịu thôi, không thể làm gì khác được. Lập tức tôi gởi điện tín báo cho Anh Tư tôi hay về việc Má Sáu đã bị Di Trú Canada từ chối cấp nhập cảnh, đồng thời xin Anh Tư tôi gởi về cho tôi tài liệu về hệ thống chấm điểm này để tôi hiểu thêm cho thật rõ. Hai tuần sau, tôi nhận được tài liệu của Anh Tư tôi gởi về. Tài liệu về Luật Di Trú Canada năm 1976 cho biết là Canada chấp nhận di dân theo 4 diện:

- Diện Gia đình F: Family, gồm cha mẹ con cái, và vợ chồng

- Diện Bà con R: Relatives (danh từ sử dụng trong bộ luật là Assisted Relatives), gồm anh chị em, cô dì chú bác

- Diện Di dân độc lập (Independent Immigrants) gồm những người có phương tiện tài chánh để tự lo liệu, trong đó có cả những doanh nhân có thể đem vào Canada một số tiền trên 250.000 đô la để mở một cơ sở kinh doanh có thể mướn trên 5 nhân viên)

- Diện Tỵ nạn (Refuguees, theo đúng định nghĩa của Liên Hiệp Quốc)

Diện Bà con sẽ được xét qua một hệ thống chấm điểm gồm nhiều mục (tuổi tác, học vấn, khả năng ngôn ngữ Anh và Pháp, nghề nghiệp, người bảo lãnh, thị trường nhân công, vv) với tổng số điểm là 100. Muốn được chấp nhận thì ứng viên phải đạt được điểm tối thiểu là 60. Riêng về điểm tuổi thì những người trong khoảng tuổi 18-35 sẽ được tối đa là 10 điểm, từ 36 tuổi trở đi, cứ thêm 1 tuổi thì bị bớt 1 điểm, nên 45 tuổi thì điểm là 0, từ tuổi 46 đã là -1, vì vậy mà Má Sáu tôi năm đó đã 74 tuổi nên điểm tuổi là -28 (âm 28).

Độ hơn một tuần sau khi nhận được giấy xuất cảnh từ PCTNNN, gia đình tôi nhận được thư mời của Sở Ngoại Vụ đi gặp phái đoàn Canada lần này tại một biệt thự trên đường Hoàng Văn Thụ gần phi trường Tân Sơn Nhứt, và đây là lần thứ ba tôi gặp ông Bersma. Mặc dù Má Sáu tôi không được mời, vợ chồng tôi cũng dẫn bà theo để năn nỉ ông Bersma nhưng ông Bersma vẫn từ chối theo đúng luật. Về phần tôi thì qua được hệ thống chấm điểm và được chấp nhận. Ngày hôm sau cả gia đình tôi được Di Trú Canada giới hiệu đến Bệnh viện Chợ Rẫy để khám sức khỏe. Kết quả khám sức khỏe của cả gia đình tôi đều tốt và được gởi sang cho văn phòng Di Trú Canada đặt tại Bangkok, thủ đô của Thái Lan, nơi ông Bersma làm việc thường trực. Ba tuần sau, tôi nhận được toàn bộ giấy nhập cảnh cho cả gia đình tôi. Trước đó, tôi đã lo xong các thủ tục về ngân hàng, nhà đất và chích thuốc ngừa. Tôi ra PCTNNN đăng ký chuyến bay, sau đó lo việc kiểm tra và cân đo hành lý, và sáng ngày 22-9-1981, đúng hai năm kể từ ngày tôi nộp đơn xin xuất cảnh, gia đình tôi lên máy bay của Hàng Không Việt Nam, rời Sài Gòn bay sang Bangkok. Tại đây, cũng như tất cả các gia đình khác, gia đình tôi cũng đã được cơ quan IOM (International Organization for Migration) giúp thiết lập hồ sơ đi định cư tại Canada, trong đó tôi thay mặt gia đình ký tên hứa sẽ hoàn trả lại tiền bốn (4) vé máy bay của gia đình tôi. Từ đó, chúng tôi chuyển sang đi máy bay của hãng hàng không Thai Airways đi Karachi, Beirut, Rome, và Amsterdam. Từ Amsterdam, chúng tôi đổi sang máy bay của hãng hàng không Air Canada và đến phi trường Mirabel, tại thành phố Montréal, tỉnh bang Québec, Canada vào buổi chiều ngày 23-9-1981. Anh Tư tôi với bà vợ người Canada, gia đình Chị Hai tôi với một người bạn thân của tôi ở ĐHSPSài Gòn, đã có mặt tại phi trường chào mừng gia đình tôi đã đến được Canada, đã đến được với Tự Do, và kết thúc 6 năm khốn cùng của gia đình tôi tại Việt Nam sau ngày 30-4-1975.

Hình 3.4. Hình chụp tại nhà Anh Tư tôi sau khi ở phi trường về

CHƯƠNG BỐN
XÂY DỰNG LẠI CUỘC SỐNG GIA ĐÌNH

LÀM LẠI TỪ SỐ KHÔNG

Không Xu Dính Túi và Lao Động Chân Tay

Sau 6 năm (1975-1981) sống trong cảnh khốn cùng tại Việt Nam, tôi đã mất hết những tài sản đã tạo ra được trong suốt hơn 10 năm làm việc trước đó (1963-1975), nên khi đến được Canada tôi có thể nói gần như là chỉ còn hai bàn tay trắng. Hơn thế nữa, tôi lại còn đang mang một món nợ trên 3.000 đô la Canada với tổ chức IOM về bốn (4) vé máy bay của gia đình tôi từ Việt Nam sang Canada, mà mãi tới gần cuối năm 1984 tôi mới trả xong được. Cuộc sống ban đầu của gia đình tôi tại Montréal tạm ổn định với sự giúp đỡ tích cực của anh Lâm Vĩnh Tế, là Anh Tư của tôi. Trong thời gian đứng ra bảo lãnh cho gia đình tôi sang Canada, anh Tế lúc đó đang là Giáo sư Trưởng Ban Hóa Học của CEGEP (Collège d'éducation générale et professionnelle) Bois-de-Boulogne tại Montréal. Chính phủ liên bang Canada đang có chính sách giúp người tỵ nạn Đông Nam Á, và kêu gọi sự tiếp tay của các tổ chức tư nhân trên toàn quốc. Dựa vào chính sách này, anh Tế đã kêu gọi các giáo sư đồng nghiệp tại trường tổ chức một nhóm nhỏ gây quỹ để giúp đỡ các người tỵ nạn đến Montréal từ các nước Đông Dương, tức là từ Việt Nam, Cao Miên và Lào. Anh đã mướn cho gia đình tôi một căn phòng có 2 phòng ngủ trên đường Avenue Querbes, trong khu Jarry, rất gần căn phòng nơi gia đình Chị Hai tôi đang ở, và trang bị đầy đủ mọi thứ giường tủ bàn ghế, cũng như quần áo cho cả gia đình 4 người của vợ chồng tôi mà Anh đã xin được và mang về từ các nhà thờ, các cơ quan từ thiện. Anh cũng cấp tiền cho chúng tôi đi chợ mua thức ăn hàng tuần, và một ít tiền túi để xài lặt vặt những chuyện cần thiết, như đi giặt quần áo, mua vé xe buýt, xe điện ngầm, vv. Mặc dù rất mang ơn anh Tế và các vị đồng nghiệp của anh đã lo đầy đủ cho cuộc sống tối thiểu của gia đình tôi, mà anh Tế bảo đảm với vợ chồng tôi là sẽ tiếp tục trong 6 tháng đầu tiên, tôi vẫn nghĩ là về phần tôi thì phải cố gắng tìm việc làm càng sớm càng tốt. Dưới sự hướng dẫn của anh Tế, tôi bắt đầu viết bản lý lịch, và đọc báo tìm các tin về việc làm chuyên môn tại các thư viện trong khắp tỉnh bang Québec của Canada, và viết đơn gởi đi xin việc. Trong thời gian gần hai tháng, tôi đã gởi đi khoảng 80 cái đơn xin việc, nhưng chỉ được mời đến phỏng vấn bởi một thư viện công cộng của thành phố Hull, một thành phố nhỏ nằm bên kia bờ sông, đối diện với thủ đô Ottawa của Chính phủ liên bang Canada. Anh Tế và bà vợ là Chị Raymonde đã đưa tôi đến đó để được phỏng vấn nhưng rồi cũng không được nhận. Tôi rất lo lắng vì có cảm giác là bản thân tôi, một người được đào tạo về chuyên môn tại Hoa Kỳ, có vẻ khó tìm được việc làm trong cái tỉnh bang nói tiếng Pháp này của Canada. Trước tình hình như vậy, và không muốn cứ tiếp tục nhận trợ cấp tiền bạc từ anh Tế hoài, tôi quyết định nhận công việc làm lao động trong một kho hàng ở Montréal do Chị Hai tôi giới thiệu vì lúc đó Chị Hai đang làm kế toán cho công ty đó. Công việc làm mỗi ngày là từ 4 giờ chiều cho đến 12 giờ khuya. Tôi làm việc chung với hai thanh niên người Québec. Họ đều còn trẻ, trong khoảng tuổi 18-25, nên rất khỏe, làm việc ào ào, rất nhanh lẹ. Phần tôi thì năm 1981 đã là 40 tuổi rồi, nên tôi phải cố gắng rất nhiều mới theo kịp nhịp làm việc của họ. Trong tuần lễ đầu tiên, sáng nào ngủ dậy, tôi cũng cảm thấy toàn thân đau nhức vô cùng, tôi cứ nói đùa với vợ tôi là: ***"chắc anh không qua nổi hết con trăng này, em ơi."*** Vậy mà, sau khi qua xong cái tuần lễ đầu tiên đó, tôi không còn cảm có cái cảm giác đau nhức toàn thân đó nữa. Thế mới biết cơ thể con người thật ra có cái khả năng đáp ứng tuyệt vời trong mọi hoàn cảnh. Chẳng bao lâu, tôi hoàn toàn không còn cảm thấy khó nhọc với công việc trong kho hàng nữa, trừ những đêm phải chuyển các thùng giấy in dùng cho máy tính điện tử hay những thùng đựng pin từ xe hàng vào dây chuyền tự động để đưa lên kho. Lúc đó đã vào tháng 12, cuối năm, và đã là mùa Đông rồi. Nhiều đêm, sau khi xong việc lúc 12 giờ khuya, tôi đứng chờ xe buýt trong cái lạnh âm độ của mùa Đông Canada, nhiều lúc quá tủi thân, nghĩ đến thân phận mình là một giáo sư đại học ở Việt Nam trước 1975 mà bây giờ đã biến thành một công nhân lao động tay chân với mức lương tối thiểu (4,25 đô la Canada một giờ), tôi đã không cầm được nước mắt. Nhưng tôi vẫn phải cố gắng chịu đựng, để có được đồng lương tối thiểu nuôi sống vợ con.

Vừa Đi Học Vừa Đi Làm

Một buổi sáng, vào khoảng giữa tháng 1-1982, sau khi ăn sáng xong với vợ tôi, hai đứa con đã đi học, tôi nhận được một cú điện thoại. Tôi vui mừng vô cùng vì người gọi điện thoại là Giáo sư Pauline Atherton Cochrane, người thầy hướng dẫn của tôi tại Trường Thư Viện Học của Viện Đại Học Syracuse trong hai năm 1971-1973. Sau khi bày tỏ sự vui mừng về việc tôi đã đến được Canada và hỏi thăm sức khỏe và gia cảnh của tôi, bà bảo tôi***: “Thế ơi, kiến thức của em đã bị lỗi thời rồi, em cần phải đi học lại để nắm được quy tắc biên mục mới và việc áp dụng computer trong ngành biên mục, nếu không em không làm việc được đâu.”*** Tôi trả lời GS, cho biết tôi muốn đi học lắm nhưng hiện nay chưa có phương tiện, mức lương kiếm được chỉ đủ để nuôi gia đình thôi. Bà nói ngay: ***“Em đừng lo vụ đó. Sáng mai em cứ đến Trường Thư Viện của Đại Học McGill, vào gặp ông Khoa Trưởng, ông ấy sẽ sắp xếp cho em.”*** Sáng hôm sau, theo đúng lời dặn của bà, tôi đến văn phòng GS Khoa Trưởng Trường Thư Viện của Viện Đại Học McGill, gặp cô thư ký, nói tên tôi và xin gặp ông Khoa Trưởng. Cô thư ký nói ngay là ông Khoa Trưởng đang chờ tôi và mời tôi vào gặp ngay. Sau đó ông Khoa Trưởng cho biết đã dàn xếp xong cho tôi học một giáo trình về Biên Mục Sử Dụng Máy Điện Toán (Computerized Cataloging) với Giáo Sư John Leidi, mỗi tuần 3 giờ, học trong hai ngày, Thứ Hai và Thứ Tư, mỗi ngày từ 1:00 giờ đến 2:30 giờ trưa. Nếu không phải là do chính GS Cochrane đích thân giới thiệu ***(và đóng học phí luôn cho tôi)*** và được GS Khoa Trưởng chấp thuận, thì không thể nào có chuyện vào học ngang xương như vậy được, vì học kỳ Mùa Xuân của năm 1982 đó đã bắt đầu một hay hai tuần rồi.[1]

Kể từ ngày hôm sau, ở tuổi 40, tôi đã cố gắng hết sức để có thể làm 2 công việc khó khăn cùng một lúc: làm việc toàn thời gian, một công việc lao động chân tay rất nặng nhọc, và theo học một giáo trình đại học ở cấp Cao Học. Trong thời gian này, Giáo sư Cochrane và hai vị Giáo sư khác mà tôi đã từng theo học tại Trường Thư Viện Học thuộc Viện Đại Học Syracuse, là Giáo sư Antje Lemke và Giáo sư Marta Dosa, đã viết và gởi sang cho tôi các bức thư giới thiệu để tôi có thể sử dụng trong hồ sơ xin việc làm. Đặc biệt bức thư của Giáo sư Cochrane đã có một đoạn rất tạo ấn tượng cho người đọc như sau:

> ***"… He was, without doubt, one of the top ten or twenty students I have had in twenty-five years of teaching… There is no doubt in my mind that Lam Vinh The could hold any professional library position for which he applied. With a little in-service training and reading he should be able to bring himself up to speed. I have every confidence of that."***

(Xin tạm dịch sang Việt ngữ như sau: "Không nghi ngờ gì cả, anh ấy đã từng là một trong mười hay hai mươi sinh viên giỏi nhứt trong hai mươi lăm năm dạy học của tôi… Không có một chút nghi ngờ nào trong suy nghĩ của tôi là Lâm Vĩnh Thế có thể đảm nhận bất cứ công việc chuyên môn nào về thư viện mà anh ấy nộp đơn. Chỉ cần một ít huấn luyện tại chỗ và đọc thêm tài liệu thì anh ấy sẽ nhanh chóng nắm được công tác. Tôi hoàn toàn tin tưởng như vậy.")

Tìm Được Công Việc Chuyên Môn Đầu Tiên

Một hôm, vào khoảng giữa tháng 3-1982, gần cuối học kỳ, đến trường còn hơi sớm, tôi tìm đọc các tin tức trên bảng thông tin về công việc làm cho sinh viên thì thấy có một mảnh giấy nhỏ cắt ra từ một tờ báo địa phương. Tôi rất mừng vì đó là một mẩu tin nhỏ về một công việc hợp đồng tại thủ đô Ottawa đúng với ngành chuyên môn về Biên mục của tôi. Hôm sau tôi gởi ngay đơn xin việc. Chỉ hơn 1 tuần sau, tôi nhận được điện thoại của bà Renée Staples, Trưởng Phòng Nhân Viên của Công ty Sharon Professional Services (SPS) mời tôi lên Ottawa để phỏng vấn. Sáng hôm sau, tôi đi chuyến xe buýt sớm lúc 7 giờ, và đến bến xe Ottawa lúc khoảng 9 giờ. Bà Renée đã có mặt ở bến xe, đưa tôi về trụ sở của SPS, mời tôi uống cà phê, sau đó đưa tôi qua Bộ Canh Nông, vào gặp bà Joyce Mackintosh, Phó Giám Đốc của Thư Viện Trung Ương của Bộ. Bà Joyce phỏng vấn tôi, nhưng thật bất ngờ, bà chỉ hỏi tôi năm ba câu cho có lệ mà thôi, rồi tuyên bố ngay đồng ý nhận tôi. Sau đó, bà Renée đưa tôi trở về trụ sở của SPS, làm thủ tục ký hợp đồng thuê tôi làm việc cho SPS một năm, thời gian là từ 1-4-1982 cho đến 31-3-1983, theo đúng một năm ngân sách của chính phủ liên bang Canada. Tôi sẽ là Trưởng Toán của một toán gồm 3 nhân viên, tôi, một cô mới tốt nghiệp Cao Học Thư Viện Học, và một cô nhân viên tốt nghiệp thư viện trung cấp. Công việc làm của Toán là chuyển đổi các thẻ thư mục đánh máy của bộ sưu tập tạp chí của Thư Viện Trung Ương của Bộ Canh Nông sang biểu ghi thư mục điện tử theo tiêu chuẩn MARC (**MA**chine-**R**eadable **C**ataloging) bằng phần mềm UTLAS (University of Toronto Library Automation System). Lương năm của tôi sẽ là 21.000 đô la. Lúc ngồi trên xe buýt trở về Montréal, tôi cầm tờ tuần báo Time để đọc cho qua thì giờ, nhưng thú thật tôi không hiểu gì hết về bài báo, vì lúc đó, hồn vía tôi bay bổng, đầu óc tôi không tập trung được vì tôi mừng quá. Về sau này, tôi còn nhận được nhiều công việc làm khác với lương cao hơn gấp mấy lần số lương năm 21.000 đô la đó nhưng tôi không có mừng như cái lần này.

Các bạn thử tưởng tượng coi tôi đang làm công việc lao động chân tay với lương 4,25 đô la /giờ, nếu tính ra thì lương năm sẽ là khoảng 8.500 đô / năm (4,25 x 2000 giờ 1 năm = 8.500), đùng một cái lương tăng lên hơn gấp đôi, bảo tôi không ***"mừng hết lớn"*** sao được. Mừng hơn nữa là với công việc này từ đây tôi sẽ có thể trở về nghề nghiệp chuyên môn của mình, không còn phải lao động chân tay nặng nhọc và cực khổ nữa.

Công việc làm hợp đồng đầu tiên này, sở dĩ tôi có được, một phần rất lớn là nhờ sự giúp đỡ của GS Cochrane. Trước hết, nếu không có sự tận tình giúp đỡ về mọi mặt (ngay cả đóng học phí cho tôi luôn) của GS Cochrane, tôi đã không thể có cơ hội đi học giáo trình rất cần thiết đó tại Trường Thư Viện của Đại Học McGill. Nếu tôi không học được giáo trình này tôi sẽ không thể nào làm được công tác chuyên môn mà cái công việc hợp đồng này đòi hỏi. Hơn nữa, nếu tôi không có mặt ở McGill hôm đó tôi sẽ không bao giờ biết về công việc hợp đồng này. Ngoài ra, nếu không có cái thư giới thiệu hết sức đặc biệt của GS Cochrane, ảnh hưởng rất mạnh lên quyết định của người đã phỏng vấn tôi, thì cũng không chắc gì tôi đã được nhận, vì lúc đó tôi hoàn toàn chưa có một kinh nghiệm nào về công việc chuyên môn này tại Canada cả. Chắc chắn bất cứ người nào phụ trách công tác tuyển lựa nhân viên mà đọc các câu này cũng đều sẽ bị ấn tượng về người xin việc. Trong trường hợp này của tôi thì tôi lại được thêm một điều may mắn nữa: đó là bà Joyce MacKintosh, Phó Giám Đốc Thư Viện Trung Ương của Bộ Canh Nông của Chính phủ liên bang Canada tại thủ đô Ottawa, người đứng ra phỏng vấn tôi, lại là một người rất ngưỡng mộ GS Cochrane, nên khi đọc những dòng chữ trên bà đã bị ấn tượng rất mạnh về tôi, và vì vậy bà đã bỏ qua, không xét đến cái chuyện tôi chưa có kinh nghiệm làm việc tại Canada, và đã dễ dàng nhận tôi. Sau cùng, một yếu tố nhỏ nhưng cũng không kém phần quan trọng là bà Renée Staples của SPS là người đã nhận đơn xin việc của tôi và cũng chính là người đã quyết định chọn tôi để đưa sang Bộ Canh Nông cho bà Joyce Mackintosh phỏng vấn. Sở dĩ bà Staples chọn tôi là vì bà ấy là người Mỹ, lấy chồng là ông Charles D. Staples người Canada, theo chồng sang sinh sống tại Canada, nhưng sinh trưởng tại thành phố Syracuse và cũng là cựu sinh viên của Viện Đại Học Syracuse. Khi đọc hồ sơ thấy tôi là cựu sinh viên đại học Syracuse bà ấy tự nhiên thấy có cảm tình và chọn tôi.

DI CHUYỂN SANG TỈNH BANG ONTARIO

Khởi Nghiệp Tại Ottawa

Về đến Montréal khoảng sau 2 giờ trưa, tôi vào phòng cúng lạy Phật, cảm tạ Ơn Trên đã phù hộ cho tìm được công việc làm, ăn vội một tô mì gói, và chạy đi làm cho kịp lúc 4 giờ. Đến nơi, tôi vào gặp ngay ông xếp và báo cho ông ấy là tôi xin nghỉ làm từ hôm sau. Hôm sau, vào lớp tôi báo cho Giáo sư Leidi là tôi xin nghỉ học luôn để đi làm. Nghe tin tôi nhận được việc làm ở Ottawa, Giáo sư Leidi rất vui, chúc mừng tôi, và bảo cứ đi làm đi, chừng nào tới ngày thi cuối khóa ông ấy sẽ gửi bài thi lên Ottawa cho tôi làm để chấm điểm.

Vì lúc đó hai đứa con tôi còn đang học dở dang niên khóa 1981-1982, nên chỉ có một mình tôi lên Ottawa nhận việc, vợ tôi và hai đứa con vẫn tiếp tục ở lại Montréal. Tại Ottawa tôi ở nhờ nhà một đứa em của một người bạn. Trong tháng 6-1982, tôi tìm mướn được một căn apartment hai phòng ngủ trong một building trên đường Bell, và đầu tháng 7 thì cả gia đình tôi dọn nhà từ Montréal lên Ottawa. Quyết định của tôi mang cả gia đình về sống tại Ottawa, thuộc tỉnh bang Ontario nói tiếng Anh, là một quyết định đúng và giúp cho tôi xây dựng lại sự nghiệp một cách dễ dàng và thuận lợi hơn rất nhiều. Nếu tôi vẫn tiếp tục ở lại Montréal, thuộc tỉnh bang Québec nói tiếng Pháp, chắc tôi đã không có được sự dễ dàng và thuận lợi như vậy.

Khi tựu trường vào đầu tháng 9-1982, vợ chồng tôi lo sắp xếp việc học cho hai đứa con trai, Dũng đã 18 tuổi, và Trung đã 6 tuổi. Chúng tôi ghi danh cho Dũng vào học Lớp 10 (lẽ ra với cái tuổi 18 đó, Dũng phải vào Lớp 12 mới đúng, nhưng vợ chồng tôi nghĩ là Anh Văn của Dũng còn kém nên quyết định để Dũng học Lớp 10 thôi) tại Trường Trung Học Glebe, và Trung vào Lớp 1 tại Trường Tiểu Học Cambridge ở gần nhà. Vài tháng sau, nhờ người quen giới thiệu, vợ tôi cũng bắt đầu đi làm, với công việc là thợ may cho công ty Warner, chuyên sản xuất quần áo lót cho phụ nữ. Sau đó, khi tôi đã đậu xong bằng lái xe, tôi mượn tiền ngân hàng để mua 1 chiếc Honda Civic là một loại xe hơi nhỏ của Nhật cho gia đình sử dụng. Chúng tôi từng bước một tiến dần đến việc ổn định cuộc sống gia đình tại thành phố Ottawa, thủ đô của Canada.

Khi ký hợp đồng với SPS, Bà Staples có cho tôi biết là cái dự án của Bộ Canh Nông đã lên kế hoạch là sẽ kéo dài trong 5 năm. Tài khóa 1982-1983 là năm thứ ba của kế hoạch nghĩa là có khả năng là hợp đồng sẽ còn có thể được ký lại thêm 2 năm nữa. Nhưng rồi Bộ Canh Nông bị cắt ngân sách và Bộ bị bắt buộc phải tự điều chỉnh kế hoạch. Sau khi làm việc tại Bộ Canh Nông được khoảng 6 tháng, một hôm Bà Mackintosh gọi tôi vào phòng làm việc của Bà và cho tôi biết là Bộ đã quyết định chấm dứt dự án vào cuối tài khóa này. Bà dặn tôi là không được báo cho SPS về chuyện này và Bà khuyên tôi nên ***"start looking around."*** Trước khi tôi ra khỏi phòng, Bà Mackintosh đột nhiên hỏi tôi một câu: ***"Thế, tôi nhớ là trong bảng lý lịch của anh có ghi anh là Giáo sư về môn Biên Mục, anh có muốn đi dạy ở đây không? Nếu anh muốn, tôi sẽ giới thiệu cho."*** Tôi mừng quá và trả lời ngay là tôi rất muốn được đi dạy học trở lại. Bà Mackintosh giới thiệu tôi ngay với Bà Jean Painter, phụ trách Chương trình Huấn luyện Nhân viên Trung cấp Thư viện tại Trường Đại Học Cộng Đồng Algonquin ngay tại Ottawa. Tôi bắt đầu dạy học bán thời gian với môn Biên Mục Mô Tả cho Chương trình Thư viện của Đại Học Cộng Đồng Algonquin từ Khóa Mùa Thu 1982, mỗi tuần một buổi tối 3 giờ. Vào cuối khóa học, lúc điền bảng đánh giá giáo sư, tất cả sinh viên đều cho biết họ rất thích cách dạy của tôi, và một đa số rất lớn sinh viên đã cho tôi điểm rất cao. Vì vậy, Bà Painter rất hài lòng và quyết định giữ tôi lại để dạy cho Khóa Mùa Thu năm sau (1983).

Về công việc làm toàn thời gian, nghe theo lời khuyên của Bà Mackintosh, tôi bắt đầu tìm việc làm nhưng hoàn toàn không có kết quả gì cả, ngoại trừ một công việc hợp đồng rất ngắn hạn, chỉ có đúng 1 tháng (tháng 6-1983), thay thế cho một biên mục viên bị tai nạn xe hơi phải nằm nhà thương của Thư Viện tại Tối Cao Pháp Viện của Canada. Đầu tháng 4-1983, sau khi chấm dứt hợp đồng với SPS, tôi làm đơn xin hưởng trợ cấp thất nghiệp. Sau khi xong công việc hợp đồng ngắn hạn nói trên, trong thời gian còn đang lãnh phụ cấp thất nghiệp, một buổi sáng tôi nhận được một cú điện thoại. Người gọi điện thoại tự giới thiệu là Cô Diane (tôi đã quên họ), Trưởng Ban Kỹ Thuật của Thư Viện Trung Ương của Bộ Sắc Tộc và Bắc Vụ. Cô Diane cho biết chính Bà Mackintosh giới thiệu và cho số điện thoại của tôi. Cô cho biết Thư viện của Cô có một dự án về biên mục tương tự như dự án tôi đã làm tại Bộ Canh Nông trước đó. Cô yêu cầu tôi, nếu muốn làm, thì sáng mai mang đến nộp cho Cô một hồ sơ để tham dự cuộc đấu thầu. Tôi trả lời ngay là tôi rất muốn làm, và tôi sẽ đến gặp Cô sáng mai. Tuy trả lời một cách dứt khoát như thế nhưng thật ra tôi lo lắng rất nhiều vì tôi đâu có biết gì về cái chuyện đấu thầu này. Tôi liền gọi điện thoại cho Bà Mackintosh để nói cho Bà ấy biết về cú điện thoại của Cô Diane. Bà Mackintosh rất vui được biết Cô Diane đã nghe lời giới thiệu của Bà và đã gọi cho tôi. Bà bảo tôi đến gặp Bà ngay để Bà chỉ cho cách thức dự thầu. Tôi hết sức vui mừng và lái xe sang Bộ Canh Nông gặp Bà ngay. Đến Bộ, tôi vào gặp Bà trong phòng làm việc của Bà, và Bà đưa cho một tập hồ sơ và nói ngay cho tôi biết đó là bản photocopy mà Bà mới chụp của hồ sơ dự án mà tôi đã tham gia, do SPS nộp cho Bà. Bà bảo tôi cứ làm theo y như vậy thì chắc chắn sẽ trúng thầu, chỉ cần sửa lại các tên người và cơ quan, và, quan trọng nhứt là điều chỉnh lại giá cho một thẻ thư mục từ 20 sang 21 đô la cho thích hợp với thời giá mới của năm 1983. Tôi cám ơn Bà rất nhiều và ra về. Tôi làm theo đúng những gì Bà Mackintosh đã dặn, và sáng hôm sau, mang đến Bộ Sắc Tộc và Bắc Vụ nộp cho Cô Diane. Nhờ đọc được hồ sơ Bà Mackintosh đã copy cho tôi, tôi mới được biết một chuyện rất lý thú: cái lương năm 21.000 đô la mà SPS trả cho tôi là đã bị SPS cắt đi mất 30% vì sự thật là Bộ Canh Nông đã trả 30.000 đô la cho chức vụ Team Leader của dự án. Nghĩ lại, tôi hoàn toàn không có một ý xấu nào về SPS cả vì đó là lệ phí mà người tìm việc phải trả cho bất cứ công ty tìm việc nào. Hơn nữa, trong trường hợp của tôi, chính SPS đã giúp tôi mở được cánh cửa để trở lại nghề chuyên môn của mình. Tôi không bao giờ quên ơn SPS. Một tuần lễ sau, Cô Diane gọi điện thoại cho biết Bộ đã chấp thuận dự thầu của tôi và tôi có thể bắt đầu làm việc ngay. Theo kế hoạch, dự án phải được hoàn tất trong thời hạn là 3 tháng và tôi sẽ được trả một số tiền gộp là 15.000 đô la không có trừ thuế gì hết. Trên thực tế, tôi đã làm xong dự án này dưới 3 tháng, vào khoảng cuối năm 1983.

Vào khoảng giữa tháng 6-1984, do sự giới thiệu của Cô Diane, tôi lại nhận được hợp đồng làm việc trong hai tháng cho Cô Jennifer (tôi cũng không còn nhớ họ của cô), Trưởng Ban Kỹ Thuật của Thư viện Bộ Tư Pháp, để thực hiện một cơ sở dữ liệu cho Bộ về vấn đề nạn nhân của các vụ án hình sự. Mới làm việc được vài tuần tại Bộ Tư Pháp, vào khoảng đầu tháng 7-1984, một hôm đọc báo ***The Globe and Mail***, tờ nhật báo lớn nhất của Canada, tôi thấy một cơ quan liên bang tại thành phố Hamilton, cũng thuộc tỉnh bang Ontario, tên tiếng Anh là ***Canadian Centre for Occupational Health and Safety*** (viết tắt là CCOHS; xin tạm dịch là Trung Tâm Canada về Sức Khỏe và An Toàn Lao Động), đăng một quảng cáo thật lớn cho biết họ cần tuyển dụng cùng một lúc 5 chức vụ (một chuyện rất ít khi xảy ra) cho bộ phận Documentation Services của họ như sau:

- Manager, Online Catalogue
- Inventory Cataloguer
- Canadiana Cataloguer

- Subject Cataloguer
- Physical Hazards Information Scientist

Tôi gởi đơn ngay xin được tuyển dụng vào chức vụ Inventory Cataloguer. Ngày 7-8-1984, tôi nhận được văn thư của CCOHS mời tôi đến trụ sở của cơ quan ở Hamilton để được phỏng vấn vào ngày 15-8-1984. Ngày 23-8-1984, CCOHS gửi văn thư chính thức báo tin là họ nhận tôi làm Inventory Cataloguer cho Documentation Services với lương năm là 27.491 đô la. Đây là một công việc toàn thời gian, thường trực, với rất nhiều quyền lợi giống như một công chức của chính phủ liên bang Canada. Không còn nghi ngờ gì nữa cả, tôi đã thật sự được Canada chính thức công nhận là một chuyên viên về thông tin thư viện.

An Cư Lập Nghiệp Tại Hamilton

Cuối tháng 8-1984, một mình tôi lái xe đi Hamilton, đến trụ sở của CCOHS, ký giấy tờ nhận việc, và tìm mướn một apartment hai phòng ngủ cho gia đình, trong một apartment building trên đường Wellington, cách trụ sở CCOHS chỉ có vài khu phố. Xong xuôi mọi việc, tôi lái xe trở về Ottawa ngay trong ngày để hôm sau lo dọn nhà từ Ottawa về Hamilton. Khác với việc dọn nhà lần trước, từ Montréal lên Ottawa, lần dọn nhà này diễn ra như là một cuộc chơi xa cho gia đình. Tất cả mọi việc, từ việc đóng gói đồ đạc, chuyển lên xe vận tải, chuyên chở mọi thứ về Hamilton, sắp xếp tất cả đồ đạc vào căn apartment mà tôi đã mướn cho gia đình, đều do cơ quan CCOHS lo liệu và sắp xếp với một công ty chuyên môn về dọn nhà. Gia đình tôi đã chọn thời gian cuối tuần của cuối tháng 8-1984 làm thời điểm dọn nhà vì đó là một cuối tuần dài do có được ngày Thứ Hai 3-9-1984 là ngày Lễ Lao Động. Vào sáng Thứ Bảy 1-9-1984, sau khi xe tải của công ty dọn nhà đã đi rồi, tôi hoàn tất thủ tục trả nhà tại văn phòng của quản lý building, và lái xe đưa vợ con tôi rời Ottawa để đi Hamilton. Khoảng cách giữa Ottawa và Hamilton vào khoảng hơn 500 KM nên chuyến đi mất khoảng hơn 5 giờ lái xe. Sau khi nghỉ ăn trưa tại Kingston, chúng tôi đến Hamilton vào khoảng hơn 3 giờ trưa, và đến lấy phòng tại Khách sạn Royal Connaught ngay trung tâm thành phố, mà CCOHS đã đặt phòng trước cho gia đình tôi rồi. Tối hôm đó tôi đưa gia đình đi ăn cơm tại một nhà hàng người Hoa. Sau khi ăn xong chúng tôi lên núi để ngắm cảnh đèn của toàn thành phố Hamilton về đêm rất là đẹp. Sáng hôm sau, Chúa Nhựt 2-9-1984, tôi đưa gia đình đi thăm Thác Niagara nổi tiếng, nằm tại biên giới Canada-Hoa Kỳ. Sáng ngày Thứ Hai, 3-9-1984, Lễ Lao Động, chúng tôi trả phòng khách sạn và di chuyển đến building 125 đường Wellington và mang hành lý vào phòng số 1001 (lầu 10). Tất cả đồ đạc của gia đình tôi đã được sắp xếp vào đúng vị trí của từng phòng: bộ salon và tủ sách của tôi vào phòng khách, các giường ngủ lớn nhỏ vào trong 2 phòng ngủ, và các thùng đựng chén bát ly dĩa đã được đưa vào phòng ăn và bếp. Ngày hôm sau là ngày tựu trường của năm học 1984-1985, trong khi vợ tôi lo sắp xếp lại đồ đạc cho phòng ăn và bếp, tôi đưa hai đứa con đi ghi danh nhập học: Dũng vào lớp 12 của Trường Trung Học Sir John A. Macdonald, và Trung vào Lớp 3 của Trường Tiểu Học Dr. J.E. Davey ngay bên cạnh building chúng tôi ở. Tôi quyết định chọn thành phố Hamilton này, thuộc tỉnh bang Ontario, Canada làm nơi xây dựng lại cuộc sống cho gia đình tôi. Mấy tháng sau, vợ tôi cũng tìm được việc làm tại Hamilton với công ty ***Nocturne*** chuyên sản xuất áo ngủ cho phụ nữ.

Trở Thành Công Dân Canada

Từ ngày đến Canada, tôi đã quyết định không đi đâu ra khỏi Canada cả mặc dù, với tư cách thường trú nhân, tôi có thể xin giấy thông hành (travel document) để đi nước ngoài. Lý do là vì những thời gian ở nước ngoài, dù chỉ là một vài ngày, sẽ bị tính thêm vào thời gian 3 năm khi làm đơn xin nhập quốc tịch Canada. Ngày 23-9-1984, đúng 3 năm từ ngày đặt chân lên đất nước Canada tại Phi trường Mirabel ở Montréal, tôi làm đơn cho cả gia đình xin nhập quốc tịch Canada. Gần 4 tháng sau, ngày 11-1-1985, tôi nhận được thư mời gia đình tôi đi phỏng vấn tại

Tòa Án Quốc Tịch của Hamilton vào ngày Thứ Tư, 30-1-1985. Cuộc phỏng vấn thành công tốt đẹp và chúng tôi đã được Bà Chánh Án Tòa Án Quốc Tịch của Hamilton chúc mừng ngay tại chỗ và cho biết trong vòng mấy tháng tới chúng tôi sẽ được mời đến dự lễ tuyên thệ vào công dân Canada. Ngày 14-5-1985, chúng tôi đã dự lễ tuyên thệ đó và chính thức trở thành công dân Canada.

Đưa Gia Đình Thăm Trường Cũ

Mùa Hè 1985, sau khi đã có thẻ công dân Canada (lúc đó việc đi lại giữa hai nước Hoa Kỳ và Canada không đòi hỏi phải có passport như hiện nay), tôi đưa gia đình sang Hoa Kỳ, tại thành phố Syracuse, tiểu bang New York, để thăm lại Viện Đại Học Syracuse, nơi đã đào tạo tôi thành một chuyên viên về ngành thư viện 12 năm về trước. Lúc bấy giờ, Giáo sư Cochrane đã nghỉ hưu và theo chồng bà lúc đó đang làm việc tại Papua New Guinea với tư cách là một cố vấn tài chánh đại điện cho Ngân Hàng Thế Giới (World Bank). Giáo sư Antkje Lemke cũng đã nghỉ hưu và rời trường. Rất may, khi gia đình tôi đến thăm Trường thì được gặp Giáo sư Marta Dosa. Cả Bà và tôi đều bị xúc động nhiều. Tối hôm đó vợ chồng tôi mời Bà đi ăn cơm tại một nhà hàng Tàu trong thành phố. Lúc chia tay, chúng tôi rất bịn rịn với Bà vì không biết đến bao giờ mới có thể gặp lại nhau. Vì vậy, chúng tôi rất vui khi sáng hôm sau, lúc gia đình tôi vừa ăn sáng xong trong phòng ăn của khách sạn thì đột nhiên Bà đến gặp chúng tôi để tặng một món quà nhỏ do chính tay Bà đích thân làm: một cái áo gối nhỏ do chính Bà thêu. Món quà này, đến bây giờ là năm 2021, vợ chồng tôi vẫn còn giữ làm kỷ niệm.

Trong thời gian hai ngày ở Syracuse, tôi đã đưa vợ con tôi đến thăm khuôn viên của Đại Học Syracuse cũng như căn apartment mà tôi đã ở trong hai năm theo học tại Đại Học Syracuse, như trong tấm ảnh bên dưới đây:

Hình 4.1. Gia đình tôi trong khuôn viên Đại Học Syracuse, Hè 1985

Ngôi Nhà Thân Yêu Tại Hamilton

Sau khi sống tại Hamilton được 4 năm, và dành dụm đủ tiền ứng trước, vợ chồng tôi quyết định đã đến lúc nên mua nhà. Chúng tôi đã đi tìm và xem rất nhiều nhà và sau cùng tìm được ngôi nhà mà chúng tôi thật thích tại số 585 Britannia Avenue, ở phía Đông thành phố Hamilton:

Hình 4.2. Ngôi nhà của gia đình tôi trên đường Britannia tại Hamilton

Chúng tôi chính thức dọn vào ngôi nhà thân yêu này vào ngày 1 Tháng 7 Năm 1988. Gia đình tôi đã sống hạnh phúc trong ngôi nhà này đến nay đã được 33 năm (2021), đã chứng kiến cơ hội học hành tốt của hai đứa con trai của chúng tôi, cũng như sự trưởng thành và thành công của chúng. Dũng tốt nghiệp chuyên viên về điện của chương trình 3 năm vừa học vừa làm của Đại Học Cộng Đồng Mohawk và bắt đầu vào làm việc cho Công Ty A.J. Clarke tại Hamilton chuyên về đo đạc và vẽ họa đồ (surveying) cho cho các công ty xây dựng. Dũng vẫn còn làm việc cho công ty này cho đến hiện nay đã trên 30 năm (1989-2021). Dũng không lập gia đình, và vẫn tiếp tục sống độc thân để có thể lo cho Ba Mẹ và chăm sóc ngôi nhà. Trung bắt đầu vào Lớp 8 của Trường Trung Học Đệ Nhứt Cấp Ballard Middle School vào tháng 9-1988. Tại đây, Trung gặp gỡ và quen được một bạn học tên là Phạm Đạt. Sau hai năm học tại trường Ballard, Trung được nhận vào Trường Trung Học Sir Winston Churchill Secondary School ở gần nhà. Trung và Đạt lại tiếp tục học chung với nhau thêm 5 năm, từ Lớp 9 cho đến hết Lớp 13 (thời gian này tỉnh bang Ontario vẫn còn Lớp 13), và trở thành đôi bạn thân thiết. Sau khi tốt nghiệp chương trình 3 năm vừa học vừa làm tại Mohawk College và trở thành một chuyên viên về phần mềm, Trung đã được Đạt nhận vào làm Nhân Viên Thảo Chương cho công ty điện tử của riêng Đạt. Và khi Trung lập gia đình với Trần Huệ Quân thì chính Đạt là chàng rể phụ số 1 của Trung. Quân đã sinh được một đứa cháu nội cho vợ chồng tôi vào ngày 15-8-2012, mà chính tôi, theo đúng gia phả của họ Lâm, đã đặt tên là Lâm Kỳ Trân (tên tiếng Anh là Dean Ky Lam). Ngôi nhà tại số 585 Britannia Avenue, thành phố Hamilton, tỉnh bang Ontario, Canada, đã trở thành tổ ấm thân yêu của gia đình tôi cho đến ngày hôm nay (2021). Vợ chồng tôi mang nặng ơn sâu đối với đất nước Canada đã nhận chúng tôi làm công dân và ban cho chúng tôi một cơ hội làm lại cuộc đời và nuôi dưỡng hai đứa con trai của chúng tôi nên người.

CHƯƠNG NĂM

XÂY DỰNG LẠI SỰ NGHIỆP

Trong suốt cuộc đời của tôi nói chung và trong suốt sự nghiệp là một quản thủ thư viện chuyên nghiệp nói riêng, tôi luôn luôn thấy mình là một người may mắn, luôn được Ơn Trên che chở và phù hộ. Trong thời gian còn đi học, tôi đã luôn luôn may mắn vượt qua được tất cả các kỳ thi, ngay cả các kỳ thi tuyển rất khó khăn. Trong thời gian du học tại Hoa Kỳ, tôi đã may mắn có được giáo sư hướng dẫn là Giáo sư Cochrane, không những là người thầy đã dạy tôi những điều nhập môn, căn bản về bộ môn Biên Mục, mà còn là người cố vấn, hướng đạo và nêu gương sáng cho tôi noi theo. Trong thời gian giữ chức vụ Chủ Tịch Hội Thư Viện Việt Nam, tôi đã có may mắn tập hợp được một Ban Chấp Hành có khả năng nhứt trong suốt lịch sử của Hội. Sau khi đến Canada, tôi đã nhận được sự hỗ trợ thật mạnh mẽ từ các giáo sư đã giảng dạy tôi tại Đại Học Syracuse, đặc biệt là sự hỗ trợ về tinh thần lẫn vật chất của Giáo sư Cochrane, nhờ đó tôi đã tìm được công viêc chuyên môn đầu tiên tại Ottawa. Quyển sách đầu tiên mà tôi được Giáo Cochrane gởi tặng là cuốn ***Basics of Online Searching*** mà Bà là đồng tác giả với Giáo sư Charles T. Meadow và do nhà Wiley xuất bản năm 1981. Và bây giờ, vào mùa Thu năm 1984, tôi lại may mắn được nhận vào làm việc tại

CCOHS là một trong những cơ quan về công nghệ thông tin cao cấp nhứt của Canada, với một hệ thống thông tin trực tuyến rất tân tiến gọi là CCINFO.

Canadian Centre for Occupational Health and Safety: Bệ Phóng Cho Một Sự Nghiệp Mới

Thăng Tiến Nghề Nghiệp

Tôi chính thức bắt đầu làm việc tại CCOHS vào ngày 17-9-1984. Tám tháng sau, vào đầu tháng 4-1985, CCOHS lại đăng báo mở lại cuộc thi tuyển chức vụ Trưởng Ban Thư Mục Trực Tuyến (Manager, Online Catalogue) mà năm trước họ đã không tuyển được. Lần này, tôi đã nộp đơn xin dự thi, được phỏng vấn vào ngày Thứ Hai, 10-6-1985, và ngày 14-6-1985, tôi nhận được văn thư của CCOHS báo tin cho hay tôi đã trúng tuyển, và ngày 24-6-1985 tôi chính thức bắt đầu nhận nhiệm vụ Trưởng Ban Thư Mục Trực Tuyến này.

Ban Mục Lục Trực Tuyến, một đơn vị của Khối Dịch Vụ Tài Liệu (Documentation Services), gồm tất cả 12 nhân viên (kể cả tôi), trong đó có 4 quản thủ thư viện với văn bằng Cao Học về Thư Viện Học (MLS = Master of Library Science), 7 nhân viên trung cấp thư viện với bằng tốt nghiệp các đại học cộng đồng (hệ 2 năm) và 1 thư ký. Trách nhiệm của Ban Mục Lục Trực Tuyến là thực hiện thư mục trực tuyến cho tất cả các tài liệu (sách báo, phim ảnh, vv) trong Thư viện của CCOHS, sử dụng tiêu chuẩn MARC và một phần mềm gọi là MINISIS dành cho các hệ thống máy điện toán cỡ trung.

Sau khi tôi đảm nhận chức vụ Trưởng Ban Thư Mục Trực Tuyến được vài tháng, Bà Marilyn Moore, Giám Đốc, Khối Dịch Vụ Tài Liệu, từ nhiệm để giúp chồng bà trông coi văn phòng luật sư của ông ấy. Bà Wendy Moriarty, Phó Giám Đốc lên thay (về sau, sau khi lập gia đình với Giáo sư James Newman của Đại Học Cộng Đồng Mohawk tại Hamilton, Bà Moriarty đổi tên lại là Wendy Newman). Một hôm, Bà Moriarty gọi tôi vào phòng làm việc của Bà và cho biết là bây giờ, với chức vụ mới này,

Bà sẽ không còn ngày giờ để giảng dạy tại Đại Học Cộng Đồng Mohawk được nữa và Bà ngỏ ý muốn tôi thay thế Bà trong công tác dạy học đó. Tôi đồng ý ngay. Bà Moriarty gọi điện thoại ngay cho Bà Lois Wall phụ trách chương trình huấn luyện nhân viên trung cấp thư viện của Trường Mohawk để giới thiệu tôi. Lần này thì hơi khác với việc giảng dạy tại Đại Học Cộng Đồng Algonquin ở Ottawa. Bà Wall mời tôi đến văn phòng và chính thức mời tôi tham gia vào Ban Giảng Huấn, phụ trách bộ môn Biên Mục Mô Tả, không có qua phỏng vấn gì cả. Có mấy lý do cho trường hợp đặc biệt này của tôi như sau: 1) Tôi đã có kinh nghiệm giảng dạy bộ môn này trong hai năm (1982-1984) tại Trường Đại Học Cộng Đồng Algonquin ở Ottawa, và đã có tiếng là dạy giỏi; 2) Tôi đang đảm nhận chức vụ Trưởng Ban Thư Mục Trực Tuyến của CCOHS; và, 3) Người giới thiệu tôi với Bà Wall là Bà Moriarty là một tên tuổi lớn trong ngành Biên Mục Mô Tả của cộng đồng thư viện Canada, lúc đó đang đảm nhận chức vụ Điều Phối Viên Canada của Ủy Ban Chỉ Đạo của Bộ Quy Tắc Biên Mục Anh-Mỹ, Ấn Bản 2 (về sau, Bà Moriarty, lúc đó đã mang tên là Wendy Newman, trở thành Chủ Tịch của Hội Thư Viện Canada, nhiệm kỳ 2002-2003). Tôi bắt đầu việc giảng dạy bộ môn Biên Mục Mô Tả cho Trường Đại Học Cộng Đồng Mohawk vào Khóa Mùa Thu của năm 1985, và đã tiếp tục việc giảng dạy bộ môn này trong 10 năm, cho đến năm 1995 thì mới chấm dứt.

Sản Xuất CD-ROM Tại CCOHS

Năm 1986, Ban Thư Mục Trực Tuyến được đổi tên thành Ban Phát Triển Cơ Sở Dữ Liệu và Tài Nguyên Thông Tin (Database and Information Resource Development), vẫn do tôi làm Trưởng Ban, nhưng trách nhiệm được tăng thêm lên rất nhiều. Chúng tôi chịu trách nhiệm thực hiện một loạt các cơ sở dữ liệu (CSDL) cung cấp thông tin về sức khỏe và an toàn lao động có thể truy cập trực tuyến trên hệ thống thông tin CCINFO của Trung Tâm:

- CANADIANA: là một CSDL tập hợp các tài liệu về sức

khỏe và an toàn lao động xuất bản tại Canada, của các tác giả người Canada, và về các vấn đề sức khỏe và an toàn lao động tại Canada

• RESOURCES: gồm 3 CSDL là RESOURCE PEOPLE, RESOURCE ORGANIZATIONS và CANADIAN STUDIES; 2 CSDL đầu giúp ban quản trị các xí nghiệp tìm được thông tin về các cá nhân hay cơ quan phụ trách các vấn đề sức khỏe và an toàn lao động; CSDL thứ ba là một niên giám liệt kê tất cả các cuộc nghiên cứu về sức khỏe và an toàn lao động tại Canada hoặc do các nhà nghiên cứu người Canada thực hiện

• CASE LAW: là một CSDL cung cấp các bảng toát yếu về các bản án trong lãnh vực sức khỏe và an toàn lao động tại các toà án hay các cơ quan có thẩm quyền về luật pháp của Canada

• NOISE LEVELS: là một CSDL cung cấp thông tin về mọi vấn đề có liên quan đến tiếng động tại nơi làm việc, thí dụ như là, nguồn gốc của tiếng động, cách đo tiếng động, cách kiểm soát tiếng động, các dụng cụ bảo vệ thính giác, vv.

• FATALITY REPORTS: là một CSDL cung cấp thông tin về các tai nạn lao động chết người, căn cứ trên các báo cáo của các cơ quan pháp y trên toàn Canada

Tôi đích thân soạn thảo các tài liệu về Kiểm Tra Phẩm Chất (Quality Assurance) cho tất cả các CSDL đó, và theo dõi, đôn đốc việc tuân thủ các bảng kiểm tra đó đối với nhân viên dưới quyền. Năm 1988, CCOHS bắt đầu chương trình sản xuất và phân phối các đĩa CD-ROM. Tất cả các CSDL nói trên được đưa vào các đĩa CD-ROM này cùng với một CSDL rất lớn của Ban Các Nguy Cơ Về Hóa Học (Chemical Hazards Department) gọi là TRADE NAMES, gồm các tài liệu thông tin về hóa chất gọi là MSDS (Material Safety Data Sheet). Các đĩa CD-ROM này được CCOHS sản xuất một năm 4 lần và mang tên là CCINFOdisc. Đây là những đĩa CD-ROM đầu tiên trên thế giới về an toàn lao động do Canada sản xuất và đã được các nước hoan nghinh nồng nhiệt. Trong một thời gian ngắn, vào năm 1990, hơn 40 nước trên thế giới đã đặt mua các đĩa CCINFOdisc này và CCOHS đã có được một lợi tức đáng kể. Dựa trên kinh nghiệm trong việc thực hiện CSDL CANADIANA cho CCINFOdisc, tôi đã viết một bài đăng vào tờ báo chuyên môn của Hội Thông Tin Học Canada.[1] Sự thành công này của CCOHS, mỉa mai thay, cũng chính là nguyên nhân đem lại một tai hại lớn cho CCOHS.

Nạn Nhân Của Đòn Phép Chính Trị Đảng Phái

CCOHS đã được thành lập vào năm 1978 do đạo luật ***Canadian Centre for Occupational Health and Safety Act*** được Quốc Hội Canada Nhiệm Kỳ Thứ 30 thông qua trong thời gian Đảng Tự Do đang cầm quyền. Năm 1990 đã là Quốc Hội Canada Nhiệm Kỳ Thứ 34, và chính phủ đang cầm quyền là của Đảng Bảo Thủ. Do chủ trương đối lập mù quáng về chính trị, chính phủ Bảo Thủ không có cảm tình với CCOHS vốn là một cơ quan do Đảng Tự Do thành lập, nên đã quyết định tìm cách gây khó khăn cho CCOHS. Với lý do là CCOHS nay đã có khả năng kiếm được tiền, chính phủ đã ra lệnh cho CCOHS phải hoàn toàn tự túc trong vòng 3 năm tới, nghĩa là sẽ không còn được ngân sách của chính phủ liên bang đài thọ nữa, và ngay lập tức ngân sách bị cắt liền phân nửa. Trong khi ban điều hành của CCOHS còn đang lúng túng chưa tìm được cách đối phó với tình hình ngân sách bị cắt giảm nghiêm trọng như vậy, thì chính phủ Bảo Thủ thực hiện ngay hành động can thiệp chính trị là cách chức Tiến sĩ Gordon Atherley, vị Chủ Tịch của CCOHS, một chuyên gia về sức khỏe và an toàn lao động nổi tiếng và được kính nể khắp thế giới, đồng thời bổ nhiệm một Chủ Tịch mới là một quân nhân hoàn toàn không có kiến thức gì hết về ngành sức khỏe và an toàn lao động cũng như quản trị về tài chánh. Ông tân Chủ Tịch này đã chọn cách giải quyết đơn giản nhứt. Sử dụng cách chỉ huy theo kiểu nhà binh, ông áp đặt cho các vị giám đốc của các khối tại CCOHS là mỗi khối phải tìm mọi cách kiếm tiền để lấp vào ngân sách hàng năm 12 triệu đô la của CCOHS. Gần như tất cả các vị giám đốc, kể cả Bà Wendy Newman, không còn sự lựa chọn nào khác hơn là từ chức và rời cơ quan. Kế tiếp, ông tân Chủ Tịch này nhắm vào các vị trưởng ban. Mỗi tuần ông cho nghỉ việc 3 hay 4 vị trưởng ban. Tôi bị cho nghỉ việc vào ngày 30-9-1992 cùng ngày với 3 vị trưởng ban khác. Trong vòng 2 tháng, ông tân Chủ Tịch đã thành công trong việc xóa sạch sơ đồ tổ chức của CCOHS, không còn các khối, các ban, các giám đốc, các trưởng ban gì nữa hết. Bây giờ chỉ còn các toán phụ trách từng dự án ngắn hạn, và sẽ giải tán khi dự án thực hiện xong. Vì trong suốt thời gian 8 năm làm việc tại CCOHS, tôi đã luôn luôn được đánh giá cao và cho điểm ưu, tôi đã có ý định nếu bị cho nghỉ việc thì tôi sẽ kiện CCOHS với lý do là bị đối xử bất công. Nhưng khi vụ việc xảy ra thì tôi đã bỏ ý định kiện tụng đó vì, hình như đã đoán trước việc thưa kiện (mà chắc chắn CCOHS sẽ thua kiện), ông tân Chủ Tịch đã quyết định trả cho tôi một số tiền bồi thường bằng 8 tháng lương (tức là 1 tháng lương cho 1 năm làm việc). Tuy nhiên, tôi vẫn bị thiệt hại rất nặng nề vì tiền hưu của tôi bị cắt bỏ với lý do là tôi chưa có đủ 10 năm công vụ. Tôi chỉ nhận lại được phần tiền tôi đã đóng góp trong 8 năm đó cho quỹ hưu bổng của liên bang. Lúc đó tôi đã 51 tuổi và bị rơi vào hoàn cảnh không có việc làm nghĩa là không có một lợi tức cố định, và quan trọng hơn nữa, tôi vừa mới trả góp tiền nhà được có 4 năm. Tôi rời khỏi CCOHS và lòng buồn vô cùng vì tôi nghĩ rằng mình đã bị đối xử rất bất công, mình đã là nạn nhân của một đòn phép chính trị đảng phái, và, trên hết, tất cả mọi việc xảy ra hoàn toàn đi ngược lại những giá trị nhân bản của đất nước Canada và bản chất lương thiện và đôn hậu của người dân Canada.

Vượt Qua Năm Năm Lận Đận

Trong hai tuần lễ sau cái biến cố không vui tại CCOHS đó, tôi đã cố gắng hết sức để quên nó đi, và, sau cùng, tôi đã vượt qua được. Tôi bắt đầu tìm việc làm mới và vào đầu tháng 11-1992 tôi đã tìm được một công việc làm hợp đồng 12 tháng tại Thư Viện của Quốc Hội tỉnh bang Ontario, thay thế cho một nữ biên mục viên nghỉ hộ sản. Sau khi hợp đồng xong, nhờ sự giúp đỡ của một bạn đồng nghiệp cũ tại CCOHS, tôi lại có được một hợp đồng mới 6 tháng tại Cơ Quan Sức Khỏe và An Toàn Lao Động của tỉnh bang Ontario (Workplace Health and Safety Agency = WHSA) tại Toronto. Trách nhiệm của tôi là thiết kế và xây dựng một Thư Viện / Văn Khố cho cơ quan WHSA. Sau 6 tháng, Thư Viện / Văn Khố của cơ quan được thiết lập xong và được đưa vào hoạt động rất tốt, và, nhờ vậy, cơ quan quyết định kéo dài hợp đồng thêm 6 tháng nữa. Và, sau cùng, công việc hợp đồng của tôi trở thành thường trực, và tôi nhận được văn thư của WHSA thông báo là tôi được nhận làm Quản thủ Thư Viện và Văn Khố, chính thức bắt đầu vào ngày 2-8-1994.

Sau cuộc bầu cử vào tháng 6-1995, Đảng Bảo Thủ của tỉnh bang Ontario thắng lớn, chiếm được đa số và thành lập chính phủ mới. Và lịch sử được tái diễn. Cơ quan WHSA đã được thành lập trong thời gian cầm quyền của Chính phủ Đảng Tân Dân Chủ (New Democratic Party = NDP). Chính phủ tân cử của Đảng Bảo Thủ quyết định giảm bớt vai trò quan trọng của cơ quan này nên đã quyết định biến nó thành một bộ phận của Cơ Quan Bồi Thường Lao Động (Workplace Safety and Insurance Board = WSIB). Tất cả nhân viên của WHSA đều bị hạ tầng công tác. Bà Giám Đốc cũ của tôi tại WHSA chỉ còn là một nhân viên làm công tác nghiên cứu khoa học mà thôi. Thư Viện / Văn Khố của WHSA bị sáp nhập vào thư viện của WSIB, và tôi trở thành một quản thủ thư viện cấp thấp ở trong thế lúc nào cũng có thể bị cho nghỉ việc vì thâm niên của tôi chỉ mới có hơn một năm mà thôi. Đối diện với một tình trạng bấp bênh như vậy, tôi không có cách nào khác hơn là phải, một lần nữa, lo tìm một công việc làm mới khác.

MAY MẮN LẠI ĐẾN: TÌM ĐƯỢC CÔNG VIỆC HẰNG MONG ƯỚC

Trưởng Ban Biên Mục Tại Thư Viện Đại Học Saskastchewan

Vào đầu tháng 5-1997, tôi thấy báo ***The Globe and Mail*** đăng trong phần quảng cáo một mẩu tin là Thư Viện của Trường Đại Học Saskatchewan tại thành phố Saskatoon của tỉnh bang Saskatchewan, đang tìm người cho chức vụ Trưởng Ban Biên Mục (Head, Cataloging Department). Đây quả thật là một công việc mà tôi đã mơ ước từ khi đặt chân lên Canada từ tháng 9-1981. Tôi gởi đơn xin việc ngay lập tức. Hai tuần lễ sau, tôi nhận được điện thoại của vị Trưởng Phòng Nhân Viên của Thư Viện Đại Học Saskatchewan, mời tôi đến dự cuộc phỏng vấn vào ngày Thứ Hai, 2-6-1997. Thư viện Đại Học Saskatchewan đã dàn xếp để tôi có được một thời gian thật vui vẻ thoải mái trong mấy ngày tại Saskatoon. Mặc dù cuộc phỏng vấn sẽ diễn ra vào ngày Thứ Hai, 2-6-1997, họ đã mua vé máy bay cho tôi đi Saskatoon vào trưa Thứ Bảy 31-5-1997 để tôi có được buổi tối Thứ Bảy và trọn ngày Chúa Nhựt để có thể thăm viếng thành phố Saskatoon và khuôn viên của Trường Đại Học.

Cuộc phỏng vấn đã diễn ra đúng theo tiêu chuẩn của các Trường Đại Học tại Bắc Mỹ, với một chương trình phỏng vấn trọn một ngày với rất nhiều ủy ban của Thư Viện. Hơn hai tháng sau, tôi nhận được điện thoại của Ông Frank Winter, Giám Đốc Thư Viện, cho biết tôi đã được nhận. Và sau đó, Trường Đại Học cũng đã gửi văn thư Offer of Employment chính thức cho tôi xác nhận tôi đã được cử nhiệm làm Trưởng Ban Biên Mục cho Thư Viện của Trường.

Sau khi tôi nhận được thông báo từ Ông Frank Winter, Giám Đốc Thư Viện của Đại Học Saskatchewan, vợ chồng tôi đã bàn nhau sắp xếp mọi việc như thế nào khi tôi rời Hamilton đi nhận việc tại Saskatoon, trong vùng Đại Bình Nguyên của Canada, cách đó hơn 2.700 km. Lúc đó cả hai đứa con trai của vợ chồng tôi đều đã trưởng thành, có thể tự lo được cho bản thân chúng. Dũng, con trai lớn của chúng tôi, đã học xong, ra trường, và đang có một công việc làm rất tốt cho hãng A.J. Clarke, một công ty tại Hamilton chuyên về công tác đo đạc và vẽ họa đồ trong các dự án xây cất lớn. Đứa con trai nhỏ là Trung thì còn đang học tại ở đại học. Chúng tôi quyết định giữ lại ngôi nhà tại Hamilton để chúng nó có chỗ ở, trong lúc làm việc và học tập. Tạm thời tôi sẽ đi Saskatoon một mình thôi, vợ tôi sẽ đi sau trong học kỳ Mùa Xuân năm sau. Gặp lúc đang nghỉ phép hằng năm, Khải, đứa con trai nhỏ của Chị Ba tôi, đã cùng gia đình tôi đi Saskatoon trong hai chiếc xe hơi: 1) vợ tôi và tôi cùng với Trung đi trên chiếc xe Honda Accord mà tôi sẽ giữ lại để đi làm ở Saskatoon; 2) Dũng và Khải đi trên chiếc xe Toyota Camry mà tôi đã mướn để dùng cho vợ tôi cùng Dũng, Trung và Khải trở về Hamilton. Cuộc hành trình kéo dài 4 ngày: 1) Ngày đầu tiên, đi từ Hamilton đến Sault Ste. Marie thuộc tỉnh bang Ontario; 2) Ngày thứ nhì, đi từ Sault Ste. Marie đến Thunder Bay cũng còn thuộc Ontario; 3) Ngày thứ ba, đi từ Thunder Bay đến Winnipeg, thuộc tỉnh bang Manitoba; và 4) Ngày thứ tư, đi từ Winnipeg đến Saskatoon. Khi chúng tôi đến Saskatoon, căn apartment, mà tôi đã thuê trước, đã sẵn sàng để dọn vào ở vì tất cả đồ đạc của tôi đã được chuyên chở đến Saskatoon và sắp xếp xong hết bởi một công ty dọn nhà mà Thư Viện Đại Học Saskatchewan đã thuê.

Tôi bắt đầu công việc Trưởng Ban Biên Mục cho Thư Viện Đại Học Saskatchewan vào ngày 2-9-1997. Tôi được xếp vào cấp bậc Quản Thủ Thư Viện (QTTV) Bậc III (tại Viện Đại Học Saskatchewan, các QTTV được xếp vào bốn cấp: I, II, III, và IV). Lúc đó, Ban Biên Mục có 2 Biên Mục Viên toàn thời gian đều là QTTV Bậc IV, 1 Biên Mục Viên bán thời gian (QTTV Bậc III) và 17 nhân viên thư viện trung cấp (Library Assistant = LA), trong số này có 4 người ở bậc LA-5 làm Trưởng Toán, 15 người còn lại ở bậc LA-4 hoặc bậc LA-3. Thư Viện vừa chuyển đổi hệ thống tự động hóa từ GEAC sang INNOPAC được hai năm. Hệ thống thư mục trực tuyến (OPAC = Online Access Public Catalog) của Thư Viện sắp sửa đạt đến mức một triệu biểu ghi thư mục (catalog record). Tuy nhiên, trong OPAC lại gồm cả một số không nhỏ những biểu ghi thư mục không đúng tiêu chuẩn MARC cũng như đã được thực hiện trước khi có sự ra đời của Bộ Quy Tắc Biên Mục Anh Mỹ, Ấn Bản 2, (AACR2 = Anglo-American Cataloging Rules, Second Edition), đưa đến việc OPAC đã có rất nhiều bất nhất về tiêu đề. Rõ ràng là OPAC cần phải được thanh lọc triệt để. Tuy nhiên, Ban Biên Mục chỉ có 2 QTTV như thế, không thể nào có thể làm được công tác kiểm soát tiêu đề chuẩn (KSTĐC = Authority Control = AC). Tại một buổi họp của Ban Điều Hành Thư Viện (BĐHTV; tiếng Anh là Library Management Committee = LMC), tôi nhận được chỉ thị phải trình lên một kế hoạch thực hiện việc KSTĐC này theo lối tại ngoại, nghĩa là nhờ một công ty bên ngoài thư viện thực hiện (KSTĐCTN = Outsourcing Authority Control).

Tiến Hành Thực Hiện Kiểm Soát Tiêu Đề Chuẩn Tại Ngoại

Hành động đầu tiên của tôi là gom góp tài liệu, thông tin về vấn đề KSTĐCTN bằng cách thực hiện một cuộc điều tra thật rốt ráo gồm ba bước như sau:

• Một cuộc duyệt xét các tài liệu và các bài báo (Literature review) có liên quan đến cách thức các thư viện đã giải quyết việc KSTĐC như thế nào trong một môi trường trực tuyến, đặc biệt chú trọng tìm hiểu xem họ tự làm lấy trong thư viện hay nhờ một công ty bên ngoài làm giùm cho họ

• Liên lạc để lấy thông tin từ một số thư viện đại học thuộc cả 2 nhóm:

o Nhóm tự làm lấy: Đại Học California tại Los Angeles (University of California - Los Angeles, UCLA), và Đại Học Alabama

o Nhóm KSTĐCTN: Đại Học Tiểu Bang California tại

San Francisco (San Francisco State University), và Đại Học Arizona

• Liên lạc để lấy thông tin từ 3 công ty chuyên làm KSTĐCTN:

o Online Computer Library Center (OCLC)

o Auto-Graphics, Inc. (A-G)

o Library Technologies, Inc. (LTI)

Những thông tin tìm được qua cuộc điều tra là như sau:

• Từ cuộc duyệt xét các tài liệu và các bài báo:

o Phần lớn các bài báo viết về các khâu công tác và sự phân định trách nhiệm trong việc KSTĐC

o Không có một bài báo nào đưa ra khuyến cáo nên thực hiện công tác KSTĐC trong thư viện hay tại ngoại

o Bài báo của hai tác giả Rezabec và Santino [2] cho biết***:“… of the thirty-eight libraries responding … twenty-nine libraries developed their authority databases with the help of a vendor, four used in-house methods…”*** (xin tạm dịch sang Việt ngữ như sau: “*…trong số ba mươi tám thư viện đã trả lời ... hai mươi chín thư viện đã phát triển các cơ sở dữ liệu về KSTĐC nhờ sự giúp đỡ của một công ty chuyên về việc đó, chỉ có bốn thư viện tự làm lấy ...”)*

o Phần nói về công tác KSTĐCTN của cuốn sách của hai tác giả Hirshon và Winters [3] đã minh xác như sau: ***“Outsourcing of authority control records can be a real boon for libraries. Rather than having the library generate these records one by one, the automated matching process used by vendors today can produce very high-quality records at a very low cost.”*** (xin tạm dịch sang Việt ngữ như sau: “*Các biểu ghi thư mục được thực hiện theo lối KSTĐCTN có thể là một lợi ích lớn cho các thư viện. Thay vì các thư viện tự làm lấy từng biểu ghi thư mục một, các công ty chuyên về KSTĐCTN, với phương thức tự động* *hóa trong quá trình minh xác tiêu đề chuẩn, có thể tạo ra các biểu ghi thư mục với phẩm chất cao và với giá thành rất thấp.")*

• Từ thông tin do các thư viện cụ thể cung cấp:

o Từ các thư viện tự làm lấy: 1) Thư viện của UCLA đã phải sử dụng 2 QTTV và 2 LA bậc 4 + 2 LA bậc 3; 2) Thư viện của Đại Học Alabama đã sử dụng 1 QTTV và 2 nhân viên bán chuyên môn; 3) Cả 2 thư viện đều báo cáo là phải có thêm những chi phí phụ, như là phải mua sắm các tài liệu tham khảo như các tự điển danh nhân, các tự điển bách khoa về các hội đoàn, các tự điển địa lý, và cũng phải duy trì khả năng truy dụng các Hồ Sơ Tiêu Đề Chuẩn của Thư Viện Quốc Hội Hoa Kỳ

o Từ các thư viện áp dụng việc KSTĐCTN: cả 2 thư viện của Đại Học Tiểu Bang California tại San Francisco và Đại Học Arizona đều cho biết họ rất hài lòng với dịch vụ của các công ty và đều cho là việc này đã giúp họ giảm bớt được chi phí điều hành

• Từ các công ty chuyên về KSTĐCTN:

o Tất cả ba (3) công ty đều có khả năng cung cấp việc thanh lọc OPAC trong mức độ bằng nhau về phẩm chất

o Riêng công ty LTI có thêm các dịch vụ cập nhật cũng như trợ giúp thực hiện tiêu đề chuẩn trong công tác hàng ngày của thư viện

o Cũng riêng công ty LTI là công ty duy nhất bảo đảm tỷ lệ thành công là 95%

o Và cũng riêng công ty LTI cung cấp đầy đủ thông tin về giá cả cho từng loại dịch vụ

Dựa trên các thông tin đã tìm được vừa trình bày bên trên, tôi đã trình lên BĐHTV những khuyến cáo sau đây:

• Thư Viên Viện Đại Học Saskatchewan nên ký kết với Công ty LTI hợp đồng một năm để trắc nghiệm phẩm chất của dịch vụ này, bao gồm dịch vụ thanh lọc OPAC, dịch vụ cập nhật (AUP = Authority Update Processing), và dịch vụ cấp tốc (AE =

Authority Express) cho công tác hàng ngày của Ban Biên Mục

• Ban Biên Mục sẽ duy trì một đơn vị phụ trách việc KSTĐC gồm các nhân viên như sau:

o Trưởng Ban Biên Mục: dành ra một giờ mỗi ngày
o Một nhân viên trung cấp LA-5: dành ra một giờ mỗi ngày

Với nhiệm vụ như sau:

o Theo dõi các dịch vụ AUP và AE
o Giải quyết các trường hợp LTI không tìm được tiêu đề chuẩn

• Thư Viện Viện Đại Học Saskatchewan vẫn tiếp tục duy trì việc mua sắm định kỳ các đĩa CD Validator cho công tác biên mục hàng ngày của nhân viên Ban Biên Mục

BĐHTV đã chấp thuận tất cả các khuyến cáo này tại phiên họp vào ngày 20-11-1997. Sau một thời gian chờ đợi việc điều chỉnh ngân sách của Thư Viện, dự án KSTĐCTN với công ty LTI đã được thực hiện vào khoảng cuối năm 1998. Nhờ các chuẩn bị kỹ lưỡng và đầy đủ của các đơn vị của Thư Viện như Ban Biên Mục và Khối Công Nghệ Thông Tin (Information Technology Services = ITS), cũng như sự cộng tác chặt chẽ của các công ty LTI và INNOPAC, việc thực hiện dự án KSTĐCTN đã diễn ra thành công tốt đẹp. Thư Viện Đại Học Saskatchewan đã có được một OPAC có trên một triệu biểu ghi thư mục với phẩm chất cao. Tôi đã viết một bài tường trình toàn bộ dự án KSTĐCTN này của Thư Viện Đại Học Saskatchewan cho tạp chí chuyên ngành ***Cataloging & classification quarterly***.[4]

Huấn Luyện Về Biên Mục Cho Nhân Viên

Ngay sau khi nhận chức vụ Trưởng Ban Biên Mục, tôi đã có những buổi gặp gỡ riêng với từng nhân viên để tìm hiểu về họ. Thông tin quan trọng nhất mà tôi đã nhận được qua các buổi gặp gỡ đó là đa số các nhân viên trung cấp, ngay cả một vài người trong nhóm LA-5, đã không có theo học hay tốt nghiệp các chương trình huấn luyện nhân viên trung cấp về thư viện tại các trường đại học cộng đồng. Họ chỉ học tập tai chỗ và làm việc và dần dần thăng cấp trong ngạch trật của họ mà thôi. Nói tóm lại, họ biết khá rõ về ***CÁCH LÀM*** nhưng không hiểu rõ ***TẠI SAO*** làm như vậy. Và như tôi đã có nói bên trên về việc dự án KSTĐCTN bị đình lại vì phải chờ giải quyết chuyện ngân sách của Thư viện, tôi nghĩ rằng mình nên lợi dụng thời cơ này để tổ chức một khóa huấn luyện về biên mục cho nhân viên, giúp họ nắm vững được vấn đề ***TẠI SAO*** trong công việc làm hàng ngày của họ.

Tôi đã soạn thảo và trình lên cho BĐHTV một chương trình huấn luyện 4 ngày về biên mục cho nhân viên. BĐHTV đã chấp thuận và việc huấn luyện đã bắt đầu vào ngày 27-4-1998 với chương trình như sau:

• Ngày thứ nhứt (27-4-1998):

o Phần Một: Các Nguyên Tắc Về Biên Mục

- Các chức năng của Thư Mục

• Các mục tiêu của Thư mục: Giúp tìm tài liệu và Giúp tập hợp tài liệu

• Tác động của các đổi mới về công nghệ thông tin đối với Thư mục

• Phát triển của Thư mục: từ thẻ đến Thư mục trực tuyến trên Web

- Tính đồng nhất của các Điểm Truy Cập

• Các mối quan hệ về thư tịch
• Lý do: Chức năng tập hợp tài liệu của Thư mục
• Thực hiện: Kiểm Soát Tiêu Đề Chuẩn

- Cơ cấu truy cập theo chủ đề

• Tính hai mặt của truy cập theo chủ đề
• Truy cập theo đường thẳng: Số phân loại
• Truy cập đa chiều: Tiêu đề chủ đề
• Tiềm năng tăng cường truy cập theo chủ đề: Bảng Mục Lục của sách

o Phần Hai: Tầm quan trọng của Mô tả

- Các Nguyên tắc về Mô tả

• Tài liệu đang nắm trong tay
• Các nguồn thông tin
• Tiêu chuẩn quốc tế về mô tả ISBD (International Standard Bibliographic Description)

- Tổ chức việc mô tả

• Các vùng mô tả
• Thứ tự mô tả
• Mô tả trực tuyến: Khổ mẫu MARC

- Thứ tự quan trọng của các đơn vị mô tả

• Nhan đề
• Tùng thư
• Ấn bản
• Năm xuất bản

- Tầm quan trọng của ghi chú

• Lý do: Tại sao và khi nào làm ghi chú
• Cơ cấu của ghi chú: Cách làm và thứ tự

o Phần Ba: Các điểm truy cập

- Điểm truy cập chính và phụ

• Tác giả hay Nhan đề là Điểm truy cập chính
• Điểm truy cập chính trong môi trường trực tuyến
• Các điểm truy cập phụ trong chức năng Tìm tài liệu và Tập hợp tài liệu

- Các điểm truy cập theo tên

• Tên cá nhân: Tên tiếng Anh và Tên các ngôn ngữ khác
• Tên tập thể: Hội đoàn, Chính phủ, Hội nghị

- Các điểm truy cập theo nhan đề

• Các hình thức khác nhau của nhan đề
• Nhan đề đồng nhất

- Các điểm truy cập theo tùng thư

• Tùng thư được ghi
• Tùng thư không được ghi
• Tùng thư ghi một cách khác

- Các điểm truy cập theo chủ đề

• Các số phân loại
• Các tiêu đề chủ đề

- Các điểm truy cập khác

• Các số tiêu chuẩn (ISBN, ISSN)
• Các loại số khác

- Kiểm Soát Tiêu Đề Chuẩn

• Các hệ thống: Tên và Chủ Đề
• Các thủ tục: Thủ công và trực tuyến
• Hệ thống sẽ trang bị: LTI (Library Technologies, Inc.)
• Ngày thứ nhì (28-4-1998)

o Phần Bốn: Số phân loại và Tiêu đề chủ đề

- Hệ thống Phân Loại của Thư Viện Quốc Hội Hoa Kỳ

• Lịch sử
• Cấu trúc
• Các bảng phân loại
• Các bảng cập nhật
• Chính sách của Thư viện Đại Học Saskatchewan về Văn Học và Luật
• Ngày thứ ba (29-4-1998)

- Tiêu đề chủ đề của Thư Viện Quốc Hội Hoa Kỳ

• Cơ cấu
• Các tiểu phân mục
• Các bảng cập nhật
• Kiểm soát tiêu đề chuẩn

- Hệ thống phân loại Dewey [5]

- Lịch sử
- Cơ cấu
- Phân mục 370: Giáo Dục
- Ngày thứ tư (30-4-1998)

o Phần Năm: Các dụng cụ làm việc

- Cataloger's Desktop

• Khổ mẫu USMARC

• Cẩm nang Biên mục chủ đề (Subject Cataloguing Manual)

• Giải thích các Quy tắc Biên mục của Thư Viện Quốc Hội Hoa Kỳ (LC Rule Interpretations)

- Classification Plus

• Các Bảng Phân Loại của Thư Viện Quốc Hội Hoa Kỳ

• Tiêu đề chủ đề của Thư Viện Quốc Hội Hoa Kỳ

- Các dụng cụ có trên Internet

• WebCATS

• TPOT

• Cẩm nang biên mục các tài liệu ngoại quốc

• Cổng LC Z39-50

Trong thời gian chuẩn bị cho khóa huấn luyện, tôi đã đến viếng thăm SIAST (Saskatchewan Institute of Applied Science and Technology = Viện Khoa Học ứng Dụng và Kỹ Thuật của Tỉnh Bang Saskatchewan) tại khuôn viên Kelsey ở Saskatoon, gặp gỡ Giáo sư Marjorie Kennedy, Trưởng Ban Huấn Luyện Nhân Viên Trung Cấp Thư Viện, và mời Giáo sư cùng tham gia vào việc huấn luyện với tôi và đã được Giáo sư vui vẻ nhận lời.

Vào cuối Khóa huấn luyện, các học viên đã được yêu cầu điền vào Bảng đánh giá khóa học. Đa số học viên đã đánh giá khóa học từ Tốt đến Rất Tốt (from Very Good to Excellent).

Hoạt Động Tích Cực Trong Xử Lý Tài Liệu Điện Tử

Những năm cuối của thập niên 1990 đã chứng kiến một sự bùng nổ dữ dội của mạng INTERNET với hàng ngàn tài liệu điện tử xuất hiện ồ ạt gần như mỗi ngày. Hiện tượng này tạo ra một thử thách lớn cho các thư viện khắp nơi tại Bắc Mỹ. Thư Viện Đại Học Saskatchewan không thể là một ngoại lệ, và BĐHTV phải đối phó với một yêu cầu cấp thiết là tìm các phương thức có hiệu quả để giải quyết thử thách đó. Do yêu cầu đó, tôi đã được BĐHTV liên tiếp giao cho một loạt nhiệm vụ như sau: 1) Chủ Tịch Ủy Ban Đặc Nhiệm Về Liên Quan Giữa Tài Liệu Điện Tử và Thư Mục (E-Documents and the Catalogue Task Force, từ tháng 12-1997 đến tháng 3-1998); 2) Chủ Tịch Ủy Ban Đặc Nhiệm Về Tạp Chí Điện Tử của Khối Dịch Dụ Kỹ Thuật (TSAC E-Journal Task Force, từ tháng 10-1998 đến tháng 9-1999; TSAC = Technical Services Advisory Committee); 3) Thành Viên của Nhóm Công Tác Chuẩn Bị Cho Dự Án Quốc Gia Canada Về Vấn Đề Truy Dụng Tạp Chí Điện tử (Getting Ready for the CNSLP Working Group, từ tháng 10-2000 đến tháng 4-2001; CNSLP = Canadian National Site Licensing Project). Tôi đã hoạt động rất tích cực trong các ủy ban đó để giúp cho Thư Viện Đại Học Saskatchewan giải quyết một cách thỏa đáng các thử thách về tài liệu điện tử trên Mạng INTERNET cũng như về các tạp chí điện tử. Dựa trên kinh nghiệm làm việc trong các dự án đó, tôi đã viết được hai bài báo, một cho tạp chí ***Cataloging & classification quarterly***,[6] một cho tạp chí ***Serials librarian***,[7] và một bài thuyết trình tại Hội Nghị Hàng Năm (1999) của Hội Thông Tin Học Hoa Kỳ.[8]

Vào Biên Chế Thường Trực và Trở Thành Trưởng Khối Dịch Vụ Kỹ Thuật

Tài liệu Offer of Employment của Đại Học Saskatchewan, mà tôi đã có nói đến bên trên, có ghi rõ như sau:

> ***"The appointment being offered is a probationary appointment for an initial period of 3 years, i.e. until June 30, 2000. Probationary appointments are appointments***

leading to an eventual consideration for permanent status in accordance with the provisions of agreement with the Faculty Association. The normal time for consideration of your permanent status would be the academic year 1999-2000."

(Xin tạm dịch sang Việt ngữ như sau: *"Việc bổ nhiệm này chỉ là tạm thời trong một thời gian là 3 năm, nghĩa là cho đến ngày 30-6-2000. Các bổ nhiệm tạm thời là những bổ nhiệm có thể đưa đến việc xét duyệt để vào biên chế thường trực theo đúng các điều khoản của hợp đồng với Hội Nhân Viên Giảng Dạy. Thời gian chính thức cho việc xét duyệt này sẽ diễn ra trong năm học 1999-2000.")*

Vào ngày 12-11-1999, tôi nhận được Văn Thư của Ông Ken Ladd, Phó Giám Đốc Thư Viện Đại Học Saskatchewan và cũng là Chủ Tịch, Ủy Ban Biên Chế Thường Trực của Thư Viện, báo tin là Ủy Ban đã bỏ phiếu đề nghị tôi vào biên chế thường trực, với lời lẽ như sau:

"On behalf of the Library Permanent Status Committee I am pleased to inform you that the Committee has voted to recommend that you be granted permanent status. Our recommendation is now forwarded to the University Review Committee. That Committee should notify you of its recommendation by January 31, 2000."

(Xin tạm dịch sang Việt ngữ như sau: *"Thay mặt Ủy Ban Biên Chế Thường Trực của Thư Viện, tôi vui mừng báo tin cho ông là Ủy Ban đã bỏ phiếu tán thành khuyến cáo cho ông vào biên chế thường trực. Đề nghị này đang được chuyển đến Ủy Ban Duyệt Xét của Đai Học. Ủy Ban đó sẽ thông báo cho ông khuyến cáo của họ trước ngày 31 tháng Giêng năm 2000.").*

Và sau đó, vào ngày 10-1-2000, tôi cũng đã nhận được Văn Thư của Tiến sĩ Michael Atkinson, Phó Viện Trưởng Đặc Trách Học Vụ, và cũng là Chủ Tịch Ủy Ban Duyệt Xét của Đại Học, thông báo là tôi đã chính thức được nhận vào biên chế thường trực của Đại Học Saskatchewan, kể từ ngày 1-7-2000, với lời lẽ như sau:

"The University Review Committee has concluded its

consideration of recommendations for tenure. I am pleased to advise you that the Committee voted to recommend to the Board of Governors that you be granted permanent status effective 1 July 2000.

The award of tenure is an extremely important step for both you and the university. In addition to being an important stage in your own career development, the awarding of tenure represents the University's long-term commitment to you in recognition of the satisfactory performance of your duties during your first years at the University of Saskatchewan."

(Xin tạm dịch sang Việt ngữ như sau: "Ủy Ban Duyệt Xét của Đại Học đã xem xét khuyến cáo cho ông vào biên chế thường trực và đã có kết luận. Tôi rất vui mừng thông báo cho ông là Ủy Ban đã bỏ phiếu tán thành và sẽ khuyến cáo lên Hội Đồng Quản Trị của Viện Đại Học để ông được vào biên chế thường trực kể từ ngày 1 Tháng 7 năm 2000. Việc ban tặng quy chế thường trực là một bước tiến vô cùng quan trọng đối với ông cũng như đối với Viên Đại Học. Ngoài việc thể hiện một giai đoạn quan trọng trong sự phát triển nghề nghiệp của ông, việc ban tặng đó còn thể hiện sự cam kết lâu dài của Viện Đại Học đối với ông qua việc công nhận ông đã công tác tốt trong những năm đầu tiên tại Đại Học Saskatchewan,")

Một vài tuần sau đó, tôi được BĐHTV thăng cấp, đề cử tôi giữ chức vụ mới là Trưởng Khối Dịch Vụ Kỹ Thuật, chịu trách nhiệm cả 2 Ban của Khối là Ban Thủ Đắc (Acquisitions Department) và Ban Biên Mục, và đồng thời tôi cũng trở thành một thành viên thường trực của BĐHTV.

Thăng Cấp Lên QTTV Bậc IV

Gần hai năm sau khi tôi vào biên chế thường trực, với sự hỗ trợ mạnh mẽ của Ông Frank Winter, Giám Đốc Thư Viện, vào ngày 15-9-2001, tôi đã nộp đơn xin thăng cấp lên QTTV Bậc IV. Tiến trình này, kéo dài hơn 6 tháng, đã là một kinh nghiệm thật cay đắng đối với tôi. Đầu tiên là nó bị bác bỏ bởi Ủy Ban Thăng Cấp (III-IV) Của Thư Viện bởi một nhóm QTTV Bậc IV. Những người này, do lòng ganh ghét nhỏ mọn, đã có hành động đâm sau lưng tôi. Lý do là vì tất cả bọn họ đều đã từng phục vụ Thư Viện hơn 20 năm mới lên được đến Bậc IV nên họ không vui khi thấy tôi có thể thực hiện được việc thăng cấp như vậy với thời gian phục vụ chưa tới 5 năm. Họ cố tình quên rằng khi về Trường tôi đã được xếp vào Bậc III rồi. Tôi đã phản công lại một cách vô cùng quyết liệt bằng cách gởi đơn khiếu nại lên Ủy Ban Duyệt Xét Của Đại Học, với những dữ liệu, bằng chứng không thể chối cãi được, cho thấy rõ sự bất công của Ủy Ban Thăng Cấp (III-IV) Của Thư Viện như sau:

• **Điều thứ nhứt là**: ủy ban của thư viện đã hoàn toàn bỏ qua, làm ngơ, không đếm xỉa gì đến Bảng Tiêu Chuẩn Của Thư Viện Về Thăng Cấp và Vào Biên Chế Thường Trực đã được Viện Đại Học thông qua vào ngày 21-4-1992 (***University Library Standards for Promotion and Permanent Status of April 21, 1992***), mà tôi đã dựa vào khi làm đơn xin thăng cấp lên Bậc IV. Trong đơn này, tôi đã ghi ra, với bằng chứng rõ ràng, là tôi đã đáp ứng tất cả những đòi hỏi được liệt kê trong Bảng Tiêu Chuẩn vừa nói cho 5 Tiêu Chuẩn sau đây: 1) Thể Hiện Khả Năng Chuyên Môn (Practice of Professional Skills); 2) Thực Hiện Các Công Tác Nghiên Cứu (Research and Scholarly Work); 3) Đóng Góp Vào Các Trách Nhiệm Về Hành Chánh Của Viện Đại Học (Contributions to the Administrative Responsibilities of the University); 4) Đóng Góp Vào Các Hoạt Động Mở Rộng Của Đại Học (Contributions to Extension); và, 5) Phục Vụ Công Chúng và Đóng Góp Cho Các Đoàn Thể Đại Học và Chuyên Môn (Public Service and Contributions to Academic and Professional Bodies).

• **Điều thứ hai là**: Tất cả các lý do mà ủy ban của thư viên đưa ra trong việc bác bỏ đơn xin thăng cấp của tôi ***không những*** không liên quan gì đến 5 Tiêu Chuẩn đã nói bên trên ***mà còn*** hoàn toàn mang tính cách đánh lừa (misleading) và bóp méo sự thật (fact twisting). Sau đây là một vài thí dụ trong bảng khiếu nại của tôi:

o ***Creation of the Library's Electronic Journals Database: the statement "this particular database had begun before the task force began its work" is also misleading. As you can***

see from the attached Document 1, extracted from the Final Report of the TSAC Electronic Journals Task Force, the profile for a "prototype" Electronic Journals Database was the result of the work of this Task Force, which I chaired. The database mentioned in that misleading statement was a different one that was subsequently replaced by the one designed by the Task Force. (Xin tạm dịch sang Việt ngữ như sau: *"Việc Tạo Ra Cơ Sở Dữ Liệu Tạp Chí Điện Tử Của Thư Viện: phát biểu "cơ sở dữ liệu đó đã được bắt đầu trước khi ủy ban đặc nhiệm bắt đầu công việc" cũng là mang tính đánh lừa. Như quý vị có thể nhận ra trong Tài Liệu Số 1, được trích ra từ Báo Cáo của Ủy Ban Đặc Nhiệm về Tạp Chí Điện Tử mà tôi là Chủ Tịch. Cái cơ sở dữ liệu đã được nói đến trong phát biểu đó là một cơ sơ dữ liệu khác và đã được thay thế bởi cơ sở dữ liệu mà Ủy Ban Đặc Nhệm đã tạo ra.")*

o ***Blackwell's Table of Contents project: the statement "In Section 2.2 Committee members felt that credit for the implementation of the Blackwell's Table of Contents project belongs primarily to a member of the Library's Information Technology Services Division…" is an incredible twisting of what I said in my Appeal. What I said in Section 2.2 of my Appeal was about Internal Communication. The paragraph containing information about the Blackwell's Table of Contents project was to prove that I have been in close communication with Marian Dworaczek, Head of Acquisitions Department. I did not claim any credit for the implementation of that project at all.*** (Xin tạm dịch sang Việt ngữ như sau: *"Dự án Bảng Mục Lục Của Blackwell: phát biểu "Trong Phần 2.2. các thành viên của ủy ban cảm thấy công lao trong việc thực hiện Dự án Bảng Mục Lục Của Blackwell trước tiên phải được xem là thuộc về một thành viên trong Khối Công Nghệ Thông Tin của Thư Viện ..." là một sự bóp méo không thể tưởng tượng được những gì tôi đã ghi ra trong bảng khiếu nại của tôi. Điều tôi nói trong Phần 2.2 của bảng khiêu nại của tôi là về vấn đề Truyền Thông Trong Nội Bộ. Cái đoạn văn có chứa thông tin về Dự Án Bảng Mục Lục Của Blackwell là để chứng minh tôi đã giữ liên hệ chặt chẽ với Marian Dworaczek, Trưởng Ban Thủ Đắc. Tôi hoàn toàn không có dành công gì hết cho tôi trong việc thực hiện dự án đó.")*

• **Điều thứ ba là**: Trong khi bác bỏ từng điểm một mà ủy ban thư viện đã đưa ra, tôi đã cung cấp những bằng chứng rõ ràng, không thể chối cãi được, phần lớn là trích ra từ các Văn Thư hoặc các Báo Cáo mà tôi đã chính thức trình lên cho BĐHTV.

Kết quả của sự khiếu nại của tôi với Ủy Ban Duyệt Xét Của Đại Học là một xác minh tuyệt đối của Ủy Ban cho sự bất công mà tôi đã là nạn nhân. Vào ngày 20-3-2002, tôi nhận được văn thư chính thức từ Tiến sĩ Michael Atkinson, Phó Viện Trưởng Đặc Trách Học Vụ, và cũng là Chủ Tịch của Ủy Ban Duyệt Xét Của Đại Học, thông báo là Ủy Ban đã chấp thuận và khuyến cáo với Hội Đồng Quản Trị của Đại Học cho tôi được thăng cấp lên QTTV Bậc IV, với lời lẽ như sau:

> ***"On behalf of the University Review Committee, I am pleased to inform you that the Committee has recommended to the Board of Governors that you be promoted to the rank of Librarian IV effective July 1, 2002. Congratulations! You should receive a letter from the Board of Governors later this month.***
>
> ***The documentation provided supporting your case demonstrates that your colleagues, both on campus, across Canada, and beyond, have recognized your accomplishments to date. Our recommendation to the Board of Governors is a vote of confidence in you as a senior member of the university community and in your continuing contribution to the academic life and vitality of the University of Saskatchewan."***
>
> (Xin tạm dịch sang Việt ngữ như sau: *"Thay mặt Ủy Ban Duyệt Xét của Đại Học, tôi vui mừng báo tin cho ông là Ủy Ban đã khuyến cáo với Hội Đồng Quản Trị của Đại Học để ông được thăng cấp lên Quản Thủ Thư Viện Bậc IV kể từ ngày 1 Tháng 7 năm 2002. Xin chúc mừng ông! Ông sẽ nhận được văn thư của Hội Đồng Quản Trị vào cuối tháng này. Hồ sơ đã được đệ trình để hỗ trợ cho trường hợp của ông đã chứng minh rằng các đồng nghiệp của ông tại trường cũng như từ khắp Canada, và cả quốc tế, đã công nhận những thành quả mà ông đã đạt được cho đến ngày hôm nay. Khuyến cáo của chúng tôi với Hội Đồng Quản Trị của Đại Học là một lá phiếu xác nhận sự tin tưởng của chúng tôi đối với ông với tư cách là một thành viên cao cấp của cộng đồng đại học, và đối với sự tiếp tục đóng góp của ông cho sự nghiệp và sức sống của Đại Học Saskatchewan.")*

Nghỉ Phép Một Năm Để Làm Nghiên Cứu

Cuộc suy thoái kinh tế vào năm 2001 đưa đến việc Đại Học bị cắt giảm ngân sách, và Thư Viện bắt đầu bị ảnh hưởng. Ban Thủ Đắc đã được chỉ thị phải cắt bớt 1.000 nhan đề tạp chí. Tôi cũng nhận được chỉ thị phải nghiên cứu thực hiện công tác biên mục tại ngoại. Bước đầu tiên tôi phải làm là thực hiện một cuộc duyệt xét lại toàn bộ công tác biên mục trong Thư Viện. Cuộc duyệt xét này cho biết 2 điều chính yếu và quan trọng như sau: 1) Thời gian để cho một tài liệu, từ lúc được đặt mua cho đến lúc được xếp lên kệ, sẵn sàng cho độc giả có thể mượn ra, là từ 4 đến 6 tuần lễ (trừ trường hợp các tài liệu được xếp vào loại "KHẨN."); và 2) Chi phí để hoàn thành toàn bộ các khâu, từ đặt mua, biên mục và trị thư, cho một tài liệu là vào khoảng gần 22 đô la. Sau khi cuộc duyệt xét hoàn tất, tôi được BĐHTV cử đi Winnipeg, thủ đô của tiểu bang Manitoba, để tìm hiểu về vấn đề biên mục tại ngoại. Tôi đã đến viếng thăm Công ty OCLC Canada LTS (LTS = Library Technical Services). Tại đây tôi được biết Công ty có một đội ngũ nhân viên còn lớn hơn cả Ban Biên Mục của Thư Viện Đại Học Saskatchewan, với tổng số trên 20 QTTV Biên Mục Viên chuyên nghiệp, và trên 30 nhân viên bán chuyên nghiệp. Công ty OCLC Canada LTS cũng cho biết thêm 2 điều: 1) Họ chỉ tính giá có 5 đô la cho một tài liệu; và 2) Họ lại bảo đảm thời gian cho tất cả các khâu công tác là 2 tuần lễ mà thôi. Tôi cũng dành thời gian đến viếng thăm Thư Viện của Viện Đại Học Manitoba, và được cho biết là Thư Viện rất hài lòng với công tác biên mục tại ngoại do Công Ty OCLC Canada LTS cung cấp cho họ. Sau khi trở về Saskatoon và nộp báo cáo về chuyến đi Winnipeg cho BĐHTV, tôi đã thấy rõ là cái khuynh hướng làm biên mục tại ngoại rõ ràng là không thể cưỡng lại được, và nó cũng báo hiệu là ngày tàn của Ban Biên Mục của tôi cũng sắp đến rồi. Và quả thật sau đó, BĐHTV đã quyết định sẽ thực hiện công tác biên mục tại ngoại. Tôi phải liên lạc với Công ty OCLC Canada LTS và bắt đầu thực hiện bước chuẩn bị cho công tác biên mục tại ngoại. Với sự cộng tác của Công ty, tôi đã thiết lập Bảng Liệt Kê Các Yêu Cầu của Thư Viện để Công ty theo đó thực hiện các biểu ghi thư mục cho OPAC của Thư Viện. Khi tất cả mọi việc đã chuẩn bị xong cho công tác biên mục tại ngoại với OCLC Canada LTS thì cũng là lúc tôi rời trường, nghỉ phép một năm để đi làm công tác nghiên cứu, bắt đầu vào ngày 1-7-2003.

Theo hợp đồng ký kết giữa nghiệp đoàn giáo chức và Đại Học, các giáo sư của Trường đã vào biên chế thường trực có quyền nghỉ phép (có hưởng lương) để đi làm công tác nghiên cứu (Sabbatical Leave) theo quy định như sau: 1) Nghỉ phép 6 tháng (hưởng 100% lương) sau mỗi 3 năm công tác; và, 2) Nghỉ phép trọn một năm (hưởng 80% lương) sau mỗi 6 năm công tác. Tôi đã quyết định nghỉ trọn một năm, từ ngày 1-7-2003 cho đến hết ngày 30-6-2004. Trong đơn xin nghỉ phép, tôi đề nghị một chương trình nghiên cứu gồm 2 dự án như sau:

- Dự án thứ nhứt: làm một cuộc nghiên cứu về vấn đề ***"Kiểm Tra Phẩm Chất trong Công Tác Biên Mục Tại Ngoại tại Các Thư Viện Đại Học Của Bắc Mỹ."***

- Dự án thứ nhì: thực hiện cho Thư Viện Đại Học Saskatchewan một **"Cơ Sở Dữ Liệu Trực Tuyến Trên Web Các Tài Liệu Đã Giải Mật Trong Khoảng Thời Gian 1975-2000 Của Cơ Quan Trung Ương Tình Báo Hoa Kỳ Về Chiến Tranh Việt Nam."**

Vào ngày 28-10-2002, tôi nhận được văn thư chính thức của Tiến sĩ Mark Evered, Vice-Provost, và cũng là Chủ Tịch của Ủy Ban Nghỉ Phép Đi Làm Nghiên Cứu (Sabbatical Leave Committee), thông báo là Ủy Ban đã chấp thuận cho tôi được nghỉ phép. Trong thời gian nghỉ phép một năm này, tôi đã thành công, hoàn tất được cả hai dự án nghiên cứu, và kết quả của hai dự án nghiên cứu này đã được tôi viết thành hai bài báo, một cho tạp chí ***Cataloging & classification quarterly***, và một cho tạp chí ***Online***.[9, 10].

Rời Chức Vụ Chỉ Huy Và Nghỉ Hưu

Trước khi đi nghỉ phép, tôi đã thông báo cho Ông Frank Winter, Giám Đốc Thư Viện, ý định của tôi là sẽ rời các chức vụ chỉ huy của Ban Biên Mục và Khối Dịch Vụ Kỹ Thuật. Do đó khi trở về Trường, tôi đã được bổ nhiệm vào chức vụ Biên Mục Viên Nguyên Thủy Cao Cấp (Senior Original Cataloguer), mà tôi đã giữ trong hai năm, với một phần trách nhiệm là Kiểm Tra Phẩm Chất (Quality Control) của công tác biên mục tai ngoại với Công ty OCLC Canada LTS, cho đến khi tôi nghỉ hưu sớm vào ngày 1-7-2006 lúc tôi được 65 tuổi, mặc dù Viện Đại Học đã quyết định cho phép tôi được làm việc cho đến ngày 1-7-2009, tức là cho đến 68 tuổi. Hai đứa con trai của vợ chồng tôi đã đến Saskatoon để giúp vợ chồng tôi dọn nhà trở về ngôi nhà thân yêu của chúng tôi tại thành phố Hamilton, tỉnh bang Ontario.

Sự nghiệp 33 năm (1973-2006) làm Quản Thủ Thư Viện chuyên nghiệp của tôi đã chấm dứt một cách tốt đẹp khi, vào ngày 21-9-2006, tôi nhận được văn thư chính thức của Tiến sĩ Jim Germida, Vice-Provost của Viện Đại Học Saskatchewan, báo cho tôi biết là Hội Đồng Quản Trị của Đại Học đã đồng ý ban cho tôi danh hiệu Librarian Emeritus.

CHƯƠNG SÁU
ĐÓNG GÓP CHO ĐẤT NƯỚC DUNG THÂN

Hình 6.1. Bản Tin của Thư Viện Đại Học Saskatchewan giới thiệu Lâm Vĩnh-Thế

QUAN HỆ ĐẶC BIỆT VỚI CANADA

Bây giờ, sau khi đã sống tại Canada được 40 năm (1981-2021), nhìn lại tôi hoàn toàn ý thức rằng việc tôi đến và sống tại Canada không phải do tình cờ. Do cơ duyên tiền định khiến cho những người trong gia đình tôi và Canada đã có một mối quan hệ đặc biệt. Cơ duyên đó xuất phát từ hoàn cảnh đặc biệt của cuộc giao tiếp đầu tiên giữa Canada và Việt Nam. Đó là vào năm 1954 khi cuộc Chiến Tranh Đông Dương Lần Thứ Nhứt, hay nói cho đúng hơn là cuộc Chiến Tranh Việt-Pháp, sắp đi đến chỗ kết thúc. Canada được mời tham gia vào Ủy Ban Quốc Tế Kiểm Soát Đình Chiến do Hiệp Định Genève được các phe lâm chiến ký kết vào ngày 20-7-1954 tạo ra.[1] Vì vai trò trong Ủy Ban, Canada bị bắt buộc phải giữ thái độ trung lập đối với cả 2 miền Nam và Bắc Việt Nam. Vì vậy Canada đã không thể thiết lập bang giao chính thức với Miền Nam. Tuy nhiên, điều đó đã không ngăn cản được Canada tìm cách giúp Miền Nam, tức là VNCH. Sinh viên VNCH đã được cấp học bổng du học tại các đại học của Canada qua Chương Trình Colombo. Anh tôi, Lâm Vĩnh Tế, là một trong những sinh viên Việt Nam đầu tiên đến Canada và đã theo học tại Đại Học Montréal vào năm 1960. Anh đã tốt nghiệp Tiến sĩ về Hóa Lý vào năm 1967 và sau đó đã làm nghiên cứu hậu-tiến-sĩ trong hai năm (1967-1969) tại Hội Đồng Khảo Cứu Quốc Gia Canada tại Ottawa (National Research Council Canada). Sau hai năm dạy học tại Trường Đại Học Sherbrooke, anh chuyển về dạy tại Trường Cao Đẳng (CEGEP = Collège d'enseignement général et professionnel) Bois-de-Boulogne ở Montréal. Một vài năm sau đó, anh được các đồng nghiệp bầu vào chức vụ Trưởng Ban Hóa Học của CEGEP này. Đó là thời điểm mà VNCH đã thua trận và gia đình tôi bị kẹt lại trong nước. Với rất nhiều cố gắng, sau cùng, anh tôi đã mang được cả hai gia đình của chị tôi và của tôi sang định cư tại Canada.

Đối với tôi, Canada là đất nước đã cho tôi cơ hội thứ nhì trong cuộc đời, cơ hội tổ chức lại cuộc sống cho gia đình tôi và giúp tôi xây dựng lại sự nghiệp. Đối với cuộc sống cá nhân, tôi đã sống nửa cuộc đời tại Việt Nam (1941-1981), và nửa cuộc đời tai Canada (1981-2021). Về cuộc đời làm QTTV chuyên nghiệp 33 năm của tôi, tôi chỉ công tác có 8 năm tại Việt Nam (1973-1981) nhưng đã công tác đến 25 năm tại Canada (1981-

2006). Khi tôi ra khỏi Việt Nam vào năm 1981, tôi không còn là công dân Việt Nam nữa, nhưng đồng thời cũng không phải là công dân của một nước nào cả. Vì vậy việc trở thành công dân Canada vào năm 1985 là một biến cố có tác động rất mạnh về tâm lý và tình cảm đối với tôi. Tôi cảm thấy vĩnh viễn mang trọng ân đối với Canada đã chấp nhận cưu mang tôi và đã ban cho tôi cơ hội thứ nhì đó trong đời tôi. Mặc dù bản thân tôi đã cố gắng tối đa trong việc tái tạo cuộc sống cho gia đình tôi và xây dựng lại sự nghiệp của chính tôi, nhưng rõ ràng là đất nước và người dân Canada đã tạo môi trường thuận lợi và cơ hội tốt đẹp cho tôi. Tôi đã tự nhủ lòng rằng tôi sẽ cố gắng làm hết sức mình với tư cách là một QTTV chuyên nghiệp để đóng góp cho đất nước Canada hầu có thể trả lại phần nào món nợ tinh thần này. Và tôi thật lòng nghĩ rằng tôi đã có cố gắng làm chuyện đó trong thời gian công tác tại CCHOS tại Hamilton và tại Thư Viện của Đại Học Saskatchewan tại Saskatoon.

Đóng Góp cho Thư Tịch Quốc Gia Canada về Sức Khỏe và An Toàn Lao Động

Vào năm 1986, khi CCOHS, trung tâm thông tin quốc gia của Canada về vấn đề Sức Khỏe và An Toàn Lao Động (SKATLĐ), đổi tên Online Catalogue thành Database and Information Resource Development, tôi được giao trách nhiệm mới là thực hiện và phát triển một loạt các CSDL về thư tịch. Một trong các CSDL này mang tên là CANADIANA, chính là một hình thức chuyên đề của Thư Tịch Quốc Gia Canada, gồm tất cả những tài liệu về SKATLĐ xuất bản tại Canada, của các tác giả người Canada, và về các vấn đề SKATLĐ tại Canada. Hai năm sau, tất cả các CSDL thư tịch đó, bao gồm cả CSDL CANADIANA, được đưa vào các đĩa CD-ROM mang tên là CCINFOdisc sản xuất một năm 4 lần, và được bán ra trên khắp thế giới. Canada trở thành quốc gia đi đầu trên thế giới trong việc cung cấp những thông tin đáng tin cậy nhứt về SKATLĐ, nhờ vào những thủ tục về kiểm phẩm mà chúng tôi đã thực hiện trong việc sản xuất CSDL CANADIANA cũng như các CSDL khác trong CCINFOdisc. Tôi cảm thấy cần thông báo cho cộng đồng thông tin và thư viện của Canada về công việc sản xuất cũng như kiểm phẩm CSDL Thư Tịch Quốc Gia CANADIANA này. Bài viết của tôi sau đó đã được in trong tạp chí chuyên môn của Hội Thông Tin Học Canada, ***Canadian journal of information science***, số tháng 4-1992, dưới tựa đề là: ***"Quality control for a bibliographic database."*** [2]

Sau phần trình bày chi tiết về cấu trúc và nội dung của CSDL, bài viết đưa ra một vài thí dụ cho thấy CSDL CANADIANA có thể trả lời thỏa đáng các câu hỏi tiêu biểu mà các chuyên viên về SKATLĐ có thể phải trả lời cho công nhân viên chức trong công việc hàng ngày của họ tại các cơ quan hay xí nghiệp, như sau:

• Chúng tôi được biết là Bộ Lao Động Tỉnh Bang Ontario đã đề nghị một số thay đổi quan trọng trong luật về SKATLĐ và đã có in ra một tài liệu nói về các thay đổi này vào năm 1989. Chúng tôi có thể tìm được tài liệu này trong CSDL CANADIANA hay không?

• Chúng tôi đang trong giai đoạn thực hiện chương trình WHMIS (Workplace Hazardous Materials Information System, một bộ luật về SKATLĐ áp dụng trên toàn Canada) trong công ty. Chúng tôi muốn làm một cuộc kiểm tra đối với các nguy cơ về bệnh tật có thể xảy ra trong công ty. CSDL CANADIANA có cho biết các tài liệu về cách làm kiểm tra như vậy hay không?

• Hội Y Tế Canada có một chủ trương chính thức về vấn đề xét nghiệm việc sử dụng ma túy trong các cơ quan xí nghiệp hay không?

Bài viết trình bày cách tìm tài liệu trong CSDL CANADIANA một cách thật chi tiết với từng bước một để tìm ra các câu trả lời cho các câu hỏi nêu ra. Kế tiếp, bài viết nói đến các thủ tục về kiểm phẩm, gồm cả các thủ tục do máy điện tử thực hiện, các thủ tục do nhân viên thực hiện, và các thủ tục do cấu trúc của tổ chức bảo đảm; tất cả phối hợp thành một hệ thống kiểm phẩm chặt chẽ để bảo đảm sẽ không có những lỗi lầm cho Thư Tịch Quốc Gia Canada về SKATLĐ mà công nhân viên chức Canada có thể hoàn toàn tin tưởng và an tâm sử dụng trong nơi làm việc của họ.

Cải Thiện OPAC của Thư Viện Đại Học Saskatchewan

Tôi bắt đầu làm việc tại Thư Viện của Đại Học Saskatchewan vào tháng 9-1997 với chức vụ Trưởng Ban Biên Mục. Tại thời điểm này, thư mục điện tử trực tuyến (Online Public Access Catalogue = OPAC) của Thư viện đã chứa đến gần một triệu biểu ghi thư mục rồi, nhưng trong đó cũng có rất nhiều biểu ghi không theo đúng các tiêu chuẩn về biên mục AACR2 (Anglo-American Cataloging Rules, 2nd Edition = Bộ Quy Tắc Biên Mục Anh-Mỹ, Ấn Bản Thứ Nhì) và MARC (**MA**chine-**R**eadable **C**ataloging = Biên Mục Máy Đọc Được, bộ tiêu chuẩn để làm Biên Mục tự động trên máy tính điện tử) , và, vì vậy, cần phải được thanh lọc. Sau một cuộc điều tra rất cẩn thận nhằm thu thập những dữ kiện cần thiết và hiểu thật rõ cách làm, tôi đã thiết kế và thực hiện một dự án Kiểm Soát Tiêu Đề Chuẩn (KSTĐC; tiếng Anh gọi là Authority Control = AC) theo lối tại ngoại với một công ty của Hoa Kỳ chuyên về công tác Kiểm Soát Tiêu Đề Chuẩn Tại Ngoại (KSTĐCTN; tiếng Anh là Authority Control outsourcing) mang tên là Library Technologies, Inc. (LTI). Tôi cho thành lập một Nhóm Công Tác Đặc Trách KSTĐC (AC Ad-hoc Working Group) trong Ban Biên Mục để đảm nhiệm các công tác chuẩn bị thật kỹ lưỡng trong Thư viện với sự cộng tác chặt chẽ của Bà Anne-Marie Moulin, Trưởng Ban Công Tác của Khối Công Nghệ Thông Tin (Operations Manager, Information Technology Services, ITS). Sau khi mọi công tác chuẩn bị hoàn tất, toàn bộ OPAC của Thư viện được tách ra thành 17 băng điện tử (16 băng với mỗi băng chứa 60.000 biểu ghi thư mục, và 1 băng chứa khoảng 18.000 biểu ghi) và gửi sang Mỹ cho LTI theo lối FTP (File Transfer Protocol). Sau khoảng 8 tuần lể, LTI hoàn tất công tác thanh lọc toàn bộ 17 băng điện tử đó và gửi trả lại Thư viện. ITS đã làm việc trong 2 tuần lễ để nhập lại toàn bộ các biểu ghi thư mục đã được thanh lọc này vào OPAC. Mặc dù đã thiết kế, chuẩn bị và thực hiện thật cẩn thận dự án KSTĐC này, một số chuyện bất ngờ cũng đã xảy ra như sau:

• 446 biểu ghi thư mục cho các sách giáo khoa trong khu vực SÁCH DÀNH RIÊNG (RESERVE) đã bị cắt mất số xếp kệ (Call Numbers)

• 2.182 biểu ghi thư mục thực hiện trong thời gian hai tháng 1 và 2 của năm 1999 đã bị mất một số dữ kiện thư tịch

• Trường 856 (Electronic Location and Access = Địa chỉ và truy cập tài liệu trên mạng) đã bi xóa mất trong 486 biểu ghi thư mục (cho một tổng số 515 lần xuất hiện của Trường 856)

Tất cả các chuyện đáng tiếc này sau đó đã được nhân viên Ban Biên Mục giải quyết thỏa đáng với sự cộng tác chặt chẽ của LTI và INNOPAC. Sau đó, kể từ tháng 8-1999, Ban Biên Mục bắt đầu sử dụng dịch vụ hàng tuần gọi là KSTĐC Cấp Tốc (Authority Express) của LTI. Mỗi buổi sáng Thứ Năm trong tuần, nhân viên LA-5 của đơn vị phụ trách KSTĐC (AC Unit) của Ban Biên Mục sẽ gửi sang cho LTI theo lối FTP một hồ sơ điện tử chứa tất cả các tiêu đề mới thực hiện trong tuần. Thông thường khoảng hai giờ sau thì Ban Biên Mục sẽ nhận lại hồ sơ đó đã được LTI thanh lọc. Nhân viên LA-5 đó sẽ nhập lại các biểu ghi thư mục có tiêu đề mới đã thanh lọc đó vào OPAC, và sau đó trình lên cho Trưởng Ban Biên Mục một báo cáo về công tác đó. Trong báo cáo, ngoài bảng tóm tắt các thanh lọc của LTI, sẽ có một danh sách của tất cả các tiêu đề mà LTI không tìm được. Trưởng Ban Biên Mục sẽ duyệt lại danh sách này và giải quyết thỏa đáng theo đúng các tiêu chuẩn AACR2 và MARC.[3] Từ cuối năm 1999 trở đi, OPAC của Thư viện Đại Học Saskatchewan đã có trên một triệu biểu ghi thư mục với phẩm chất cao, hoàn toàn đúng theo các tiêu chuẩn biên mục AACR2 và MARC.

Dịch Vụ Tạp Chí Điện Tử

Từ những năm giữa thập niên 1990, các tạp chí điện tử đã trở thành một thực tế có một tác động lớn đến các thư viện đại học. Các thư viện đại học đã không thể làm ngơ trước những lợi ích mà tạp chí điện tử đem lại, như liệt kê sau đây:[4]

- ***electronic journals allow for more speed in the scientific communication process***
- ***electronic articles are not limited in size***
- ***it is possible to add experimental data, software, and even multimedia extensions like simulations***
- ***articles can be linked with the body of scholarly literature***
- ***there is a promise of a more open peer review process***
- ***electronic journals demand no library space nor shelving costs nor can they be stolen from the library***
- ***electronic journals are available 24 hours a day, 7 days a week***
- ***electronic journals can easily be merged with alerting services***

(Xin tạm dịch sang Việt ngữ như sau:

- Tạp chí điện tử giúp cho việc phổ biến thông tin khoa học được nhanh hơn nhiều
- Tạp chí điện tử không bị giới hạn về kích thước
- Có thể đưa vào các tạp chí điện tử các số liệu thực nghiệm, các phần mềm điện toán, và ngay cả những thông tin đa phương tiện như là các mô phỏng (simulations)
- Các bài viết trong các tạp chí điện tử có thể được nối kết với các tài liệu nghiên cứu khác
- Tạp chí điện tử có khả năng tạo ra một tiến trình xét duyệt các bài viết rộng rãi hơn nhiều
- Tạp chí điện tử không cần kệ chứa trong thư viện và cũng không sợ bị đánh cắp
- Tạp chí điện tử có thể được sử dụng 24 giờ một ngày, và 7 ngày một tuần
- Tạp chí điện tử có thể nhập chung vào với dịch vụ thông báo về tài liệu mới của thư viện một cách dễ dàng)

Tại các thư viện đại học của Canada nói chung và tại thư viện của Đại Học Saskatchewan nói riêng, các cấp lãnh đạo phải tìm cách đối phó có hiệu quả với vấn đề mới nổi lên này, đặc biệt là trong tình hình tài chánh khó khăn do việc ngân sách bị cắt giảm, ở cả bình diện liên bang và tỉnh bang.

Giải pháp đã được tìm ra khi 64 thư viện đại học của Canada liên kết lại thành một tập đoàn và thực hiện một chương trình cho cả nước gọi là Dự Án Quốc Gia Canada Về Hợp Đồng Sử Dụng Tạp Chí Điện Tử (Canadian National Site Licensing Project = CNSLP). Đây là một chương trình được thực hiện trong 3 năm với kinh phí là 50 triệu đô la Canada do sự tài trợ của Tổ Chức Hỗ Trợ Đổi Mới Canada (Canadian Foundation for Innovation = CFI), của tất cả 64 viện đại học, và của 10 chính phủ các tỉnh bang, nhằm cung cấp việc truy dụng vào khoảng 700 tạp chí điện tử (với truy cập toàn văn), 2 tạp chí phê bình (cũng truy cập toàn văn), và 3 hệ thống cung cấp bảng dẫn (indexing) cho khoảng 8.000 tạp chí. Tại Thư Viện của Đại Học Saskatchewan, nhờ kinh nghiệm thu thập được từ công tác tích cực ở vai trò Chủ Tịch của 2 ủy ban đặc nhiệm "E-Documents and the Catalogue Task Force" và "TSAC E-Journals Task Force," tôi đã có thể cộng tác rất chặt chẽ và nhịp nhàng với David Fox, Trưởng Khối Công Nghệ Thông Tin của Thư Viện (Information Technology Services = ITS). Chúng tôi đã thành công trong việc thực hiện được một hệ thống dịch vụ vừa nhanh chóng vừa có hiệu quả cao giúp cho các giáo sư và sinh viên của trường tiếp cận và truy dụng được các sản phẩm mà chương trình CNSLP cung cấp. Hệ thống dịch vụ này là một tổng hợp giữa Công Nghệ Thông Tin (IT) và Biên Mục (Cataloging). Về phương diện IT, hệ thống cung cấp nhiều phương cách khác nhau trong việc quản lý về các khía cạnh nhận diện (authentication) cũng như truy cập (access) áp dụng trong một môi trường tạp chí điện tử liên kết và nối mạng (networked e-journals). Về phương diện Biên Mục, hệ thống dịch vụ này cũng giải quyết tốt vấn đề phối hợp nhịp nhàng giữa hai tiêu chuẩn ISBD (ER) (International

Standard of Bibliographic Description (Electronic Resources) = Tiêu Chuẩn Quốc Tế về Biên Mục Mô Tả (Tài Liệu Điện Tử)) và AACR2 (Anglo-American Cataloging Rules, Second Edition = Quy Tắc Biên Mục Anh- Mỹ, Ấn Bản Lần Thứ Hai) để giải quyết vấn đề đang gây tranh cãi trong cộng đồng thư viện tại thời điểm này là nên thực hiện một biểu ghi thư mục duy nhứt hay hai biểu ghi thư mục riêng biệt cho hai dạng tạp chí đang được sử dụng là tạp chí in trên giấy và tạp chí điện tử. Nhờ quan hệ công tác tốt đã có từ thời gian của Dự Án Tiêu Đề Chuẩn vào năm 1998 giữa ITS và Ban Biên Mục, David và tôi đã giải quyết được tất cả mọi khó khăn, vượt qua được thử thách lớn này, và đã giúp cho Thư Viện Đại Học Saskatchewan gặt hái được những lợi ích to lớn do dự án CNSLP đem lại. Khi mọi việc hoàn tất tốt đẹp, David và tôi đã viết chung một bài báo đã được đăng trong tạp chí ***Serials librarian***. [5]

Huấn Luyện Nhân Viên Trung Cấp Của Thư Viện

Khi theo học tại Trường Thư Viện của Viện Đại Học Syracuse, tôi đã quyết định chọn ngành Biên Mục làm chuyên môn của tôi. Đó là lý do tôi đã học đến ba giáo trình về môn Biên Mục trong thời gian hai năm theo học tại Trường. Sau khi tốt nghiệp năm 1973 và trở về Việt Nam, tôi đã giảng dạy môn Biên Mục tại Đại Học Vạn Hạnh. Khi tôi tìm được việc làm đầu tiên tại Canada vào năm 1982 thì đó là một công việc về Biên Mục. Công việc đầu tiên của tôi tại Thư Viện của Đại Học Saskatchewa là Trưởng Ban Biên Mục, và công việc cuối cùng trước khi nghỉ hưu vào năm 2006 là Biên Mục Viên Cao cấp về Biên Mục Nguyên Thủy. Có thể nói không quá đáng là tôi đã làm công tác thư viện trọn đời trong ngành chuyên môn là Biên Mục.

Vào năm 1985, khi Bà Wendy Newman, về sau trở thành Chủ Tịch Hội Thư Viện Canada vào năm 2003, ngỏ ý muốn tôi thay thế Bà giảng dạy môn Biên Mục Mô Tả tại Trường Đại Học Cộng Đồng Mohawk ở Hamilton, tôi đã cảm thấy rất vinh dự và nhận lời ngay. Nói cho đúng, đó còn hơn là một vinh dự.

Tôi đã xem đó như là một cơ hội tốt để cho tôi có thể làm một đóng góp có ý nghĩa cho cộng đồng Hamilton, thành phố đã là nơi sinh sống của gia đình tôi. Gần như tất cả các sinh viên của tôi trong mười năm tôi dạy học tại trường Mohawk đó (1985-1995) đều là những phụ nữ trung niên đang đi làm. Họ đang hết sức cố gắng để lấy cho được văn bằng chuyên môn trung cấp về thư viện để có thể thăng tiến trong việc làm trong lúc phải vật lộn hàng ngày với cuộc sống gia đình nhiều thử thách. Tôi đã tự hứa với lòng mình là phải cố gắng tối đa để giúp họ thành công. Và tôi đã giữ được lới hứa đó với chính tôi. Tất cả các sinh viên của tôi đã đậu môn học này, đã đạt được kiến thức vững chắc về Biên Mục, và, sau cùng, đã chiếm được văn bằng tốt nghiệp mà họ rất xứng đáng nhận được. Một nhóm khá đông (trong khoảng 180-200), đã từng làm việc như là nhân viên trung cấp tại các thư viện công cộng trong vùng Hamilton-Burlington-Dundas-Ancaster của tỉnh bang Ontario, đều đã từng là sinh viên tốt nghiệp từ các lớp về Biên Mục Mô Tả mà tôi đã giảng dạy tại Đại Học Cộng Đồng Mohawk.

Bà Lois Wall, Trưởng Ban Chương Trình Đào Tạo Nhân Viên Trung Cấp về Thư Viện và Thông Tin của Trường Đại Học Cộng Đồng Mohawk, đã xác nhận điều đó trong bức thư giới thiệu tôi như sau:

> ***"Our part-time students are all mature students. Most must juggle family, work, and community responsibilities in addition to their studies. They value Thé as an instructor because he makes efficient use of class time, can communicate his expertise and has a sense of humour. Many of our students harbour doubts about their abilities to succeed after a long absence from formal schooling. They appreciate Thé's gentle, caring manner and the fact that he is sensitive to their insecurities and need for encouragement."*** [6]
>
> (Xin tạm dịch sang Việt ngữ như sau: *"Các sinh viên bán-thời-gian của chúng tôi đều là những người đã trưởng thành. Phần đông họ phải vật lộn với những đòi hỏi của gia đình, công việc làm, và các trách nhiệm trong cộng đồng cùng một lúc với việc học tập của họ. Họ đánh giá cao Thế vì anh là một giảng viên đã sử dụng thời giờ trong lớp rất hiệu quả,*

có thể truyền đạt khả năng chuyên môn của anh ấy cho họ và cũng là một người vui tính. Nhiều sinh viên của chúng tôi đã từng nghi ngờ về khả năng họ có thể thành công trong việc học tập sau một khỏang thời gian dài không đến trường. Họ rất cảm kích trước cách đối xử nhẹ nhàng, chăm sóc của Thế đối với họ, cũng như sự kiện Thế rất nhạy cảm trước sự bất an và nhu cầu được khuyến khích của họ.")

Vào tháng 5-1997, khi tôi nộp đơn cho chức vụ Trưởng Ban Biên Mục của Thư Viện Đại Học Saskatchewan, Bà Wendy Newman cũng đã viết một thư giới thiệu với lời lẽ như sau:

"As Director, Information Response Services, at the Canadian Centre for Occupational Health and Safety, I worked with Vinh-The Lam from 1984 to 1990. Initially, he was a Cataloguer; later he was promoted to Manager, responsible for a number of bibliographic and directory data bases created for use in Canada and internationally.

I can speak highly of his ability, knowledge, and commitment. He is among the most knowledgeable cataloguers I have met in twenty-five years of experience in a variety of libraries. His expertise in the subject was accompanied by an obvious recognition of the importance of production processes.

As a manager he was visibly committed to the mission. He was also a steadfast advocate of his staff, responsive to their concerns and dedicated in communicating their perspectives.

I am happy to recommend him for positions requiring professional expertise and principled leadership." [7]

Xin tạm dịch sang Việt ngữ như sau: *"Với tư cách Giám Đốc, Khối Đáp Ứng Thông Tin, tại Trung Tâm Canada về Sức Khỏe và An Toàn Lao Động, tôi đã làm việc với Vinh-The Lam từ năm 1984 cho đến năm 1990. Lúc đầu, anh ấy là một Biên-mục-viên; về sau anh ấy thăng cấp làm Trưởng Ban, chịu trách nhiệm về một số cơ sở dữ liệu về thư tịch và niên giám được sử dụng tại Canada và quốc tế. Tôi đánh giá cao anh ấy về khả năng chuyên môn, kiến thức, và sự tận tâm trong công việc. Anh ấy là một người trong số những biên-mục-viên giỏi nhứt mà tôi đã gặp được trong hai mươi lăm năm kinh nghiệm công tác trong nhiều loại thư viện. Ngoài khả năng chuyên môn cao cấp, anh ấy còn là một người hiểu rất rõ tầm quan trọng của các tiến trình sản xuất. Với tư cách là một người Trưởng Ban, anh ấy cho thấy rất rõ nhiệt tình trong công tác. Với tư cách là một cấp chỉ huy, anh ấy rất kiên định trong việc tranh đấu cho nhân viên của mình, lúc nào cũng cố gắng đáp ứng những mối quan tâm của họ, và tận tụy trong việc truyền đạt những nguyện vọng của họ. Tôi rất vui lòng tiến cử anh ấy cho những chức vụ đòi hỏi chuyên môn cao cấp và khả năng lãnh đạo có nguyên tắc.")*

Sau khi trở thành Trưởng Ban Biên Mục tại Thư Viện Đại Học Saskatchewan, tôi lại tham gia vào việc giảng dạy môn Biên Mục. Vào tháng 4-1998, sau khi được sự chấp thuận của BĐHTV, tôi đã tổ chức một khóa huấn luyện về Biên Mục cho nhân viên trong 4 ngày. Sự thành công tốt đẹp của khóa huấn luyện, được xác nhận qua bảng đánh giá của nhân viên tham dự vào cuối khóa, đã đưa đến việc ông Andrew Hubbertz, Trưởng Ban Ấn Phẩm Công của Thư Viện, đã đích thân yêu cầu tôi mở lại khóa huấn luyện cho nhân viên của ông ấy vì họ cũng có làm công tác biên mục cho các ấn phẩm công. Tôi đã đồng ý thực hiện yêu cầu này, với một số thay đổi cần thiết trong nội dung chương trình cho phù hợp vói nhu cầu của Ban Ấn Phẩm Công, đặc biệt chú trọng đến các vấn đề về lựa chọn và hình thức của các tiêu đề (tên tập thể) cho các cơ quan và hội đoàn.

Phần đông các nhân viên trung cấp của Thư Viện đều là hội viên của Hội Nhân Viên Trung Cấp Thư Viện Tỉnh Bang Saskatchewan (Saskatchewan Association of Library Technicians = SALT). Họ đã phổ biến đến các cấp lãnh đạo của SALT tin tức về hai khóa huấn luyện này. Và kết quả là tôi đã được SALT mời đến nói chuyện trong Đại Hội Thường Niên năm 2001 của Hội tại thành phố Regina, thủ đô của Tỉnh Bang Saskatchewan. Một vài tháng sau Đại Hội, SALT đã mời tôi đến giảng dạy cho hội viên về Khổ Mẫu MARC trong một khóa hội thảo trọn ngày.

Kiểm Phẩm Biên Mục Tại Ngoại

Thư Viện Đại Học Saskatchewan bắt đầu thực hiện công

tác biên mục tại ngoại vào tháng 7-2003 trong thời gian tôi nghỉ phép một năm để đi làm nghiên cứu, từ ngày 1-7-2003 cho đến ngày 30-6-2004 (Sabbatical Leave). Trong thời gian nghỉ phép này, dự án chính của tôi là nghiên cứu các vấn đề về kiểm phẩm trong công tác biên mục tại ngoại tại các thư viện đại học của Hoa Kỳ và Canada. Các kết quả của cuộc nghiên cứu này sau đó đã được đăng trong tạp chí ***Cataloging & classification quarterly***. [8] Sau thời gian nghỉ phép, khi trở về Trường vào tháng 7-2004, tôi được bổ nhiệm làm Biên Mục Viên Cao Cấp Đặc Trách về Biên Mục Nguyên Thủy (Senior Original Cataloger). Một phần trách nhiệm của tôi là công tác kiểm phẩm cho công tác biên mục tại ngoại. Tôi đã thực hiện một cuộc khảo sát về phẩm chất của công tác biên mục tại ngoại này, đặc biệt tìm hiểu về các lỗi trong các biểu ghi thư mục trước và sau khi Thư Viện Đại Học Saskatchewan thực hiện việc biên mục tại ngoại này. Kết quả của việc khảo sát này là như sau: 1) Tỷ lệ các lỗi trong biểu ghi thư mục tương đối thấp và có thể chấp nhận được; 2) Tỷ lệ này được giữ nguyên sau khi áp dụng biên mục tại ngoại. Các kết quả của cuộc khảo sát này cũng đã được đăng trong tạp chí ***Cataloging & classification quarterly.***[9].

Đóng Góp Tại Các Đại Hội Hàng Năm Của Hội Thư Viện Canada

Với tư cách là Trưởng Nhóm (Convenor) của một số Nhóm Chuyên Đề (Special Interest Group = SIG) của Hội Thư Viện Canada (Canadian Library Association = CLA), tôi đã có những đóng góp như sau tại một số Đại Hội Thường Niên của CLA:

• 1999 tại thành phố Toronto, tỉnh bang Ontario: tại phiên họp của Nhóm Chuyên Đề về Thư Viện Tại Các Quốc Gia Thế Giới Thứ Ba (Third World Library SIG), tôi đã thuyết trình về Hội Hỗ Trợ Thư Viện và Giáo Dục Việt Nam (The Library and Education Assistance Foundation for Vietnam = LEAF-VN), một tổ chức phi-chính-phủ và vô vụ lợi, do Bà Liên-Hương Fiedler, một Quản Thủ Thư Viện của Thư Viện Quốc Hội Hoa

Kỳ, thành lập với sự tham gia của một số các anh chị thành viên Ban Chấp Hành Hội Thư Viện Việt Nam (nhiệm kỳ 1974-1975), trong đó có tôi đảm nhận chức vụ Giám Đốc Các Dự Án (Project Director).

• 2001 tại thành phố Winnipeg, tỉnh bang Manitoba: tại phiên họp của Nhóm Chuyên Đề về Tạp Chí Điện Tử (E-Journals SIG), tôi đã tổ chức và giữ vai trò điều-hợp-viên cho một buổi thuyết trình lớn với tên là: ***Electronic journals: national licensing and local impact*** (Tạp chí điện tử: dự án toàn quốc và tác động tại địa phương) với 4 thuyết trình viên đến từ 4 thư viện đại học đại diện cho 4 vùng của Canada từ Tây sang Đông: Đại Học British Columbia (Miền Tây, Thái Bình Dương), Đại Học Saskatchewan (Miền Trung, Đại Bình Nguyên), Đại Học Toronto (Miền Đông), và Đại Học St. Francis Xavier của tỉnh bang Nova Scotia (Miền Duyên Hải, Đại Tây Dương).

• 2004 tại thành phố Victoria, tỉnh bang British Columbia: tại phiên họp của Nhóm Chuyên Đề về Dịch Vụ Kỹ Thuật (Technical Services SIG), tôi đã thuyết trình về đề tài Kiểm Phẩm Trong Công Tác Biên Mục Tại Ngoại Trong Các Thư Viện Đại Học của Hoa Kỳ và Canada.

Thuyết Trình Tại Librarians Research Forum và Library Lecture Series

Trong thời gian tôi nghỉ phép để đi làm nghiên cứu, Thư Viện Đại Học Saskatchewan đã cho thành lập hai diễn đàn mới để làm nơi cho các Quản Thủ Thư Viện (QTTV) thuyết trình về các công trình nghiên cứu của mình:

• **Librarians Research Forum**: diễn đàn này dành cho các QTTV đến nói chuyện với các đồng nghiệp về các công trình nghiên cứu của mình sau khi nghỉ phép để làm nghiên cứu trở về. Do đó, sau khi nghỉ phép để làm nghiên cứu trở về Trường, tôi đã nói chuyện với các đồng nghiệp về kết quả của hai dự án nghiên cứu mà tôi đã thực hiện trong thời gian nghỉ phép đó. Ông Ken Ladd, Phó Giám Đốc Thư Viện đã gửi cho tôi bức thư sau đây sau buổi thuyết trình của tôi tại Librarians Research Forum:

> ***"I found your presentations on both projects to be very interesting. For the quality control and outsourcing project, the research question that you addressed was very timely for our library. I found the results cause one to rethink reconceived "facts" that are really based on accepted beliefs and not data. The database project was equally interesting and demonstrated the scholarship of application, an area of scholarship librarians often publish in. Your passion for the subject of the Vietnam War was conveyed to the audience."*** [10]
>
> (Xin tạm dịch sang Việt ngữ như sau: *"Các buổi thuyết trình về các dự án nghiên cứu của anh rất là lý thú. Về dự án kiểm phẩm công tác biên mục tại ngoại, đề tài của anh rất đúng lúc cho thư viện. Kết quả nghiên cứu của anh đã khiến cho mọi người phải suy nghĩ lại về ý niệm sẵn có về "các sự kiện" chỉ dựa trên niềm tin đã được chấp nhận mà không dựa trên dữ kiện. Dự án về cơ sở dữ liệu cũng rất là lý thú, đã chứng minh được vai trò của các nghiên cứu áp dụng mà quản thủ thư viện chúng ta thường sử dụng. Sự đam mê của anh về chủ đề Chiến Tranh Việt Nam đã được truyền đạt đến các thính giả.")*

• **Library Lecture Series**: đây là một chương trình nói chuyện hàng tháng về đủ loại đề tài do các QTTV thuyết trình và dành cho tất cả nhân viên Thư Viện và công chúng tham dự. Buổi thuyết trình đầu tiên của chương trình này là bài nói chuyện của tôi về cái CSDL Trực Tuyến Trên Internet về Tài Liệu Đã Giải Mật của CIA về Chiến Tranh Việt Nam mà tôi đã thực hiện cho OPAC của Thư Viện trong thời gian nghỉ phép để làm nghiên cứu.

Hình 6.2. Bích chương của Thư Viện Đại Học Saskatchewan
giới thiệu buổi thuyết trình của Chương trình Library Lecture Series

Những Đóng Góp Đặc Biệt

Sau khi tôi thăng cấp lên bậc cao nhứt trong Thư Viện là QTTV Bậc IV, tôi đã có được ba cơ hội để thực hiện được những đóng góp rất đặc biệt. Cơ hội đầu tiên xảy đến vào tháng 3-2002 khi tôi nhận được văn thư của Giáo sư Tonya Wirchenko, Giám Đốc Chương Trình Cao Học của Viện Đại Học Saskatchewan, mời tôi tham gia với tư cách Giám Khảo Ngoại Khoa (External Examiner) vào kỳ thi bảo vệ Luận Án Cao Học của thí sinh Fulai Wang, sinh viên cao học của Khoa Điện Toán (Department of Computer Science) với đề tài ***"Evaluation of Methods for Retrieval of Short Documents."***

Cơ hội thứ nhì đến vào tháng 1-2003 khi tôi nhận được văn thư của Tiến sĩ Frits Pannekoek, Giám Đốc, Tài Nguyên Thông Tin, Viện Đại Học Calgary, mời tôi tham gia với tư cách là một Giám Định Viên Ngoại Viện (External Referee) trong tiến trình duyệt xét vào biên chế cho Bà Mary McConnell, Trưởng Ban Dịch Vụ Thư Tịch, Xử Lý Thường Vụ Phó Giám Đốc, Khối Dich Vụ Thủ Đắc và Kỹ Thuật, Thư Viện Đại Học Calgary.

Cơ hội thứ ba đến vào Hè năm 2004. Sau khi nghỉ phép để làm nghiên cứu trở về, tôi nhận được văn thư của Trung Tâm Nghiên Cứu Đại Bình Nguyên Canada (Canadian Plains Research Centre) thuộc Viện Đại Học Regina (University of Regina), mời tham gia viết một bài về cộng đồng Người Việt tại tỉnh bang Saskatchewan cho Bộ Từ Điển Bách Khoa của Tỉnh Bang Saskatchewan (Encyclopedia of Saskatchewan). Tôi đã nhận lời mời này và bài viết của tôi, ***Vietnamese Community***, đã được đăng tại các trang 988-989, với những đoạn văn như sau:

> ***"As in other Canadian provinces, thousands of Vietnamese refugees came to settle in Saskatchewan during the late 1970s and early 1980s... A large majority of them now live in Regina and Saskatoon. The 2001 Census recorded a total of 1,870 Saskatchewan residents with country of origin as Vietnam, among whom 915 resided in Regina and 770 in Saskatoon. Over the years, the Vietnamese-Canadians have rebuilt their lives and have created community organizations and built places of worship that reflect their cultural origins... The once "Boat People" and their children, the second-generation Vietnamese-Canadians of Saskatchewan, are now making significant contributions to the province's workforce as business people, educators, engineers, doctors, nurses, and pharmacists."*** [11]

(Xin tạm dịch sang Việt ngữ như sau: *"Cũng như tại các tỉnh bang khác của Canada, hàng ngàn người tỵ nạn Việt Nam đã đến định cư tại Saskatchewan trong thời gian cuối thập niên 1970 và đầu thập niên 1980... Hiện nay, phần lớn họ sinh sống tại hai thành phố Regina và Saskatoon. Thống*

Kê Dân Số năm 2001 ghi nhận một tổng số là 1.870 cư dân Saskatchewan với quốc gia gốc là Việt Nam, trong số đó có 915 người sống tại Regina và 770 người sống tại Saskatoon. Trải qua nhiều năm, những người Canada gốc Việt đã xây dựng lại đời sống của họ, và đã tạo ra những hội đoàn cộng đồng và những nơi thờ phượng của họ phản ảnh nền văn hóa gốc của họ... Những "Thuyền Nhân" của ngày trước và con cái của họ, những công dân Canada gốc Việt của thế hệ thứ hai, ngày nay đang có những đóng góp rất đáng kể vào lực lượng lao động của tỉnh bang với tư cách là các doanh nhân, thầy cô giáo, kỹ sư, bác sĩ, y tá, và dược sĩ.")

Đóng Góp Vào Sưu Tập Tác Giả Của Đại Học

Trong các sưu tập đặc biệt của Thư Viện Đại Học Saskatchewan có một sưu tập dành cho các tác phẩm của tất cả các giáo sư còn đang giảng dạy hay đã nghỉ hưu của Viện Đại Học, mang tên là ***University Authors Collection.*** Sau đây là danh sách liệt kê các tác phẩm của tôi, được lưu giữ trong sưu tập đặc biệt này, đã xuất bản trước và sau khi tôi nghỉ hưu vào tháng 7-2006:

Trước khi nghỉ hưu:

• ***ALA từ điển giải nghĩa thư viện học và tin học Anh-Việt = The ALA glossary of library and information science*** / Phạm Thị Lệ-Hương, Lâm Vĩnh-Thế, Nguyễn Thị Nga. Tucson, Ariz.: Galen Press, 1996.

• ***Bộ quy tắc biên mục Anh Mỹ rút gọn, 1988 = The Concise AACR2, 1988 revision*** / Lâm Vĩnh-Thế, Phạm Thị Lệ Hương. McLean, Va.: LEAF-VN, 2002.

Sau khi nghỉ hưu:

• ***Đakao trong tâm tưởng*** / với bút hiệu Vĩnh Nhơn. Hamilton, Ont.: Hoài Việt, 2008.

• ***Bạch hóa tài liệu mật của Hoa Kỳ về Việt Nam Cộng Hòa*** / Lâm Vĩnh-Thế. Hamilton, Ont.: Hoài Việt, 2008.

• ***Việt Nam Cộng Hòa, 1963-1967: những năm xáo trộn*** / Lâm Vĩnh-Thế. Hamilton, Ont.: Hoài Việt, 2010.

• ***Republic of Vietnam, 1963-1967: years of political chaos*** / Vinh-The Lam. Hamilton, Ont.: Hoài Việt, 2010.

• ***Vietnam, territoriality, and the South China Sea: Paracel and Spratly Islands*** / Hãn Nguyên Nguyễn Nhã; translated and edited by Vinh-The Lam. Abingdon, Oxon; New York, N.Y.: Routledge, 2019. (Bản dịch sang Anh ngữ của nguyên tác tiếng Việt của Tiến sĩ Hãn Nguyên Nguyễn Nhã: ***Những bằng chứng về chủ quyền của Việt Nam đối với hai quần đảo Hoàng Sa và Trường Sa***, do Nhà xuất bản Giáo Dục tái bản lần thứ nhứt năm 2014)

• ***The History of South Vietnam: the quest for legitimacy and stability, 1963-1967*** / Vinh-The Lam. Abingdon, Oxon, New York, N.Y.: Routledge, 2021.

CHƯƠNG BẢY

ĐÓNG GÓP CHO CỘNG ĐỒNG THƯ VIỆN BẮC MỸ

Mặc dù mối quan hệ giữa tôi và Canada rất là đặc biệt vì Canada là đất nước đã dung thân tôi và giúp tôi làm lại cuộc sống và sự nghiệp, tôi vẫn cảm thấy tôi có một món nợ đối với Hoa Kỳ là đất nước đã đào tạo tôi thành một QTTV chuyên nghiệp. Do đó những đóng góp của tôi đã không chỉ giới hạn tại Canada mà còn nới rộng ra cho cả cộng đồng thư viện của Bắc Mỹ.

Đóng Góp Cho Các Tạp Chí Chuyên Môn

Từ lúc về làm việc cho Thư Viện của Đại Học Saskatchewan vào tháng 9-1997 cho đến lúc nghỉ hưu vào tháng 7-2006, tôi đã có được nhiều cơ hội đóng góp bài viết cho hai tạp chí nổi tiếng nhất của Bắc Mỹ chuyên về dịch vụ kỹ thuật là ***Cataloging & classification quarterly*** và ***Serials librarian***.

Các bài viết này, đã đăng trên hai tạp chí đó trong khoảng giữa các năm 2000 và 2007, phản ảnh những suy nghĩ tổng quát cũng như những việc làm cụ thể của tôi liên quan đến các vấn đề về dịch vụ kỹ thuật thư viện trong môi trường điện tử trực tuyến mà ít hay nhiều đã buộc các thư viện đại học tại Bắc Mỹ nói chung và Thư Viện Đại Học Saskatchewan nói riêng phải đối phó và tìm cách giải quyết thỏa đáng.

Vấn đề nổi cộm nhất trong môi trường điện tử trực tuyến là việc hàng ngàn tài liệu xuất hiện trên mạng Internet gần như mỗi ngày, biến Internet thành một nguồn tài nguyên vô cùng phong phú, và trở thành một vấn đề mà các thư viện, nhất là các thư viện đại học, phải đối phó. Tôi đã làm một cuộc khảo sát các bài viết chung quanh vấn đề này đồng thời cũng đưa ra một số ý kiến cá nhân nhằm đối phó và giải quyết nó trong một bài báo, nhan đề là *"Cataloging Internet resources: why, what, how,"* (Làm biên mục cho các tài liệu trên Internet: tại sao phải làm, làm những tài liệu nào, và làm như thế nào) đăng trong tạp chí ***Cataloging & classification quarterly***, tập 29, số 3 (2000), tr. 49-61, với toát yếu như sau:

> ***"Internet resources have brought great excitement but also grave concerns to the library world, especially to the cataloging community. In spite of the various problematic aspects presented by Internet resources (poorly organized, lack of stability, variable quality), catalogers have decided that they are worth cataloging, in particular those meeting library selection criteria. This paper tries to trace the decade-long history of the library community's efforts in providing an effective way to catalog Internet resources. Basically, its objective is to answer the following questions: Why catalog; What to catalog; and, How to catalog. Some issues of cataloging electronic journals and developments of the Dublin Core Metadata system are also discussed."***
>
> (Xin tạm dich sang Việt ngữ như sau: *"Các tài nguyên trên Internet đã mang lại phấn khởi lớn lao nhưng cũng tạo ra những mối quan tâm nghiêm trọng cho các thư viện, đặc biệt là cho những người làm công tác biên mục. Mặc dù các tài nguyên trên Internet có nhiều vấn đề (không được tổ chức tốt, thiếu tính ổn định, phẩm chất khác nhau), các biên mục viên đều cho rằng chúng đáng được làm biên mục, đặc biệt là những tài liệu đáp ứng được các tiêu chuẩn tuyển chọn của thư viện. Bài viết này cố gắng ghi lại các cố gắng trong cả một thập niên của cộng đồng thư viện trong việc cung cấp một cách làm biên mục có hiệu quả cho các tài liệu Internet. Về cơ bản, mục tiêu của bài viết là trả lời các câu hỏi sau đây: tai sao làm biên mục; làm biên mục những tài liệu nào; và làm biên mục như thế nào. Một vài vấn để trong việc làm biên*

mục cho các tạp chí điện tử và các bước phát triển mới của hệ thống Dublin Core Metadata cũng được đưa ra thảo luận.")

Mặc dù xuất hiện gần như cùng một thời gian với các tài liệu trên Internet, các tạp chí điện tử đã tạo ra một vấn đề rộng lớn hơn và nghiêm trọng hơn cho các thư viện đại học. Nếu các thư viện đại học có thể bỏ qua, không cần phải làm gì cả, thí dụ như làm biên mục, cho các tài liệu miễn phí trên Internet, thì họ ***không thể*** cũng làm như vậy đối với các tạp chí điện tử vì lý do là các tạp chí điện tử đã trở thành một bộ phận quan trọng trong các tài nguyên cần thiết cho việc giảng dạy, học tập, và nghiên cứu trong môi trường đại học. Hai bài viết của tôi về các tạp chí điện tử đã được đăng trong tạp chí **Serials librarian**. Bài viết thứ nhất, với nhan đề *"Organizational and technical issues in providing access to electronic journals,"* trình bày một cách tổng quát các giải pháp về tổ chức và kỹ thuật trong việc cung cấp việc truy cập các tạp chí điện tử, đã được đăng trong tập 39, số 3 (2001), tr. 25-34, với toát yếu như sau:

"Remote access electronic journals are now a major part of academic library resources. This paper discusses some of the most important organizational and technical issues in providing access to these journals. Licensing is presented as the most complex organizational issue, requiring special skills in negotiation for and implementation of license agreements with vendors. In terms of technical issues, cataloging and system-related problems are identified and discussed. Discussions of the efforts in harmonizing ISBD(ER) and AACR2R as well as the use of single vs separate records for electronic journals and their print counterparts are presented. Finally, various approaches to authentication and access management for networked electronic journals are compared."

(Xin tạm dịch sang Anh ngữ như sau: *"Hiện nay các tạp chí điện tử có thể truy cập từ xa đã trở nên một phần quan trọng trong tài nguyên của các thư viện đại học. Bài viết này thảo luận một số vấn đề quan trọng về tổ chức và kỹ thuật trong việc cung cấp việc truy cập các tạp chí đó. Vấn đề ký kết hợp đồng là vấn đề phức tạp nhất về mặt tổ chức, đòi hỏi khả năng đặc biệt về thương thảo và thi hành các điều khoản đã ký kết trong hợp đồng với các nhà cung cấp. Về mặt kỹ thuật, công tác biên mục cũng như những vấn đề liên quan đến hệ thống điện toán, cũng được xem xét và bàn thảo. Bài viết cũng trình bày và thảo luận các vấn đề phối hợp nhịp nhàng giữa các tiêu chuẩn biên mục quốc tế dành cho tạp chí điện tử (ISBD-ER) và bộ quy tắc biên mục Anh Mỹ ấn bản 2 (AACR2), cũng như việc sử dụng một hoặc hai biểu ghi thư mục cho tạp chí điện tử và tạp chí in trên giấy. Sau cùng, bài viết cũng so sánh nhiều giải pháp khác nhau trong việc nhận diện (authentication) và quản lý việc truy cập (access management) đối với các tạp chí điện tử.")*

Bài viết thứ nhì, với nhan đề *"Canadian National Site Licensing Project: getting ready for CNSLP at the University of Saskatchewan Library,"* là một báo cáo về những giải pháp đã thật sự được thực hiện trong một dự án cụ thể đối với một hệ thống tạp chí điện tử rất lớn, đã được đăng trong tập 43, số 3 (2003), tr. 39-57, với một toát yếu như sau:

"The Canadian National Site Licensing Project (CNSLP) is a national effort by a consortium of 64 Canadian university libraries to provide access to full text electronic journals. The first part of this paper describes the organization, funding structure, and activities, including license negotiations, of the CNSLP. The second part of this paper deals with the technical and operational issues related to electronic journal management. It describes the process developed at the University of Saskatchewan for incorporating the CNSLP material into the Library's collections and finding tools. An assessment of the JAKE utility as a reliable source of metadata is also presented."

(Xin tạm dịch sang Việt ngữ như sau: *"Dự án CNSLP (Canadian National Site Licensing Project) là một dự án cấp quốc gia của một tập đoàn gồm 64 viện đại học trong việc cung cấp truy cập toàn văn đối với các tạp chí điện tử. Phần thứ nhất của bài viết này mô tả hệ thống tổ chức, cơ cấu của ngân quỹ, và các hoạt động, kể cả việc thương thảo về hợp đồng với các nhà cung cấp, của dự án CNSLP. Phần thứ nhì của bài viết trình bày các vấn đề kỹ thuật và tác vụ liên quan đến việc quản lý các tạp chí điện tử. Phần này mô tả các tiến trình đã được thực hiện tại Thư Viện của Đại Học Saskatchewan trong việc sáp nhập các tài nguyên của CNSLP vào sưu tập và các dụng cụ truy tầm tài liệu của Thư Viện. Việc xem xét và đánh giá phương thức "JAKE" xem có phải là một nguồn cung cấp "metadata" đáng tin cậy hay không cũng được đề cập đến,")*

(Ghi chú: JAKE, chữ tắt của **J**ointly **A**dministered **K**nowledge **E**nvironment, là một cơ sở dữ liệu + một số phần mềm (software tools), có khả năng cung cấp "metadata" về tạp chí điện tử do Đại Học Yale tạo ra và sau đó được Đại Học Simon Fraser cơ cấu lại và sau cùng được một công ty điện tử là Open Informatics sử dụng. Với chức năng là một nguồn cung cấp "metadata" về tạp chí điện tử, JAKE có thể được sử dụng trong các công tác của thư viện như Thủ Đắc (Acquisitions), Biên Mục (Cataloging), cũng như truy tìm thông tin (Searching)).

Thập niên 1990 đã chứng kiến một khuynh hướng thể hiện rất rõ rệt trong việc áp dụng công tác biên mục tại ngoại, đặc biệt là trong các thư viện đại học của Bắc Mỹ.[1, 2] Thư Viện của Đại Học Saskatchewan cũng không thể là một ngoại lệ. Ban Biên Mục của tôi cũng đã chịu áp lực từ BĐHTV phải theo khuynh hướng đó. Đầu tiên, chúng tôi đã thực hiện việc KSTĐCTN với một công ty của Mỹ là LTI vào năm 1998, và sau đó là giao toàn bộ công tác biên mục tại ngoại cho công ty OCLC Canada LTS ở Winnipeg vào năm 2003.

Bài viết kế tiếp của tôi, một báo cáo về việc Ban Biên Mục của tôi tham gia vào công tác KSTĐCTN vào năm 1998, với nhan đề *"Outsourcing authority control: experience of the University of Saskatchewan Libraries,"* đã được đăng trong tạp chí ***Cataloguing & classification quarterly***, tập 32, số 4 (2001), tr. 53-69, với một toát yếu như sau:

"Authority Control (AC) is an important cataloging function aimed at achieving catalog consistency. It is very time-consuming and labor-intensive. During the 1990s, many North American academic libraries, under budgetary constraints, have tried to outsource AC activities. The Cataloging Department of the University of Saskatchewan Libraries (USL) outsourced its AC activities to the Library Technology Inc. (LTI), a United States-based AC processing vendor. This paper summarizes the experiences gained by

USL in this AC project: the decision-making process in the selection of LTI; pre- and post-database clean-up by LTI; and, the current AC activities."

(Xin tạm dịch sang Việt ngữ như sau: *"Kiểm Soát Tiêu Đề Chuẩn (KSTĐC) là một chức năng về biên mục rất quan trọng nhằm tạo ra sự nhất quán trong thư mục. Nó là một công tác chiếm rất nhiều thời gian và rất tốn kém. Trong thập niên 1990, nhiều thư viện đại học tại Bắc Mỹ, do vấn đề eo hẹp của ngân sách, đã cố gắng thực hiện công tác KSTĐCTN. Ban Biên Mục của Thư Viện Đại Học Saskatchewan (USL) đã thực hiện công tác KSTĐCTN với một công ty của Hoa Kỳ chuyên cung cấp dịch vụ này tên là Library Technology, Inc. (LTI). Bài viết này tóm lược kinh nghiệm mà USL đã thu thập được trong dự án KSTĐC này: từ tiến trình tìm hiểu vấn đề đưa đến quyết định chọn LTI để thực hiện dự án, các công tác tiền và hậu thanh lọc OPAC do LTI thực hiện, và các công tác KSTĐC hiện tai.")*

Sau 6 năm công tác liên tục tại Thư Viện của Đại Học Saskatchwan, tôi có đủ điều kiện để được Viện Đại Học cho nghỉ phép trọn một năm để đi làm nghiên cứu (Sabbatical Leave). Dự án nghiên cứu chính của tôi là một cuộc điều tra về các vấn đề kiểm phẩm trong công tác biên mục tại ngoại tại các thư viện đại học ở Hoa Kỳ và Canada. Các kết quả tìm thấy được trình bày trong một bài viết, nhan đề là *"Quality control issues in outsourcing cataloging in US and Canadian academic libraries,"* đã đăng trong tạp chí ***Cataloging & classification quarterly***, tập 40, số 1 (2005), tr. 101-122, với toát yếu như sau:

This study was conducted to investigate the quality control (QC) issues in cataloging outsourcing programs implemented in US and Canadian academic libraries. Most libraries provided the outsourcing vendors with detailed cataloging and/or processing specifications before the outsourcing programs started. They have set up QC procedures as an integral part of their outsourcing operations. In most cases, both librarian-catalogers and senior library assistants/ technicians were involved in the QC programs. The error rates reported were low and the majority of bibliographic records provided by the vendors were either LC/OCLC records or records compatible with the Core-Level Standard

recommended by the Cooperative Cataloging Council's Task Group on Standards. A large majority of these libraries were satisfied with the services provided by the outsourcing vendors. Based on the definition of quality of cataloging as a combination of Accuracy, Consistency, Adequacy of Access Points, and Timeliness, most libraries reported that the quality of their Library's cataloging was not affected by the outsourcing programs."

(Xin tạm dịch sang Việt ngữ như sau: *"Cuộc nghiên cứu được thực hiện để tìm hiểu những vấn đề về Kiểm Phẩm (KP) trong công tác biên mục tại ngoại tại các thư viện đại học của Hoa Kỳ và Canada. Phần lớn các thư viện này đều cung cấp cho các nhà cung cấp biên mục tại ngoại các bảng liệt kê các đòi hỏi chi tiết về biên mục và trị thư trước khi tiến hành biên mục tại ngoại. Họ cũng thiết lập những thủ tục về KP như là một bộ phận của công tác biên mục tại ngoại. Trong phần lớn các trường hợp, cả quản thủ thư viện phụ trách biên mục lẫn nhân viên trung cấp thâm niên có tham gia vào các chương trình KP này. Tỷ lệ các lỗi được cho biết là tương đối thấp và phần lớn các biểu ghi thư mục do các công ty biên mục tại ngoại cung cấp đều là những biểu ghi thư mục của Thư Viện Quốc Hội Hoa Kỳ (LC = Library of Congress) hay của OCLC (Online Computer Library Center), hoặc là những biểu ghi thư mục đáp ứng Tiêu Chuẩn Mức Tối Thiểu (Core-Level Standard) mà Nhóm Đặc Nhiệm Về Tiêu Chuẩn của Hội Đồng Hợp Tác Biên Mục (Cooperative Cataloging Council's Task Force on Standards) đã khuyến cáo. Một đa số lớn các thư viện này đều thỏa mãn với các dịch vụ mà các công ty biên mục tại ngoại cung cấp. Dựa trên định nghĩa về phẩm chất của công tác biên mục như là một sự kết hợp của các yếu tố Chính Xác, Nhất Quán, Cung cấp Đầy Đủ các Điểm Truy Cập, và Đúng Lúc, phần lớn các thư viện đều báo cáo là phẩm chất của công tác biên mục của Thư viện đã không bị ảnh hưởng bởi công tác biên mục tại ngoại.")*

Sau khi nghỉ phép để làm nghiên cứu trở về, tôi đảm nhận chức vụ Biên Mục Viên Nguyên Thủy Cao Cấp (Senior Original Cataloguer), và trách nhiệm chính của tôi là Kiểm Phẩm đối với công tác biên mục tại ngoại do công ty OCLC Canada LTS thực hiện cho Thư Viện. Tôi đã ghi chép cẩn thận trong khi làm công việc Kiểm Phẩm này và sau đó đã tập hợp lại những điều tìm thấy trong một bài viết, nhan đề là *"Error rates in monograph copy cataloging bibliographic records before and after outsourcing at the University of Saskatchewan Library,"* đã đăng trong tạp chí ***Cataloging & classification quarterly***, tập 44, số ¾ (2007), tr. 213-220, với toát yếu như sau:

> ***"This comparative study was conducted to compare error rates encountered in monograph copy cataloging bibliographic records before and after a cataloging outsourcing program was implemented at the University of Saskatchewan Library. The findings of the study were twofold: 1) The error rates were low and acceptable; 2) There was no significant difference between error rates before and after outsourcing."***
>
> (Xin tạm dịch sang Việt ngữ như sau: *"Nghiên cứu này đã được thực hiện để so sánh các tỷ lệ lỗi đã có trong các biểu ghi thư mục của các sách trước và sau khi công tác biên mục tại ngoai được áp dụng trong Thư Viện của Đại Học Saskatchewan. Các kết quả tìm được của cuộc nghiên cứu cho thấy hai điều: 1) Các tỷ lệ lỗi tương đối thấp và có thể chấp nhận được; 2) Không có sự khác biệt lớn lao nào giữa các tỷ lệ lỗi trước và sau khi công tác biên mục tại ngoại được áp dụng.")*

Trong thời gian nghỉ phép, tôi cũng đã có một dự án nghiên cứu phụ là thực hiện một cơ sở dữ liệu trên mạng cho các tài liệu đã giải mật của Cơ Quan Trung Ương Tình Báo Hoa Kỳ (U.S. Central Intelligence Agency = CIA) về Chiến Tranh Việt Nam. Dự án nghiên cứu này đã được trình bày trong một bài viết, nhan đề là *"A Web-based database of CIA declassified documents on the Vietnam War,"* đã đăng trong tạp chí ***Online***, tập 28, số 4 (2004), tr. 31-35, với toát yếu như sau:

> ***"The Declassified CIA Documents on the Vietnam War database [http://library.usask.ca/Vietnam] is the result of a sabbatical leave research project approved and supported by the University of Saskatchewan, Canada. It includes only declassified documents created by the U.S. Central Intelligence Agency (CIA). It provides an in-depth indexing of the CIA declassified documents and, where possible, also provides a link to the full-text documents available at the VVA (Virtual Vietnam Archive at Vietnam Center of Texas Tech University in Lubbock, Texas. The database offers***

both simple and advanced search capabilities." http://www.vietnam.ttu.edu/virtualarchive

(Xin tạm dịch sang Việt ngữ như sau: "Cơ Sở Dữ Liệu về Các Tài Liệu Đã Giải Mật của CIA về Chiến Tranh Việt Nam [http://library.usask.ca/Vietnam] là kết quả của một dự án nghiên cứu trong thời gian nghỉ phép để làm nghiên cứu đã được Đại Học Saskatchewan, Canada chấp thuận và hỗ trợ. Nó chỉ bao gồm các tài liệu của CIA đã được giải mật. Nó cung cấp một bảng dẫn thật chi tiết cho các tài liệu này, và, khi có thể được, nó cũng cung cấp một nối kết đến các tài liệu toàn văn được lưu trữ tại Văn Khố Ảo (Virtual Vietnam Archive) của Trung Tâm Việt Nam (Vietnam Center), Đại Học Kỹ Thuật Texas (Texas Tech University) tại thành phố Lubbock, tiểu bang Texas. Cơ sở dữ liệu này cung cấp cả hai cách tìm tài liệu: đơn giản và cao cấp.") [http://www.vietnam.ttu.edu/virtualarchive].

Ngoài ra còn có hai bài viết đã đăng trong hai tạp chí chuyên môn, ***Asian libraries*** và ***New library world*** của Úc Châu. Hai bài này sẽ được đề cập đến trong Chương Tám.

Do những đóng góp đó, tôi đã được mời tham gia vào Ban Biên Tập của cả 2 tạp chí ***Cataloging & classification quarterly*** (từ tháng 9-2004 đến tháng 6-2006), và ***Serials librarian*** (từ tháng 3-2002 đến tháng 6-2006).

Với tư cách là thành viên của Ban Biên Tập của tạp chí ***Cataloging & classification quarterly*** (CCQ), tôi đã được mời duyệt xét hai bài viết sau đây, về sau đã được đăng trong hai số 1 và 2 của năm 2006:

• *Descriptive Impressions of Managerial & Supervisory Cataloger Positions as Reflected in American Libraries, AutoCAT, and the Colorado State Library Jobline, 2000-2004: A Content Analysis of Education, Competencies, and Experiences*, đã đăng vào tập. 42, số 1 (2006)

• *A Survey of Continuing Professional Development Activities and Attitudes Amongst Catalogers*, đã đăng vào tập 42, số 2 (2006)

Khi tạp chí ***Serials librarian*** chuẩn bị xuất bản vào năm 2002 cuốn sách quan trọng về tạp chí điện tử ***E-serials cataloging: access to continuing and integrating resources via the catalog and the Web***, của hai soạn giả Jim Cole và Wayne Jones, tôi đã được mời viết một bài điểm sách tiền-xuất-bản (pre-publication review) cho cuốn sách quan trọng đó, với một vài đoạn văn như sau:

> ***"A very timely and useful reference tool for librarians. The readers will find here the best papers on various aspects of e-serials: from standards to education and training, from policies and procedures to national and local projects and future trends. As a technical services librarian, I found the two sections on Policies and Procedures and on National Projects and Local Applications very valuable and informative."***
>
> (Xin tạm dich sang Việt ngữ như sau: *"Đây là một dụng cụ tham khảo ra đời rất đúng lúc và rất hữu ích cho các quản thủ thư viện. Các độc giả sẽ tìm thấy trong đó những bài viết hay nhất về rất nhiều khía cạnh của tạp chí điện tử: từ những tiêu chuẩn về giáo dục và huấn luyện, từ các chính sách và thủ tục cho đến các dự án cấp quốc gia và địa phương cũng như các chiều hướng phát triển trong tương lai. Với tư cách là một quản thủ thư viện về công tác kỹ thuật, tôi đã nhận rõ hai phần trong sách về Chính Sách và Thủ Tục, và Các Dự Án Cấp Quốc Gia và Các Áp Dụng Tại Địa Phương là chứa đựng rất nhiều thông tin và vô cùng quý báu.")*

Đóng Góp Tại Các Hội Nghị Vùng và Quốc Tế

Chỉ sau khi về làm việc tại Viện Đại Học Saskatchewan tôi mới có được nhiều cơ hội tham dự các hội nghị, kể cả các hội nghị quốc tế, vì Đại Học Saskatchewan có quy chế xếp các QTTV vào thành phần ban giảng huấn của Trường, và vì vậy, QTTV được hưởng đầy đủ các quyền lợi giống như các giáo sư, thí dụ như, được Trường trả chi phí cho việc tham gia các hội đoàn chuyên môn cũng như chi phí đi dự các hội nghị.

Hội Nghị Quốc Tế NIT '98 Tại Hà Nội, Việt Nam

Hội nghị đầu tiên mà tôi tham dự là một hội nghị quốc tế. Đó là hội nghị quốc tế về công nghệ thông tin gọi là ***NIT***

'98: 10th International Conference on New Information Technology, họp tại Hà Nội, Việt Nam, vào các ngày 24-26- của Tháng 3 Năm 1998.[3]

Việc tham dự hội nghị quốc tế này là một bất ngờ lớn đối với tôi. Vào một ngày đầu năm 1998, chỉ mới khoảng 3 hay 4 tháng sau khi tôi bắt đầu làm việc cho Thư Viện của Đại Học Saskatchewan, tôi được ông Frank Winter, Giám Đốc Thư Viện, gọi điện thoại, mời tôi lên văn phòng gặp ông ấy. Ông Winter báo cho tôi biết về hội nghị này và hỏi tôi có muốn đi dự hội nghị này không. Tôi trả lời ngay là rất muốn. Ông liền bảo tôi liên hệ với vị Trưởng Ban Tổ Chức của Hội nghị là Tiến sĩ Ching-chih Chen của Đại Học Simmons College ở Boston, tiểu bang Massachusetts, Hoa Kỳ, và gửi cho bà ấy một bảng toát yếu về đề tài mà tôi muốn trình bày tại hội nghị. Nếu bà ấy chấp nhận thì ông sẽ cho phép tôi đi Việt Nam để tham dự hội nghị. Tôi soạn ngay bảng toát yếu (Abstract) cho một bài thuyết trình mà tôi đặt tên là: ***"Library development in Vietnam: urgent needs for standardization,"*** (*Phát triển thư viện tại Việt Nam: tiêu chuẩn hóa là nhu cầu khẩn thiết nhất*; bản dịch sang Việt ngữ này là một tài liệu trực tuyến, có thể đọc toàn văn trên Trang Web của Hội LEAF-VN tại địa chỉ Internet sau đây: https://www.leaf-vn.org/StandardizationUVN.htm) và gửi cho Tiến sĩ Chen. Bà chấp nhận bài thuyết trình của tôi ngay lập tức. Cuốn Kỷ yếu của Hội Nghị, được in ra trước ngày khai mạc Hội Nghị để phân phối cho các người đến tham dự Hội Nghị, đã in bài thuyết trình của tôi tại các trang [141]-148, với toát yếu như sau:

> ***"In order to maintain a steady and balanced progress in the long run, Vietnam needs to improve ways of collecting, preserving, and disseminating knowledge. Libraries can play an important role in these efforts. This paper discusses issues relating to library standardization, which can contribute to the development of the national information policy and the establishment of national information infrastructure. In the first part of the paper, standardization is defined as a tool for uniformity and quality control. The second part of the paper is an attempt to explain why Vietnam needs a library***

standardization program now. The author then suggests, in the third part of the paper, that priority be given to the creation of standards for information organization, retrieval, and exchange. An ISBD-based national cataloguing code and a national MARC format are suggested. In the last part of the paper, steps to be taken in the implementation of the library standardization program are recommended. The National Library of Vietnam should play the leading role in the whole process."

(Xin tạm dịch sang Việt ngữ như sau: *"Để có thể duy trì sự phát triển bền vững và đồng bộ một cách lâu dài, Việt Nam cần phải cải thiện, duy trì, và phổ biến kiến thức. Các thư viện có thể đóng một vai trò quan trọng trong các cố gắng đó. Bài viết này thảo luận các vấn đề liên quan đến việc tiêu chuẩn hóa công tác thư viện để đóng góp vào việc phát triển một chính sách thông tin cũng như việc thiết lập hạ tầng cơ sở của một hệ thống thông tin cho cả nước. Trong phần đầu của bài viết, tiêu chuẩn hóa được định nghĩa như một công cụ giúp thực hiện tính đồng nhứt và cũng để bảo đảm phẩm chất. Phần thứ nhì của bài viết là một cố gắng giải thích tại sao Việt Nam cần có một chương trình tiêu chuẩn hóa ngay bây giờ. Trong phần thứ ba của bài viết, tác giả đề nghị dành ưu tiên cho việc tạo ra những tiêu chuẩn về tổ chức, truy tìm, và trao đổi thông tin. Một bộ quy tắc biên mục đặt trên căn bản ISBD (International Standard of Biblioraphic Description = Tiêu Chuẩn Quốc Tế Về Mô Tả Thư Tịch) và một khổ mẫu quốc gia MARC (MARC = **MA**chine **R**eadable **C**ataloging) được đề nghị. Trong phần cuối của bài viết, tác giả đưa ra các khuyến cáo cho các bước phát triển trong việc thực hiện chương trinh tiêu chuẩn hóa. Thư Viện Quốc Gia Việt Nam nên đóng vai trò lãnh đạo cho cả tiến trình này."*)

Một chuyện vô cùng bất ngờ đã xảy ra là vào giờ chót, chỉ vài ngày trước khi hội nghị khai mạc, hội nghi quốc tế này đã bị chính phủ Việt Nam đơn phương hủy bỏ. Lý do chính thức được nêu ra là vì vị Giám Đốc Thư Viện Quốc Gia vào lúc đó, Ông Nguyễn Thế Đức, đã bị thay thế. Một số khá đông những người từ các nước sẽ tham dự hội nghị, trong đó có cả tôi, đang trên đường đến Hà Nội. Vị Xử Lý Thường Vụ Giám Đốc Thư Viện Quốc Gia, Ông Trần Anh Dũng, trong cố gắng vào phút cuối để giảm thiểu thiệt hại uy tín, đỡ mất mặt cho Việt Nam, đã quyết định sẽ tổ chức, thay cho hội nghị quốc tế đã chính thức bị hủy bỏ, một cuộc hội thảo trong một ngày tại Thư Viện Quốc Gia. Tiến sĩ Chen đã thương lượng với Ông Trần Anh Dũng, và, sau cùng, hai bên đồng ý sẽ có 10 bài thuyết trình, đã dự trù cho NIT '98, sẽ được trình bày tại cuộc hội thảo một ngày này. Bài thuyết trình của tôi, *Library development in Vietnam: urgent needs for standardization* (Phát triển thư viện tại Việt Nam: chuẩn hóa là nhu cầu khẩn thiết nhất) đã là bài đầu tiên được trình bày tại cuộc hội thảo này.

Hội Nghị Kinh Nghiệm Người Việt Hải Ngoại, Lubbock, Texas, Hoa Kỳ, 2000

Hội nghị thứ nhì mà tôi tham dự là một hội nghị cấp vùng. Đó là Hội Nghị về Kinh Nghiệm của Người Việt Hải Ngoại do Trung Tâm Việt Nam (Vietnam Center) của Trường Đại Học Kỹ Thuật Texas (Texas Tech University) tổ chức tại Lubbock, Texas, trong hai ngày 31-3-2000 và 1-4-2000. Bài thuyết trình của tôi mang tựa đề là ***"Creation, use, and organization of recorded information on overseas Vietnamese experience."*** (*Sáng tạo, sử dụng, và tổ chức tài liệu về kinh nghiệm của người Việt hải ngoại*), hiện nay vẫn còn có thể truy cập toàn văn tại Trang Web của Trung Tâm Việt Nam tại địa chỉ Internet sau đây: https://www.vietnam.ttu.edu/events/2000_Conference/lam2.pdf với toát yếu như sau:

> ***"The Republic of Vietnam, i.e., South Vietnam, officially ceased to exist at 12 noon, April 30th, 1975 after its last President, General Duong Van (Big) Minh surrendered to a high-ranking army officer of the North Vietnamese troops at the Dinh Doc Lap (Independence Palace). About 132,000 South Vietnamese were successful in getting out of the country either by their own means or being evacuated by the Americans. By March 1996, almost one million Vietnamese have settled in the United States. In Canada, the total number of Vietnamese was 136,810 in 1996. There are also important Vietnamese communities in Western Europe and Australia. A significantly large body of recorded information has been generated by the Vietnamese expatriates throughout the***

world. This paper tries to summarize some of the important issues in the creation, organization, and use of that body of recorded information."

(Xin tạm dịch sang Việt ngữ như sau: *"Việt Nam Cộng Hòa, tức là Nam Việt Nam, chính thức bị xóa tên vào lúc 12 giờ trưa, ngày 30-4-1975, sau khi vị Tổng Thống cuối cùng, Đại Tướng Dương Văn "Big" Minh, đầu hàng với một sĩ quan cao cấp của Quân Đội Bắc Việt tại Dinh Độc Lập. Vào khoảng 132.000 người Việt Miền Nam đã thành công thoát ra khỏi nước bằng phương tiện riêng của họ hoặc đã được người Mỹ giúp di tản. Đến khoảng năm 1996, gần một triệu ngươi Việt đã định cư tại Hoa Kỳ. Tại Canada, tổng số người Việt là 136,810 vào năm 1996. Ngoài ra cũng có những cộng đồng người Việt quan trọng tại Tây Âu và Úc Châu. Người Việt hải ngoại đã tạo ra một khối lượng tài liệu rất lớn trên khắp thế giới. Bài viết này cố gắng tóm lược một số vấn đề quan trọng trong việc sáng tạo, tổ chức, và sử dụng khối tài liệu này.")*

Hội Nghị về Chiến Tranh Việt Nam Lần Thứ Năm

Cứ mỗi ba năm, Trung Tâm Việt Nam của Đại Học Kỹ Thuật Texas lại tổ chức một hội nghị về Chiến Tranh Việt Nam. Hội Nghị về Chiến Tranh Việt Nam Lần Thứ Năm (5th Triennial Conference on the Vietnam War) được Trung Tâm Việt Nam tổ chức vào ngày 19-5-2005. Tôi đã đến dự hội nghị và thuyết trình với đề tài ***"A Web-based Online Database of CIA Declassified Documents on the Vietnam War,"*** về cái CSDL trực tuyến mà tôi đã thực hiện cho OPAC của Thư Viện Đại Học Saskatchewan trong thời gian tôi nghỉ phép để làm nghiên cứu (từ 1-7-2003 đến 30-6-2004).

ĐÓNG GÓP ĐẶC BIỆT VINH DANH GIÁO SƯ PAULINE ATHERTON COCHRANE

Hội Nghị Thường Niên 1999 của Hội Thông Tin Học Hoa Kỳ

Giáo sư Pauline Atherton Cochrane đã có một sự nghiệp kéo dài trong nhiều thập niên với những đóng góp vô cùng lớn lao trong ngành thư viện và thông tin.

"Năm 1999, bà được đúng 70 tuổi, Hội Thông Tin Học Hoa Kỳ (ASIS) quyết định vinh danh bà. Ngoài quyết định cấp cho bà thẻ hội viên vàng (Gold Membership Card) miễn đóng niên liễm trọn đời, ASIS còn dành cho bà một vinh dự lớn là để cho bà được toàn quyền sử dụng trọn một buổi (4 giờ) trong chương trình của đại hội. Bà quyết định dùng trọn buổi đó cho một buổi thuyết trình mà bà đặt tên là "Knowledge Organization and Use Viewed by Caregivers (Aka Librarians)." Bà chỉ đóng vai trò điều hợp (co-ordinator) và những thuyết trình viên sẽ là 4 môn sinh đại diện cho 4 thế hệ học trò trong cuộc đời dạy học của bà: 1) Người đại diện cho thế hệ thứ nhứt là tôi, Lâm Vĩnh-Thế, Trưởng Ban Biên Mục, Thư Viện Đại Học Saskatchewan; 2) Người đại diện cho thế hệ thứ nhì là : Tiến sỉ William J. Wheeler, Quản Thủ Thư Viện, Đại Học Yale; 3) Người đại diện cho thế hệ thứ ba là: Cô Sandra K. Roe, Quản Thủ Thư Viện, Đại Học Nam Dakota; và 4) Người đại diện cho thế hệ thứ tư là: Cô Vivian Bliss, Quản Thủ Thư Viện, Công Ty Microsoft." [4]

Hình 7.1. Hội Nghị Thường Niên 1999 của Hội Thông Tin Học Hoa Kỳ, từ phải qua trái, GS Pauline A. Cochrane, TS. William J. Wheeler, Cô Sandra K. Roe, Lâm Vĩnh-Thế, và Cô Vivian Bliss

Bài thuyết trình của tôi có tựa đề là ***"Organizational and technical issues in providing access to electronic journals,"***

(Những vấn đề về tổ chức và kỹ thuật trong việc cung cấp dịch vụ tạp chí điện tử) sau đó đã được đăng trong tạp chí ***Serials librarian***, tập 39, số 3 (2001), tr. 25-34.

Sách Kỷ Niệm Giáo Sư Cochrane

Trong thời gian tham dự Đại Hội Thường Niên năm 1999 của Hội Thông Tin Học Hoa Kỳ, tất cả chúng tôi, học trò, đồng nghiệp, và thân hữu của Giáo sư Cochrane, đã có một buổi họp riêng và quyết định sẽ xuất bản một quyển sách để kỷ niệm sinh nhựt thứ 70 của Bà. Tiến sĩ William J. Wheeler được yêu cầu đứng ra làm Trưởng Ban Biên Tập cho quyển sách mà mọi người đều đồng ý đặt tựa là ***"Saving the Time of the Library User Through Subject Access Innovation: Papers in Honor of Pauline Atherton Cochrane"*** [5] với những bài viết của các tác giả sau đây:

Introduction (with a Note from Marcia J. Bates) / William J. Wheeler

Obstacles in progress in mechanized subject access and the necessity of a paradigm change / by Robert Fugmann

On MARC and the nature of text searching: a review of Pauline Cochrane's inspirational thinking grafted onto a Swedish spy on library matters / by Bjorn Tell

Blazing new trails: in celebration of an audacious career / by Donald King

The User centered approach: how we got here / Raya Fidel

Subject access in interdisciplinary research / Linda Smith

Web search strategies / Karen Drabenstott

Enhancing subject access to monographs in online public access catalog: table of contents added to bibliographic records / Vinh-The Lam

Objects for distributed heterogeneous information retrieval / Eric H. Johnson

Curriculum vitae for Pauline Atherton Cochrane / William J. Wheeler

Tiến sĩ Wheeler đã mời tôi tham gia viết một bài cho quyển sách này. Tôi đã nhận lời và bài viết của tôi, như đã ghi bên trên, đã được đăng tại các trang 162-172, với toát yếu như sau:

> ***"Subject access to monographs through online public access catalogs (OPACs) has always been a major concern for large research and/or academic libraries. Academic library practice of providing subject access to monographs has proved inadequate, especially in case of composite works. Many techniques have been proposed to enhance subject treatment of monographs in OPACs. This paper briefly reviews these efforts in the past and presents the case of adding Table of Contents as one of the most useful and probably also one of the most cost-effective ways of improving subject access to monographs in an academic environment."***
>
> (Xin tạm dịch sang Viêt ngữ như sau: *"Việc tìm sách theo chủ đề trên các thư mục trực tuyến (OPAC = Online Publc Access Catalog) đã luôn luôn là một mối quan tâm chính của các thư viện nghiên cứu hay đại học lớn. Trong các thư viện đại học, việc tìm sách theo chủ đề đã được chứng minh là thường không được đầy đủ, đặc biệt là với những sách mang tính tổng hợp. Nhiều kỹ thuật đã được đề nghị để tăng cường hiệu quả của việc tìm sách theo chủ đề trên các OPAC. Bài viết này duyệt lại những cố gắng đó và giới thiệu trường hợp của việc sử dụng các Bảng Mục Lục trong sách như là kỹ thuật hữu ích và có hiệu quả cao nhất cho việc tìm sách theo chủ đề trong môi trường đại học.")*

Thuyết trình cho Sinh Viên Thư Viện Học của Đại Học Illinois tại Urbana-Champaign (UIUC = University of Illinois at Urbana-Champaign)

Vào tháng 9-2006, sau khi đã nghỉ hưu, vợ chồng tôi quyết định thực hiện một chuyến đi sang thành phố Urbana, thuộc tiểu bang Illinois, Hoa Kỳ để viếng thăm Giáo sư Cochrane. Khi tôi gọi điện thoại để báo tin này, Bà rất vui, và trong lúc nói chuyện điện thoại, Bà yêu cầu tôi dành một số thời gian để viếng thăm Trường Thư Viện Học của Viện Đại Học UIUC (University of Illinois at Urbana-Champaign).

> ***"Bà đề nghị tôi đến thăm lớp học bà đang dạy (về Database Creation and Development = Thực hiện và phát triển cơ sở dữ liệu) và nói chuyện cho sinh viên của bà nghe về cái công trình mà tôi đã thực hiện cho Thư Viện của Trường Đại Học Saskatchewan mấy năm trước đó: "Cơ sở dữ liệu trên Web về các tài liệu đã giải mật của CIA về Chiến Tranh Việt Nam." Bà viện dẫn lý do như sau: bà đã dạy cho sinh viên theo học giáo trình này phần lý thuyết về cách làm cơ sở dữ liệu (CSDL), tôi sẽ là người giúp cho họ thấy trên thưc tế việc thực hiện một CSDL phải qua những giai đoạn chuẩn bị như thế nào, có thể gặp những khó khăn gì, và cách giải quyết ra sao. Nghe bà nói rõ lý do của lời mời này, đột nhiên, kỷ niệm 43 năm về trước chợt hiện về, tôi nhớ lại lần nói chuyện trong văn phòng của bà ở Trường Đại Học Syracuse tháng 5-1973, nhớ lại lời bà khuyên tôi khoan về nước vội, ở lại học tiến sĩ với bà và làm phụ giảng cho bà về phần thực hành cho giáo trình LSC 503. Tôi cảm động vô cùng, bây giờ là năm 2006, gần nửa thế kỷ đã trôi qua, bà vẫn còn giữ y nguyên lòng tin của bà về người học trò cũ của bà của năm 1973. Và đồng thời tôi cũng đã nhận ra đây là cơ hội cuối cùng rồi, cuối đời rồi, tôi không thể phụ lòng Ân Sư một lần nữa được. Tôi đã nhận lời đề nghị của bà và, trong dịp viếng thăm bà tại Urbana, tháng 9-2006, tôi đã đến thăm lớp học của bà và nói chuyện với sinh viên của bà (những sư muội và sư đệ của tôi) với đề tài: "A Web-based Database of CIA Declassified Documents on Vietnam War" (Một cơ sở dữ liệu trên Web về các tài liệu của đã giải mật của CIA về Chiến Tranh Việt Nam)."*** [6]

Hình 7.2. Thuyết trình về CSDL "Web-based Database of CIA Declassified Documents on Vietnam War"
cho sinh viên Thư Viện Học của Giáo sư Cochrane tại Đại Học UIUC

CHƯƠNG TÁM
NỐI LẠI QUAN HỆ VỚI CỘNG ĐỒNG THƯ VIỆN VIỆT NAM

Khi tôi rời Việt Nam đi định cư tại Canada vào tháng 9-1981, tôi đã nghĩ là không bao giờ còn có thể trở về quê hương được nữa. Nhưng rồi đến đầu thập niên 1990, với sự sụp đổ hoàn toàn của hệ thống Cộng sản tại các nước Đông Âu và Liên Xô, Việt Nam bị bắt buộc phải thay đổi. Họ phải thực hiện một chính sách kinh tế mới mang tên là Đổi Mới và bắt đầu phát triển theo hướng kinh tế thị trường. Chính phủ của Thủ Tướng Võ Văn Kiệt (1991-1997) lên tiếng kêu gọi giới trí thức Việt Nam tại hải ngoại trở về nước để đóng góp vào sự phát triển của đất nước theo hướng đổi mới đó. Năm 1991, Việt Nam đã đồng ý cho Hoa Kỳ mở Văn Phòng Tìm Kiếm Quân Nhân Mất Tích đầu tiên tại Hà Nội, mở đầu cho tiến trình bình thường hóa quan hệ giữa hai nước. Các bạn tôi, những cựu thành viên của Ban Chấp Hành Hội Thư Viện Việt Nam (HTVVN), nhiệm kỳ 1974-1975, đa số đều đang sống và làm việc tại Hoa Kỳ, bắt đầu tập hợp lại để đáp ứng lời kêu gọi đó. Tôi cũng nhận ra rằng đã đến lúc phải nối lại quan hệ với cộng đồng thư viện ở trong nước.[1]

Dự Án Giáo Dục Thư Viện Việt Nam (Vietnam Library Education Project)

Vào năm 1990, Tiến sĩ Nguyễn Quỳnh-Hoa, một công dân Mỹ gốc Việt, đang đảm nhận chức vụ Thanh Tra về Ấn Phẩm Công của Chính phủ Liên Bang Hoa Kỳ, đã liên lạc được với một số thân hữu đang làm QTTV tại Hoa Kỳ và thành lập một hội đoàn tại thủ đô Wahington, D.C., lấy tên là ***Vietnam Library Education Project*** (VLEP) nhằm giúp đỡ Việt Nam phát triển hệ thống thư viện. Thành viên năng động nhứt của VLEP chính là Cô Phạm Thị Lệ-Hương, cựu Thủ Quỹ của HTVVN. Cô Lệ-Hương đã liên lạc với tôi và tôi đã nhận lời tham gia VLEP. Vào mùa Hè 1991, Tiến sĩ Quỳnh-Hoa và Cô Lệ-Hương, theo lời mời của Liên Hiệp Các Hội Khoa Học Kỹ Thuật Thành Phố Hồ Chí Minh, đã về Việt Nam để tìm hiểu nhu cầu của Việt Nam trong việc phát triển hệ thống thư viện. Sau chuyến viếng thăm Việt Nam đó, VLEP bắt đầu công tác gây quỹ và tìm kiến sự hỗ trợ của các cơ sở giáo dục tại Hoa Kỳ.

Vào mùa Hè 1992, với tài trợ của Christopher Reynolds Foundation, một cuộc họp của VLEP đã được tổ chức trong khuôn viên của Viện Đại Học Catholic University of America (CUA) dưới sự đồng chủ tọa của Tiến sĩ Quỳnh-Hoa và Tiến sĩ Deanna Marcum, Khoa Trưởng Trường Thư Viện và Thông Tin Học của CUA.

Hình 8.1. Buổi họp của VLEP tại Đại Học Catholic University of America

Hiện diện tại buổi họp có 4 cựu thành viên của HTVVN là: Cô Lệ-Hương, Cô Nguyễn Thị Nga, ông Tống Văn Diệu và tôi. Buổi họp đã thông qua quyết định là dự án đầu tiên của VLEP sẽ là chuyển ngữ sang tiếng Việt quyển ***ALA Glossary of Library and Information Science***, do Heartsill Young soạn thảo, và được Hội Thư Viện Hoa Kỳ xuất bản vào năm 1983. Cô Lệ-Hương, Cô Nga và tôi được VLEP chỉ định thực hiện công tác dịch thuật này. Công tác dịch thuật được hoàn tất trong vòng một năm nhưng việc gây quỹ để in mất nhiều thời gian hơn. Sau cùng, nhờ các quan hệ ngoại giao rất tốt của Cô Nga, quyển sách dịch đã được nhà xuất bản Galen Press giúp in miễn phí vào đầu năm 1996.[2] Vào mùa Hè 1996, Cô Lệ-Hương đã mang về Việt Nam 500 cuốn sách dịch này để tặng cho cộng đồng thư viện Việt Nam.

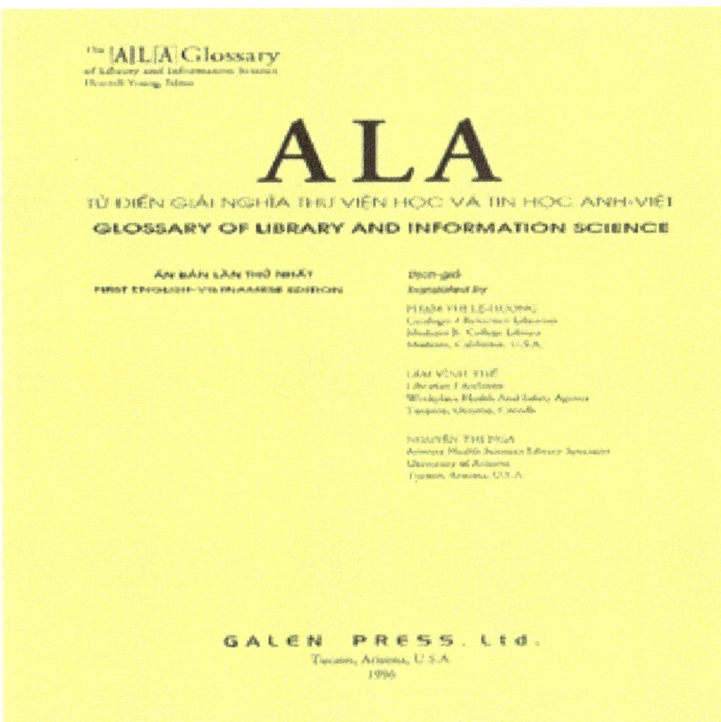

Hình 8.2. Bìa Sách dịch ALA Glossary of Library and Information Science

Hội Hỗ Trợ Thư Viện và Giáo Dục Việt Nam (Library and Education Assistance Foundation for Vietnam = LEAF-VN)

Chương trình hoạt động của VLEP đang diễn tiến một cách tốt đẹp và đầy hứa hẹn như vậy đã bị chấm dứt một cách đột ngột vì Tiến sĩ Quỳnh-Hoa lâm trọng bệnh và bất ngờ qua đời. Các hội viên năng động của VLEP đã quyết định tiếp tục hoạt động và cùng nhau thành lập một hội đoàn mới có tên là ***Library and Education Assistance Foundation for Vietnam*** (LEAF-VN), do Bà Liên-Hương Fiedler, một quản thủ thư viện của Thư Viện Quốc Hội Hoa Kỳ (U.S. Library of Congress) làm Chủ Tịch, với Trang Web tại địa chỉ Internet sau đây: https://www.leaf-vn.org/

Giúp Đào Tạo Chuyên Viên Thư Viện Cho Việt Nam

Trong khoảng thời gian 1992-1996, khi tôi vẫn còn làm việc tại Toronto cho Cơ quan WHSA, một cơ duyên đưa đến giúp tôi có may mắn được góp phần vào việc đào tạo một chuyên viên thư viện cho Việt Nam là anh Nguyễn Minh Hiệp, người sẽ có những đóng góp rất quan trọng cho viêc phát triển các thư viện đại học ở phía Nam trong tương lai. Tôi không còn nhớ rõ thời điểm nhưng có lẽ vào khoảng mùa Thu 1992, tôi bất ngờ nhận được một bức thư gởi từ Việt Nam. Đó là thư của anh Nguyễn Minh Hiệp, một cưu hội viên của HTVVN, nhờ tôi viết một thư giới thiệu cho anh để nộp vào hồ sơ xin học bổng đi du học bên Mỹ. Tôi đã nhận lời và đã viết một bức thư giới thiệu như anh đề nghị. Sau đó anh Hiệp đã được học bổng theo học chương trình Cao Học Thư Viện và Thông Tin Học của Trường Đại Học Simmons College tại thành phố Boston, thuộc tiểu bang Massachusetts, Hoa Kỳ. Sau khi về nước, anh Hiệp làm việc tại Trường Đại Học Tổng Hợp của Thành phố Hồ Chí Minh, và sau đó, chính anh là người đã đề xướng và sau đó đã đích thân xây dựng và phát triển Thư Viện Cao Học cho Trường Đại Học Khoa Học Tự Nhiên của thành phố thành một thư viện hiện đại theo đúng tiêu chuẩn của Bắc Mỹ. Thấy rõ khả năng, và quyết tâm đóng góp của Anh Hiệp, tôi tìm cách vận động cho anh Hiệp trở qua Mỹ theo học một khóa huấn luyện hậu đại học tại Mortenson Center của Trường Đại Học Illinois tại Urbana-Champaign (UIUC = University of Illinois at Urbana-Champaign), như anh Hiệp đã ghi lại như sau trong quyển hồi ức ***Thư viện ký*** của anh:[3]

> ***"Ngày 30/8/1996, tôi lên đường tu nghiệp tại Trung tâm Chương trình Thư viện thế giới Mortenson, ĐH Illinois tại Urbana- Champaign, Hoa Kỳ. Đây là một "Học bổng hậu đại học - Graduate Grant" do anh Lâm Vĩnh-Thế, nguyên Chủ tịch Hội Thư Viện Việt Nam trước 1975 vận động xin cho tôi thông qua sự hỗ trợ của Tiến sĩ Pauline A. Cochrane, GS ĐH Illinois tại Urbana-Champaign đã từng là cô giáo của anh Thế tại ĐH Syracuse, N.Y. trong thập niên 1970."***

NIT '98 tại Hà Nội và Những Công Tác Khác

Như đã đề cập đến trong Chương Bảy, bài thuyết trình của tôi, *Library development in Vietnam: urgent needs for standardization*, đã được trình bày tại cuộc hội thảo ngày 24-3-1998 tổ chức tại Thư Viện Quốc Gia Việt Nam tại Hà Nội, thay vì tại Hội Nghị Quốc Tế NIT '98 đã bị Việt Nam đơn phương hủy bỏ vài ngày trước khi hội nghị khai mạc.

Trong bài thuyết trình đó, tôi đề nghị cộng đồng thư viện Việt Nam nên nhanh chóng thực hiện một chương trình tiêu chuẩn hóa với trọng tâm là một bộ quy tắc biên mục dựa trên tiêu chuẩn quốc tế về mô tả (ISBD = International Standard of Bibliographic Description), một khổ mẫu MARC cho Việt Nam, cũng như một hệ thống Tiêu đề Chủ đề dựa trên bộ Library of Congress Subject Headings List. Và đó là điều mà Việt Nam sẽ tiến hành trong những năm sau đó với rất nhiều hỗ trợ từ hội LEAF-VN. Sau Hội Nghị NIT '98, để tạo ra sự chú ý và hỗ trợ thật cần thiết cho Việt Nam từ cộng đồng thư viện thế giới, tôi đã viết liên tiếp 2 bài báo sau đây:

• *Issues in Library Development for Vietnam* (*Những vấn đề trong việc phát triển thư viện cho Việt Nam*) đã đăng trong tạp chí ***Asian libraries***, tập 8, số 10 (Tháng 12-1999), tr. 371-379.

• *A National Library Association for Vietnam* (*Một hội thư viện quốc gia cho Việt Nam*), đã đăng trong tạp chí ***New library world***, tập 102, số 1166/1167 (Tháng 7-2001), tr. 278-282.

Trong khoảng thời gian mấy tháng trước Hội Nghị NIT '98, tôi đã thu xếp một chương trình làm việc trong hai tuần ở Việt Nam.[4] Tại Hà Nội, với tư cách là một nhân viên của Thư Viện Đại Học Saskatchewan, tôi sẽ đi thăm viếng một số thư viện đại học, và sẽ có một buổi thuyết trình tại Đại Học Bách Khoa Hà Nội. Tại Thành phố Hồ Chí Minh (Sài Gòn), với tư cách là Giám Đốc Dự Án của Hội LEAF-VN, tôi sẽ viếng thăm trụ sở của Liên Hiệp Các Hội Khoa Học Kỹ Thuật Thành Phố Hồ Chí Minh, và sẽ thuyết trình trọn ngày cho một cuộc hội thảo tổ chức tại Thư Viện Cao Học của Đại Học Khoa Học Tự Nhiên.

Bài thuyết trình của tôi tại Khoa Kinh Tế và Quản Lý của Đại Học Bách Khoa Hà Nội có tựa đề là ***"Công nghệ thông tin trong nền kinh tế thị trường."*** Buổi thuyết trình bắt đầu lúc 4:30 chiều ngày Thứ Năm, 26-3-1998. Mặc dù tôi đã yêu cầu là cho cả sinh viên năm thứ tư của Khoa (tức là sinh viên sắp tốt nghiệp Cử Nhân) được tham dự, Khoa chỉ cho phép các cán bộ giảng dạy, chỉ có 7 người, được tham dự. Cuộc thuyết trình diễn ra suôn sẻ và chấm dứt lúc 6:30. Ngay từ khi nhà Trường cho xe đón tôi tại phi trường Nội Bài, tôi đã trao một bản của bài thuyết trình để nhà trường có thể in ra trước để phát cho các người tham dự nhưng họ đã không làm như vậy. Do đó, trong suốt buổi thuyết trình của tôi, các cán bộ giảng dạy đã phải ghi chép rất nhiều vì chỉ có ông Chủ Nhiệm Khoa là có văn bản của bài thuyết trình. Bài thuyết trình này về sau đã đăng trong tạp chí ***Kinh doanh*** (Toronto), số 1 (Tháng 6-1999), tr. 117-128.

Tại cuộc hội thảo ở Sài Gòn, tổ chức tại Thư Viện Cao Học, Trường Đại Học Khoa Học Tự Nhiên vào ngày Thứ Năm, 2-4-1998, mang tên là ***"Những Vấn Đề Hiện Nay Của Ngành Biên Mục,"*** tôi đã trình bày các vấn đề như sau:

• Phát triển của Thư Mục Trực Tuyến

• Các dụng cụ làm việc của Biên Mục Viên

• Làm Biên Mục các tài liệu trên Internet

• Chiều hướng phân công trách nhiệm giữa các QTTV và nhân viên trung cấp

• Các dịch vụ biên mục tại ngoại

• Những vấn đề và phát triển mới của AACR2

Tại cuộc hội thảo này, tôi đã trao tặng tất cả 28 bài báo mà tôi đã sử dụng trong lúc chuẩn bị cho cuộc hội thảo. Tôi cũng đích thân sử dụng cho các người tham dự xem cách sử dụng đĩa CD ***Classification Plus*** mà Thư Viện của Đại Học Cộng Đồng Modesto, tiểu bang California, Hoa Kỳ đã nhờ Cô Phạm Thị Lệ-Hương trao tặng cho Thư Viện Cao Học.

Hình 8.3. Hội Thảo về *"Những Vấn Đề Hiện Nay Của Ngành Biên Mục"*

Dự Án Dịch Thuật Quyển *The Concise AACR2, 1988 Revision*

Sau chuyến đi Việt Nam vào đầu năm 1998 của tôi, để giúp Việt Nam thực hiện những khuyến cáo của tôi về chương trình tiêu chuẩn hóa mà tôi đã nêu ra trong bài thuyết trình tại Hội Thảo thay thế Hội Nghị NIT '98, Hội LEAF-VN quyết định thực hiện dự án chuyển dịch sang Việt ngữ quyển ***The Concise AACR2, 1988 Revision*** của tác giả Michael Gorman. Cô Lệ-

Hương và tôi bắt đầu công tác dịch thuật trong mùa Hè 1998 và hoàn tất vào đầu năm 1999. Sau đó, chúng tôi bỏ ra thêm 6 tháng để thực hiện phần Minh Họa cho cuốn sách dịch để giúp cho các biên mục viên Việt Nam hiểu rõ cách áp dụng bộ quy tắc biên mục này. Tất cả các tài liệu được tuyển chọn cho phần Minh Họa này đã hội đủ các điều kiện sau đây:

- Xuất bản tại Việt Nam
- Đại diện cho tất cả các loại tài liệu (sách, tạp chí, bản đồ, tài liệu thính thị, vv.)
- Đại diện cho tất cả các loại tiêu đề
- Đại diện cho tất cả các loại chi tiết về mô tả

Ông Phạm Thế Khang, Giám Đốc Thư Viện Quốc Gia Việt Nam, trong Lời Tựa cho cuốn sách dịch, đã có nhận xét như sau, trên hai trang xxi-xxii:

> ***"Một đặc điểm của bản dịch này mà bạn đọc cần lưu ý là Phần Minh Họa. Hai dịch giả đã bỏ nhiều công sức để tìm các tài liệu (mà tuyệt đại đa số đã xuất bản tại Việt Nam), phản ánh khá đầy đủ các loại hình tài liệu khác nhau (sách, tạp chí, bản đồ, tài liệu nghe nhìn, v.v...) để minh họa cách áp dụng quy tắc. Với mỗi tài liệu, các dịch giả đã cung cấp phóng ảnh của trang nhan đề, và các dữ kiện cần thiết khác, các quy tắc đã áp dụng, và, sau hết, một phiếu mục lục đề nghị cho tài liệu. Với Phần Minh Họa này, các dịch giả đã không phải chỉ đơn thuần chuyển dịch nội dung bộ quy tắc, mà còn là một bước cải tiến có giá trị, giúp cho bạn đọc hiểu rõ hơn ý nghĩa và nội dung của các quy tắc và nhờ đó việc áp dụng các quy tắc sẽ được dễ dàng hơn rất nhiều. Đây là một đóng góp rất quan trọng của hai dịch giả."*** [5]

Tác giả của nguyên tác, Ông Michael Gorman, ngay từ đầu, đã sốt sắng cho phép Hội LEAF-VN làm công việc chuyển ngữ này, và, sau đó, đã viết Lời Giới Thiệu cuốn sách dịch này, trong đó có đoạn như sau:

"I hope that this translation will lead to a new era of standardization of descriptive cataloguing within Vietnam, wherever Vietnamese-language materials are catalogued, and between Vietnamese libraries and libraries all around the world." [6]

Xin tạm dịch sang Việt ngữ như sau: ***"Tôi hy vọng rằng tài liệu chuyển dịch này sẽ đưa đến một kỉ nguyên mới trong việc tiêu chuẩn hóa công tác biên mục mô tả tại Việt Nam, bất cứ nơi nào mà các tài liệu bằng tiếng Việt được làm biên mục, và giữa các thư viện Việt Nam cũng như tất cả các thư viện trên toàn thế giới."***

Vì vấn đề bản quyền rất phức tạp có liên quan đến 3 hội thư viện quốc gia (Hoa Kỳ, Canada và Anh Quốc), LEAF-VN phải mất gần hai năm mới giải quyết xong, mãi đến năm 2002 cuốn sách dịch mới được xuất bản.

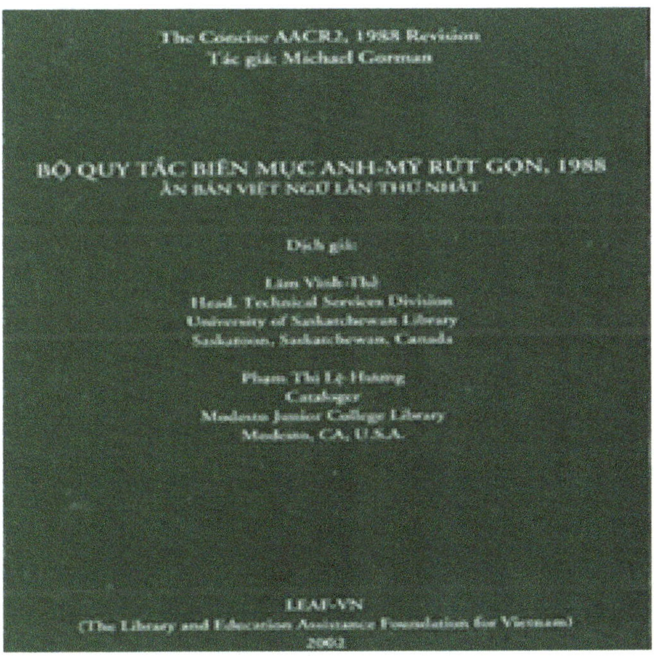

Hình 8.4. Bìa *Bộ Quy Tắc Biên Mục Anh-Mỹ Rút Gọn, 1988*

Một ngàn tám trăm (1.800) bản của cuốn sách dịch đã được chuyển về Việt Nam và Thư Viện Quốc Gia đã phân phối đến tất cả thư viện trên toàn quốc. Vào đầu năm 2004, Hội LEAF-VN đã chuẩn bị một chương trình huấn luyện cho việc sử dụng Bộ Quy Tắc Biên Mục Rút Gọn này sẽ thực hiện tại Việt Nam trong mùa Hè như sau:

• Một khóa huấn luyện tại Thư Viện Quốc Gia ở Hà Nội, từ ngày 5 Tháng 7 đến ngày 9 Tháng 7, cho các nhân viên của các thư viện công cộng của các tỉnh từ Huế trở ra Bắc.

• Một khóa huấn luyện, tại Thư Viện Đại Học Quốc Gia ở Hà Nội, nhưng dành cho các nhân viên thư viện thuộc Liên Hiệp các Thư Viện Đại Học Phía Bắc, từ ngày 12 Tháng 7 đến ngày 15 Tháng 7.

• Một khóa huấn luyện tại Hội Trường của Bộ Thông Tin Văn Hóa tại Thành phố Hồ Chí Minh, dành cho các nhân viên của các thư viện công cộng, nghiên cứu, và đại học từ Đà Nẵng trở vô Nam.

Hai thành viên của Hội là Cô Phạm Thị Lệ-Hương và Bà Ngọc Mỹ Guidarelli, QTTV-Biên Mục Viên của Thư Viện Đại Học Virginia (Virginia Commonwealth University, Richmond, VA), đã sửa soạn tài liệu huấn luyện bằng CD ***"Cẩm Nang Hướng Dẫn Sử Dụng Bộ Quy Tắc Biên Mục Anh-Mỹ Rút Gọn, 1988",*** và đã về Việt Nam trong mùa Hè 2004 để phụ trách giảng dạy trong các khóa huấn luyện đó và hai vị đã thành công mỹ mãn trong chương trình huấn luyện này. Sau khóa huấn luyện này, các học viên có thắc mắc khi trở lại làm việc tại nhiệm sở của mình, họ gửi e-mail hỏi lại, tôi và cô Lệ-Hương cùng hợp soạn để trả lời những câu hỏi liên quan đến vấn đề áp dụng Bộ Quy Tắc Biên Mục Rút Gọn, 1988 này, và các giải đáp đã lần lượt được niêm yết trên Trang Web của LEAF-VN, tại địa chỉ Internet sau đây: http://leaf-vn.org/AACR2-FAQs-rev10-18-04.pdf)

Hình 8.5. CD sử dụng trong Huấn luyện AACR2 tại Việt Nam

Cộng đồng thư viện Việt Nam, dưới sự lãnh đạo sáng suốt với tầm nhìn xa của ông Phạm Thế Khang, Giám Đốc Thư Viện Quốc Gia, đã phát triển đúng hướng về tiêu chuẩn hóa với các thành quả rất quan trọng như sau:

• Khổ Mẫu MARC cho Việt Nam, khởi sự từ năm 2002 và hoàn tất vào năm 2004

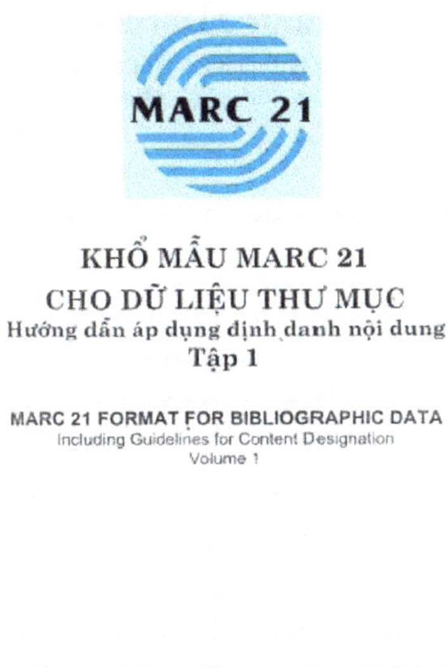

Hình 8.6. Khổ Mẫu MARC 21 tiếng Việt

• Hệ Thống Phân Loại Thập Phân Dewey, bản dịch của Ấn Bản thứ 14 của bản rút ngắn, khởi sự từ năm 2003 và hoàn tất vào năm 2006.

Hình 8.7. Hệ Thống Phân Loại Thập Phân Dewey tiếng Việt

• Hội Thư Viện Việt Nam thành lập ngày 20-4-2006

Khắp cả nước, hiện nay phần lớn các thư viện đại học, thư viện nghiên cứu, và các thư viện công cộng lớn đã cung cấp cho độc giả phương tiện truy tìm thông tin nhanh chóng và hiệu quả thông qua các thư mục điện tử trực tuyến (OPAC = Online Public Access Catalog). Có thể tìm thấy các hệ thống tân tiến nhứt tại các thư viện sau đây:

• Thư Viện Cao Học, Đại Học Khoa Học Tự Nhiên, tại Thành phố Hồ Chí Minh, dưới quyền Giám Đốc của ông Nguyễn

Minh Hiệp, tốt nghiệp Cao Học Thư Viện Học, Đại Học Simmons College, tại thành phố Boston, tiểu bang Massachusetts, Hoa Kỳ

• Trung Tâm Thư Viện và Thông Tin, Đại Học Quốc Gia Hà Nội, dưới quyền Giám Đốc của Ông Nguyễn Huy Chương, tốt nghiệp Cao Học Thư Viện Học, Đại Học Simmons College, tại thành phố Boston, tiểu bang Massachusetts, Hoa Kỳ

• Thư Viện Quốc Gia Việt Nam tại Hà Nội, dưới quyền Giám Đốc của Ông Phạm Thế Khang, tốt nghiệp Cử Nhân Thư Viện Học, Đại Học Văn Hóa Hà Nội

• Thư Viện Khoa Học Tổng Hợp Thành Phố Hồ Chí Minh, dưới quyền Giám Đốc của Ông Bùi Xuân Đức, tốt nghiệp Thạc Sĩ Thư Viện Học, Đại Học Văn Hóa Thành Phố Hồ Chí Minh

• Trung Tâm Thư Viện và Thông Tin, Đại Học Quốc Gia Thành Phố Hồ Chí Minh, dưới quyền Giám Đốc của Tiến sĩ Hoàng Thị Thục, tốt nghiệp ở Úc.

• Trung Tâm Thư Viện và Thông Tin, Đại Học Đà Nẵng, dưới quyền Giám Đốc của Ông Hà Lê Hùng, tốt nghiệp Cao Học Thư Viện Học, Đại Học Simmons College, tại thành phố Boston, tiểu bang Massachusetts, Hoa Kỳ

Hội Thảo tại Hà Nội và Thành Phố Hồ Chí Minh Năm 2005

Đầu năm 2005, Ông Phạm Thế Khang, Giám Đốc Thư Viện Quốc Gia Việt Nam, và Ông Nguyễn Minh Hiệp, Chủ Tịch, Liên Hiệp Các Thư Viện Đại Học Phía Nam (FESAL = Federation of Southern Academic Libraries) đã gửi thư cho Ông Frank Winter, Giám Đốc Thư Viện Đại Học Saskatchewan cho biết họ muốn mời tôi về Việt Nam để thuyết trình trong hai cuộc hội thảo trọn ngày, một tại Hà Nội, và một tại Thành Phố Hồ Chí Minh.

Ông Frank Winter đã chấp thuận cả 2 đề nghị và cho phép tôi đi Việt Nam vào khoảng trung tuần tháng 7-2005. Hội thảo thứ nhứt diễn ra tại Thư Viện Quốc Gia ở Hà Nội vào ngày

21-7-2005, và hội thảo thứ nhì tại Thư Viện Cao Học, Đại Học Khoa Học Tự Nhiên, tại Thành Phố Hồ Chí Minh vào ngày 29-7-2005. Cả hai cuộc hội thảo, mang tên là *"Dịch Vụ Thư Viện Đại Học: Kinh Nghiệm Đại Học Saskatchewan,"* đều có cùng một nội dung và diễn ra như sau:

- Buổi sáng:

  - Từ 8:00 đến 10:00: Quản Lý Tạp Chí Điện Tử
  - Từ 10:00 đến 10:30: Nghỉ giải lao
  - Từ 10:30 đến 12:00: Dự Án Số Hóa Luận Văn Tốt Nghiệp

- Buổi chiều:

  - Từ 13:00 đến 15:00: Công Sản Học Tập
  - Từ 15:00 đến 15:30: Nghỉ giải Lao
  - Từ 15:30 đến 17:00: Kiểm Phẩm Công Tác Kiểm Soát Tiêu Đề Chuẩn Tại Ngoại

Hình 8.8. Hội Thảo tại Hà Nội - Hội Trường của Thư Viện Quốc Gia

Hình 8.9. Hội Thảo tại Thành Phố Hồ Chí Minh - Thư Viện Cao Học, Đại Học Khoa Học Tự Nhiên

Hệ Thống Tiêu Đề Chủ Đề

Trong bài thuyết trình về vấn đề tiêu chuẩn hóa tại Thư Viện Quốc Gia ở Hà Nội vào ngày 24-3-1998 (sau khi Hội Nghị Quốc Tế NIT '98 đã bị Việt Nam đơn phương hủy bỏ), tôi đã đề nghị Việt Nam nên tập trung cố gắng thực hiện 3 tiêu chuẩn quan trọng về biên mục: ISBD, MARC, và LCSH. Nay, 2 tiêu chuẩn đầu đã làm xong, ông Phạm thế Khang, Giám Đốc Thư Viện Quốc Gia, quyết định thực hiện tiêu chuẩn thứ ba còn lại: một hệ thống Tiêu Đề Chủ Đề cho Việt Nam.

Sau sự thành công của khóa hội thảo ***"Thống nhứt công việc định chủ đề và biên soạn Khung tiêu đề đề mục"*** do Liên Chi Hội Thư Viện Đại Học Phía Nam tổ chức vào tháng 5-2008 tại Đà Nẵng, Hội Thư Viện Việt Nam và Thư Viện Quốc Gia, phối hợp với Vụ Thư Viện quyết định tổ chức một khóa hội thảo toàn quốc về vấn đề Tiêu đề đề mục (vào cuối tháng 11-2008) nhằm tiến tới việc soạn thảo một bộ tiêu đề đề mục để sử dụng trong cả nước. Ông Giám Đốc Thư Viện Quốc Gia đã gửi văn thư mời Hội LEAF-VN tham dự khóa hội thảo toàn quốc này. Hội LEAF-VN đã cử tôi đại diện cho Hội để thuyết trình tại khóa hội thảo này. Tôi bận việc gia đình nên không thể đi Việt Nam để dự khóa hội thảo được nhưng tôi đã viết và gửi đến khóa hội thảo một bài tham luận (15 trang) với tựa đề ***"Tiêu đề đề mục trong công tác biên mục và hệ thống LCSH."*** [7]

The Library and Education Assistance Foundation for Vietnam

LEAF-VN

Hội Hỗ Trợ Thư Viện và Giáo Dục Việt Nam

http://www.leaf-vn.org

Tiêu Đề Đề Mục Trong Công Tác Biên Mục
Và Hệ Thống LCSH

Lâm Vĩnh Thế
Librarian Emeritus
Đại Học Saskatchewan
CANADA

Hình 8.10. Bài tham luận về Tiêu Đề Đề Mục

Nhờ sự chuẩn bị rất kỹ lưỡng của toàn thể cộng đồng thư viện Việt Nam, khóa hội thảo toàn quốc đó đã thành công mỹ mãn. Khóa hội thảo cũng quyết định sử dụng từ ***Tiêu Đề Chủ Đề*** thay cho từ tiêu đề đề mục.

Qua năm sau, Hội Thư Viện Việt Nam và Thư Viện Quốc Gia tiến hành triển khai thành quả của khóa hội thảo và quyết định tổ chức tập huấn toàn quốc về LCSH. Hội LEAF-VN được mời đảm nhận công tác giảng dạy này, và đã quyết định cử hai thành viên là Cô Phạm Thị Lệ-Hương và tôi phụ trách soạn thảo tài liệu cho khóa tập huấn toàn quốc này. Chúng tôi đã bỏ ra gần trọn một năm để soạn giáo trình này, tổng cộng lên đến 360 trang. Vào giờ chót, vì trong gia đình có người thân lâm trọng bệnh, tôi phải hủy bỏ chuyến đi Việt Nam. Cô Lệ-Hương đã một mình đảm nhận công tác hết sức nặng nhọc này trong hai khóa tập huấn toàn quốc, một tại Thư Viện Quốc Gia ở Hà Nội, trong các ngày 25-27/11/2009, với 195 học viên, và một tại Thư Viện Khoa Học Tổng Hợp ở Thành phố Hồ Chí Minh, trong các ngày 8-10/12/2009, với 95 học viên. Cô Lệ-Hương đã hoàn thành nhiệm vụ một cách xuất sắc. Khi sang Việt Nam, Cô Lệ-Hương, với sự giúp đỡ của Phòng Tin Học, Thư Viện Quốc Gia, đã đưa toàn bộ giáo trình đã soạn vào đĩa CD. Tổng số 500 đĩa CD đã được sản xuất và sau đó phân phối cho tất cả gần 300 học viên của 2 khóa tập huấn, số còn lại Thư Viện Quốc Gia chịu trách nhiệm phân phối đến các thư viện trên toàn quốc. Hai khóa tập huấn toàn quốc này đã thành công mỹ mãn và làm tăng thêm uy tín cho Hội LEAF-VN rất nhiều tại Việt Nam. Tài liệu huấn luyện này có thể truy cập toàn văn trên Trang Web của Hội LEAF-VN tại địa chỉ Internet sau đây: http://leaf-vn.org/MucLuc-HuanLuyen-LCSH.html

LEAF-VN

TÀI LIỆU HUẤN LUYỆN
VỀ
HỆ THỐNG TIÊU ĐỀ CHỦ ĐỀ
CỦA THƯ VIỆN QUỐC HỘI HOA KỲ
(LIBRARY OF CONGRESS SUBJECT HEADINGS)

Soạn giả

Lâm Vĩnh-Thế	**Phạm Thị Lệ-Hương**
Librarian Emeritus	**Faculty Emerita**
University of Saskatchewan	**Modesto Jr. College**
Saskatchewan, Canada	**Modesto, CA, U.S.A.**

DO
HỘI THƯ VIỆN VIỆT NAM
THƯ VIỆN QUỐC GIA VIỆT NAM
HỘI HỖ TRỢ THƯ VIỆN VÀ GIÁO DỤC VIỆT NAM (LEAF-VN)
Tổ chức tại Hà Nội và TP Hồ Chí Minh
Tháng 11 và 12 năm 2009

Hình 8.11. Tài liệu huấn luyện về Hệ Thống LCSH

Hình 8.12. CD chứa đựng Tài liệu huấn luyện về Hệ Thống LCSH

Cũng như việc huấn luyện về Bộ Quy Tắc Biên Mục Anh-Mỹ Rút Gọn, 1988, sau khóa huấn luyện về Tiêu Đề Chủ Đề này, các học viên cũng gửi e-mail nêu những câu hỏi liên quan đến việc làm biên mục chủ đề. Cô Lệ-Hương cùng với tôi cũng đã giải đáp thắc mắc từ năm 2009 đến 2013 khoảng 3 lần và vấn đề này cũng đã được niêm yết trên Trang Web của Hội LEAF-VN tại các địa chỉ Internet sau đây: https://www.leaf-vn.org/FAQ-LCSH-1of2rev.pdf (Kỳ 1); https://www.leaf-vn.org/FAQ-LCSH-2of2Rev.pdf (Kỳ 2); https://www.leaf-vn.org/docs/FAQs-3-LCSH-MARC21-DEC-9-2013.pdf (Kỳ 3)

Năm 2010, Thư Viện Khoa Học Tổng Hợp Thành Phố Hồ Chí Minh đã phát hành ấn bản đầu tiên của ***Bộ Tiêu Đề Chủ Đề*** với khoảng 15.000 tiêu đề. ***Bộ Tiêu Đề Chủ Đề*** này sau đó đã được cập nhật và được Nhà Xuất Bản Thanh Niên tái bản vào năm 2015 với khoảng 19.000 tiêu đề.

Hình 8.13. Bìa *Bộ Tiêu Đề Chủ Đề*, ấn bản 2015

Hội Nghị Quốc Tế 2009 tại Đại Học Sài Gòn

Hai người bạn của tôi, Ông Lê Ngọc Oánh, Giám Đốc Thư Viện Đại Học Mở (và cũng là Phó Chủ Tịch HTVVN, nhiệm kỳ 1975, lúc tôi làm Chủ Tịch), và ông Nguyễn Minh Hiệp, Giám Đốc Thư Viện Cao Học, Đại Học Khoa Học Tư Nhiên, đều được mời tham gia giảng dạy tại Khoa Thư Viện Thông Tin của Trường Đại Học Sài Gòn mới được thành lập. Trường này trước đây là Trường Cao Đẳng Sư Phạm Thành Phố Hồ Chí Minh thuộc hệ đại học 2 năm, vừa được nâng cấp lên thành đại học 4 năm và đổi tên thành Trường Đại Học Sài Gòn. Đây là lần đầu tiên một cơ quan của chính phủ tại Thành Phố Hồ Chí Minh đã được mang tên Sài Gòn là một từ đã bị cấm sử dụng từ sau ngày 30-4-1975. Ngoài ra, người vừa được chỉ định làm Trưởng Khoa Thư Viện Thông Tin của Trường là Tiến sĩ Nguyễn Văn Bằng lại là một người từ Miền Nam, và lại không phải là một đảng viên. Hơn nữa, Tiến sĩ Bằng là một người chuyên về Ngôn Ngữ Học, không phải chuyên về Thư Viện Thông Tin Học. Hai người bạn của tôi, ông Oánh và ông Hiệp, đều tốt nghiệp Cao Học Thư Viện Học từ các Trường Thư Viện của các đại học Mỹ, vì vậy đã có cơ hội thật tốt để giúp cho Tiến sĩ Bằng trong việc quản trị Khoa Thư Viện Thông tin của Trường Đại Học Sài Gòn.

Ông Oánh và ông Hiệp đã giúp Tiến sĩ Bằng soạn thảo, lần đầu tiên tại Việt Nam sau năm 1975, một chương trình huấn luyện 4 năm, hoàn toàn dựa trên các tiêu chuẩn của Bắc Mỹ, với tổng số 133 tín-chỉ (credits) trong 8 học kỳ, để tốt nghiệp văn bằng Cử Nhân Thư Viện và Thông Tin Học. Trong quá trình soạn thảo chương trình huấn luyện này, Tiến sĩ Bằng đã tích cực tìm kiếm sự giúp đỡ, góp ý kiến và đề nghị từ một số chuyên gia về thư viện và thông tin của Hoa Kỳ và Canada, thí dụ như, Giáo sư Pauline A. Cochrane, Đại Học UIUC (University of Illinolis at Urbana-Champaign), Giáo sư Joanne Passet, Đại Học Đông Indiana (Indiana University East = IUE), Tiến sĩ John Celli, Cựu Trưởng Ban Biên Mục, Thư Viện Quốc Hội Hoa Kỳ, và cả cá nhân tôi, Cựu Trưởng Khối Dịch Vụ Kỹ Thuật, Đại Học Saskatchewan. Sau khi chương trình huấn luyện này đã được Bộ Giáo Dục và Đào Tạo chính thức chấp thuận, và đã thực hiện được hai năm, Trường Đại Học Sài Gòn đã tổ chức một hội nghị quốc tế mang tên là ***The Standardization of Library and Information Science Educating*** vào ngày 20-2-2009 để giới thiệu cho cả nước về chương trình huấn luyện về Thư Viện và Thông Tin Học theo đúng tiêu chuẩn quốc tế hiện đại này:

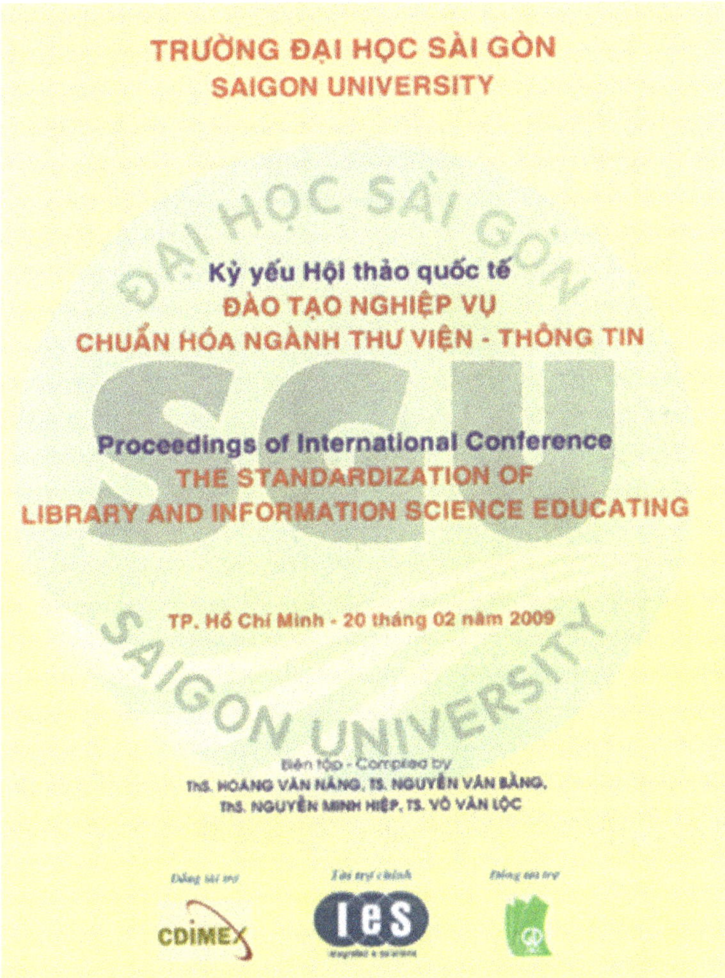

Hình 8.14. Bìa Kỷ Yếu Hội Nghị Quốc Tế
Standardization of Library and Information Science Educating

Tôi đã được Đại Học Sài Gòn mời dự Hội Nghị này và tôi đã thuyết trình về đề tài *Library and Information Science Education in Canada* (*Việc huấn luyện ngành thư viện và thông tin học tại Canada*):

Hình 8.15. Hình chiếu đầu tiên của bài thuyết trình bằng Power Point

HỘI THẢO BA NGÀY NĂM 2010 TẠI ĐẠI HỌC SÀI GÒN

Một năm sau, Đại Học Sài Gòn lại mời tôi sang làm một cuộc hội thảo trong ba ngày, từ ngày 28 đến ngày 30-9-2010 mang tên là *Truy Cập ThôngTin Theo Chủ Đề* [8]

Hình 8.16. Bìa giáo trình Hội thảo tập huấn *Truy Cập Thông Tin Theo Chủ Đề*

Với sự cộng tác của Hội LEAF-VN, Đại Học Sài Gòn đã tổ chức khóa hội thảo này như là một cuộc tập huấn toàn quốc, với trên 50 học viên là các biên mục viên từ các thư viện đại học, trường học và cơ quan trên khắp nước về tham dự.

Hình 8.17. Biểu ngữ Hội thảo tập huấn *Truy Cập thông Tin Theo Chủ Đề*

Sáng ngày 28-9-2010, sau phần nghi thức khai giảng Khóa Hội Thảo dưới sự chủ tọa của Tiến sĩ Nguyễn Viết Ngoạn, Hiệu Trưởng Đại Học Sài Gòn, tôi đã thay mặt Hội LEAF-VN trao tặng một số sách cho Khoa Thư Viện và Thông Tin, trong đó có trọn bộ 6 tập của Bộ Tiêu Đề Chủ Đề của Thư Viện Quốc Hội Hoa Kỳ (Library of Congress Subject Headings List):

Hình 8.18. Sách Hội LEAF-VN Tặng Khoa Thư Viện Thông Tin Đại Học Sài Gòn

Chương trình huấn luyện trong 3 ngày bao gồm những chủ đề như sau:[9]

• Ngày thứ nhứt (28-9-2010): Tổ chức thông tin

o Trên bình diện khái niệm
o Trên bình diện thực hành

- Các Hệ thống Phân loại
- Các Hệ thống Tiêu đề chủ đề
- Các Bảng từ mô tả
- Các Hệ thống Bảng chỉ mục và Toát yếu

• Ngày thứ nhì (29-9-2010): Nhược điểm của các Hệ thống Tổ chức thông tin

o Đánh giá: Nghiên cứu Cranfield, Truy hồi và Chính xác
o Các Hệ thống không có kiểm soát

- Các Bộ máy tra cứu trên Internet
- Các Bộ phận truy cập theo Từ khóa của OPAC

o Các Hệ thống có kiểm soát

- Nhược điểm nội tại

• Của Hệ thống Phân loại
• Của Hệ thống Tiêu đề chủ đề, LCSH
• Ứng dụng FAST

- Nhược điểm ngoại tại

• Của Biên mục Chủ đề
• Của OPAC
• Ngày thứ ba (30-9-2010): Cố gắng Cải thiện Truy cập

o Biện pháp Nội bộ trong Thư viện

- Hồ sơ đứng
- Sưu tập đặc biệt
- Cơ sở dữ liệu

• Về Luận văn

- Về Thư khố định chế

- Huấn luyện sử dụng Thư viện
- Nhân sự đặc biệt, QTTV Liên Lạc Phân Khoa

o Biện pháp mang tính hệ thống

- Kiểm soát Tiêu đề chuẩn
- Cải thiện Giao diện của OPAC
- Biên mục Chủ đề Tăng cường

Phòng Hội Thảo có trang bị bục giảng cho giảng viên, hai bên có hai màn ảnh rộng để chiếu các thông tin khi giảng bài; một màn ảnh để chiếu các Slide của Power Point, màn ảnh thứ hai để chiếu từng trang của giáo trình, và đôi khi để minh họa bằng các thông tin lấy từ Internet xuống. Trong suốt thời gian 3 ngày của Khóa Hội Thảo luôn luôn có hai nhân viên phụ trách hai máy PC để lo các công việc trình chiếu đó. Trước khi bắt đầu Khóa Hội Thảo, mỗi học viên đều nhận được một bản của giáo trình đã in trước.

Hình 8.19. Phòng hội thảo với trang thiết bị

Hình 8.20. Phòng hội thảo với học viên trong lúc huấn luyện

Huấn Luyện AACR2 và MARC 21 tại Đại Học Trà Vinh

Từ khi được thành lập vào năm 1997, Hội LEAF-VN đã thực hiện rất nhiều dự án tại Việt Nam nhưng tôi vẫn nghĩ là Vùng Đồng Bằng Sông Cửu Long đã chưa được chú ý đúng mức. Vì thế tôi rất vui mừng khi nhận được một văn thư của Tiến sĩ Phạm Tiết Khánh, Hiệu Trưởng Đại Học Trà Vinh, một tỉnh trong Vùng Đồng Bằng Sông Cửu Long, yêu cầu tôi giúp tổ chức một khóa huấn luyện cho nhân viên thư viện của trường ông. Tiến sĩ Khánh đã liên lạc với tôi qua sự giới thiệu của Tiến sĩ Trương Trí Vũ, một người bạn của tôi, nguyên Chủ Tịch của Viện Phát Triển Bền Vững Việt Nam, và hiện là một thành viên của Hội Đồng Tư Vấn của Đại Học Trà Vinh. Tôi đã chuyển bức thư của Tiến sĩ Khánh cho Bà Liên-Hương Fiedler, Chủ Tịch Hội LEAF-VN, với đề nghị là Hội LEAF-VN nên chấp nhận yêu cầu đó. Sau một thời gian trao đổi thông tin, LEAF-VN và Đại Học Trà Vinh đã đạt được đồng thuận về việc tổ chức khóa huấn luyện như sau:

- Khóa Huấn Luyện sẽ là một dự án hợp tác giữa Hội LEAF-VN và Trường Đại Học Trà Vinh

• LEAF-VN sẽ chịu trách nhiệm về nội dung huấn luyện, cung cấp giảng viên, trả chi phí di chuyển khứ hồi Bắc Mỹ - Việt Nam cho giảng viên; các giảng viên có trách nhiệm soạn thảo giáo trình cho khóa huấn luyện

• Đại Học Trà Vinh sẽ chịu trách nhiệm về mọi hỗ trợ kỹ thuật cần thiết cho khóa huấn luyện, kể cả việc in giáo trình; Đại Học Trà Vinh cũng sẽ chịu trách nhiệm cung cấp mọi dịch vụ cần thiết cho các giảng viên, kể cả ăn ở và di chuyển tại Việt Nam

• Khóa Huấn Luyện sẽ diễn ra trong 5 ngày với chương trình như sau:

o Ngày thứ nhứt (26-10-2015):

- 8:00 - 9:00 Lễ Khai Giảng
- Bộ Quy Tắc Biên Mục Anh-Mỹ, Ấn Bản Lần Thứ Nhì (AACR2 = Anglo-American Catalogig Rules, Second Edition)

o Ngày thứ nhì (27-10-2015):

- Hệ Thống Tiêu Đề Chủ Đề của Thư Viện Quốc Hội Hoa Kỳ (LCSH = Library of Congress Subject Headings)

o Ngày thứ ba (28-10-2015):

- Khổ Mẫu MARC 21 (MARC = Machine-Readable Cataloging)

o Ngày thứ tư (29-10-2015):

- Thực hành + Bài tập

o Ngày thứ năm (30-10-2015):

- Buổi sáng: Thực hành + Bài tập (Tiếp tục)
- Buổi chiều:

• 13:00 - 15:00: Câu hỏi + Trả Lời
• 15:00 - 15:30: Nghỉ giải lao
• 15:30 - 17:00: Lễ Bế Giảng + Phát chứng chỉ tốt nghiệp cho học viên

Theo đề nghị của tôi, Đại Học Trà Vinh đã mời nhân viên thư viện của một số trường đại học thuộc các tỉnh lân cận trong vùng Đồng Bằng Sông Cửu Long, như Long An, Đồng Tháp, Cần Thơ, An Giang, cùng đến tham dự Khóa Huấn Luyện. Do đó, Khóa Huấn Luyện đã quy tụ được gần 40 học viên.

LEAF-VN đã quyết định cử một phái đoàn đến Đại Học Trà Vinh, gồm hai giảng viên và một quan sát viên như sau:

- Lâm Vĩnh-Thế, Librarian Emeritus, Đại Học Saskatchewan, Canada, Giám Đốc Dự Án của LEAF-VN, Giảng viên

- Phạm Thị Lệ-Hương, Faculty Emerita, Đại Học Cộng Đồng Modesto, California, Hoa Kỳ, Thư Ký của LEAF-VN, Giảng viên

- Hoàng Ngọc Hữu, Systems Analyst, hồi hưu, California, Hoa Kỳ, Phó Chủ Tịch của LEAF-VN, Quan sát viên

Sau khi phái đoàn LEAF-VN về đến Việt Nam, một Quan sát viên thứ nhì đã được tăng cường cho Phái đoàn, đó là Ông Lê Ngọc Oánh, cựu Giám Đốc Thư Viện Đại Học Mở Thành Phố Hồ Chí Minh, một thân hữu của LEAF-VN.

Sau đây là một số hình ảnh về Khóa Huấn Luyện này tại Trường Đại Học Trà Vinh:

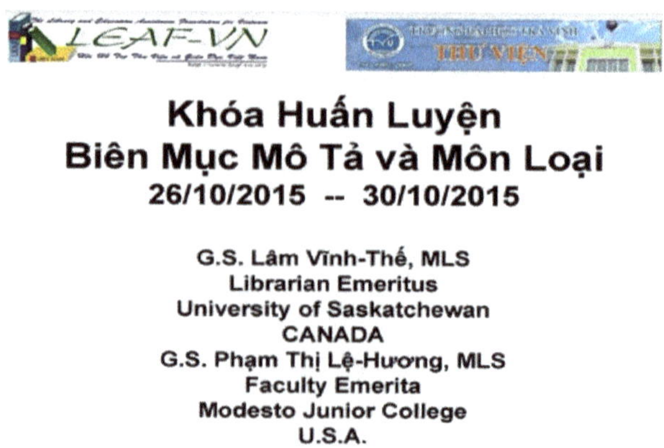

Hình 8.21. Bài thuyết trình PowerPoint Huấn Luyện tại Đại Học Trà Vinh

Hình 8.22. Lễ Khai Giảng Khóa Huấn Luyện tại Đại Học Trà Vinh

Hình 8.23. Lớp huấn luyện với giảng viên Lâm Vĩnh-Thế

Hình 8.24. Giảng viên Phạm Thị Lệ-Hương đang thuyết trình

CHỨNG NHẬN

This Is To Certify That

HỌC VIÊN (Participant): Chế Thị Huyền Trân

Đã hoàn tất khóa tập huấn

Has successfully completed the training program

BIÊN MỤC MÔ TẢ VÀ MÔN LOẠI

THỰC HIỆN BIỂU GHI TRONG MÁY VI TÍNH THEO KHỔ MẪU MARC 21

DESCRIPTIVE AND SUBJECT CATALOGING

CREATION OF COMPUTERIZED BIBLIOGRAPHIC RECORDS USING MARC 21 FORMAT

Từ ngày 26/10 đến 30/10 năm 2015 tại Trường Đại học Trà Vinh

From 26 to 30 October 2015 at Tra Vinh University

G.S. Lâm Vĩnh-Thế, M.L.S

Vinh-The Lam, Librarian Emeritus, M.L.S.

Giám đốc Dự án Hội Hỗ trợ Thư viện và Giáo dục Việt Nam

Project Director,

The Library and Education Assistance Foundation for Vietnam (LEAF-VN)

PGS. TS. Phạm Tiết Khánh

Pham Tiet Khanh, Associate Prof., PhD.

Hiệu trưởng Trường Đại học Trà Vinh

Chủ tịch Hiệp hội Cao đẳng Cộng đồng Việt Nam

Rector, Tra Vinh University

President, Vietnamese Association of Community Colleges

Hình 8.25. Chứng chỉ tốt nghiệp cấp cho học viên khóa huấn luyện

Dự án huấn luyện được chuẩn bị kỹ lưỡng và thực hiện tốt này là một thành công lớn của Hội LEAF-VN. Những năm sau đó, Hội đã tiếp tục nhận được một số yêu cầu của các trường đại học khác tại Việt Nam. Rất tiếc Hội đã phải từ chối các lời yêu cầu đó vì lý do là vấn đề tuổi tác và sức khỏe của các giảng viên không còn cho phép họ có thể thực hiện những chuyến đi xa từ Bắc Mỹ về Việt Nam như vậy nữa.

Thuyết Trình về Dự Án TOC tại Thư Viện Khoa Học Tổng Hợp TPHCM

Sau khi kết thúc chương trình huấn luyện tại Đại Học Trà Vinh và trở về Sài Gòn, tôi đã đến thuyết trình về vấn đề ***Biên Mục Chủ Đề Tăng Cường Với Các Dự Án về Mục Lục*** tại Thư Viện Khoa Học Tổng Hợp Thành Phố Hồ Chí Minh.

Buổi thuyết trình đã diễn ra tại Phòng Họp của Thư Viện vào buổi sáng ngày 4-11-2015. Những người tham dự gồm hai vị Giám Đốc và Phó Giám Đốc, Trưởng Khối Dịch Vụ Kỹ Thuật, và tất cả các Biên Mục Viên của Thư Viện. Tôi đã trình bày về các diễn tiến đương thời trong công tác Biên Mục Chủ Đề Tăng Cường với Các Bảng Mục Lục có sẵn trong các tài liệu, hiện đang được xúc tiến trong các thư viện đại học và thư viện nghiên cứu tại Bắc Mỹ. Các tham dự viên tỏ ra rất quan tâm và đã đặt rất nhiều câu hỏi vì đây là một vấn đề rất mới mẻ đối với họ. Tôi thật sự nghĩ và tin rằng buổi thuyết trình đã tạo được kết quả mong muốn.

Hình 8.26. Hình chiếu đầu tiên của bài thuyết trình bằng Power Point tại Thư Viện Khoa Học Tổng Hợp Thành Phố Hồ Chí Minh

Hình 8.27. Thuyết trình tại Thư Viện Khoa Học Tổng Hợp Thành Phố Hồ Chí Minh

Buổi thuyết trình này là đóng góp cuối cùng của tôi đối với cộng đồng thư viện Việt Nam mà tôi yêu mến, và cũng là cộng đồng mà, cuối cùng, tôi đã có thể nối lại được mối quan hệ sau gần hai thập niên bị cắt đứt. Tôi thật sự tin rằng Nhóm Chúng Tôi, những thành viên của Ban Chấp Hành Hội Thư Viện Việt Nam, nhiệm kỳ 1974-1975, đã làm tròn nhiệm vụ mà cộng đồng thư viện Việt Nam đã tin tưởng giao phó vào đầu năm 1974.

LỜI BẠT

Sự nghiệp QTTV của tôi đã trải dài trên ba thập niên, nói cho thật đúng là 33 năm (1973-2006). Chưa đến một phần ba của thời gian đó là phục vụ tại Việt Nam (1973-1981). Phần thời gian còn lại (1982-2006) là làm việc tại Canada với những đóng góp quan trọng cho cộng đồng thư viện Bắc Mỹ. Tuy nhiên, có thể nói là những gì mà tôi đã thực hiện được trong khoảng thời gian rất ngắn, chưa đầy 2 năm, từ Tháng 2-1974 cho đến ngày 30-4-1975, trong những cố gắng cùng với những thân hữu và đồng nghiệp trong Hội Thư Viện Việt Nam nhằm phát triển hệ thống thư viện cho Việt Nam Cộng Hòa, vẫn luôn luôn sống động trong tâm tư của tôi. Khi tôi rời Việt Nam đi định cư tại Canada vào tháng 9-1981, tôi rất vui mừng vì đã tìm lại được tự do, nhưng đồng thời tôi cũng rất buồn với cảm giác là đã phải bỏ lại ở Việt Nam một công việc chưa hoàn tất.

Sau khi đã ổn định trong cuộc sống và nghề nghiệp tại quê hương mới, tôi đã có phương tiện để thực hiện một vài nghiên cứu về lịch sử vốn là môn học mà tôi đã rất thích thú và cũng đã được đào ở đại học trước khi chuyển sang ngành thư viện. Tôi bắt đầu tìm hiểu về lịch sử của gia đình họ Lâm của tôi, về các bậc tiền bối trong dòng họ, và về người Minh Hương, với kết quả là bài viết của tôi về Đình Minh Hương Gia Thạnh trong Chợ Lớn, tức Khu Phố Tàu của Sài Gòn trước 1975 (mà tôi đã có đề cập đến trong Ghi Chú số 1 trong Chương Một của cuốn Hồi Ký này).

Tôi được biết là những người Minh Hương đầu tiên đã đến Việt Nam từ hơn ba trăm năm trước, thật đúng là năm 1679. Dưới sự lãnh đạo của Tướng Trần Thượng Xuyên (1626-1720), Tổng Binh ba châu Cao-Lôi-Liêm thuộc tỉnh Quảng Đông, tại Hoa Nam, họ đã đến xin thần phục Chúa Nguyễn Phúc Tần (1610-1687) ở Đàng Trong, với lý do họ là trung thần của Nhà Minh (1368-1644) và không chịu thần phục Nhà Thanh (1644-1911). Chúa Nguyễn Phúc Tần đã chấp nhận họ, và không những ban chức tước cho Tướng Trần Thượng Xuyên mà còn cấp phát đầy đủ lương thực và mọi thứ cần thiết cho họ vào sinh sống trong vùng Đồng Nai - Cửu Long mới tiếp thu và chưa được khai phá. Người Minh Hương không bao giờ quên cái ơn rất lớn đó của Chúa Nguyễn. Về sau, tất cả họ đều trở thành người Việt Nam và luôn luôn đứng về phe các Chúa Nguyễn trong suốt thời gian chiến tranh chống lại quân Trịnh và quân Tây Sơn cho đến khi Vua Gia Long (1802-1820) toàn thắng và thiết lập triều đại Nhà Nguyễn (1802-1945). Nhiều người Minh Hương, thí dụ như các ông Trịnh Hoài Đức (1765-1825) và Lê Quang Định (1759-1813), đã trở thành những đại thần (làm đến chức Thượng Thư đứng đầu cả một Bộ) dưới triều Vua Gia Long. Mặc dù đã trở thành những công dân phục vụ tốt cho quê hương mới, những người Minh Hương vẫn không bao giờ quên họ là những trung thần của nhà Minh. Họ đã xây dựng ngôi đền thờ của họ vào năm 1789 (về sau được xây cất lại mới hoàn toàn mà Ông Cố Nội của tôi, cụ Lâm Quang Kiển, là người đã đứng ra chủ trì) để họ có nơi phụng thờ Vua Nhà Minh cũng như các vị tiền bối người Minh Hương, trong đó có cả Tướng Trần Thượng Xuyên và Quan Thương Thư Trịnh Hoài Đức.

Tôi bỗng nhận ra rằng, sau hơn 300 năm kể từ khi những người Minh Hương đầu tiên đến Việt Nam, tôi đang chứng kiến một sự lập lại của lịch sử. Giờ đây, cùng với gia đình, tôi cũng đã rời bỏ quê hương, tỵ nạn tại một nước khác. Giờ đây, tôi cũng đã trở thành công dân của Canada và cũng đã có những đóng góp quan trọng cho Canada, đất nước dung thân và đã trở thành quê hương thứ hai của tôi. Và, trên hết, tôi vẫn không quên nguồn gốc của tôi là một người dân của Việt Nam Cộng Hòa nay không còn nữa, nhưng đó là nơi tôi đã để lại một công việc chưa hoàn tất.

May mắn thay, lần này lịch sử tái diễn với một thay đổi tốt và có hậu. Khác với tổ tiên của tôi đã không bao giờ có cơ hội trở về cố hương, tôi đã có được nhiều cơ hội trở về Việt Nam và hoàn tất công việc đã bị bỏ dở. Cùng với những người bạn ngày xưa, những thành viên của Ban Chấp Hành Hội Thư Viện Việt Nam, nhiệm kỳ 1974-1975, sau cùng, tôi đã hoàn thành công tác giúp cho hệ thống thư viện của Việt Nam trở thành một thành viên được hoan nghênh trong cộng đồng thư viện thế giới.

GHI CHÚ:

Chương Một:

1. Người Minh Hương là một nhóm người Hoa, vì không chịu thần phục Nhà Thanh (1644-1911), đã bỏ nước ra đi và đến định cư tại Việt Nam. Sau nhiều thế hệ, họ đã hoàn toàn là công dân Việt Nam nhưng họ vẫn nhớ đến nguồn gốc của họ và tiếp tục tưởng nhớ Nhà Minh. Hiện nay con cháu người Minh Hương vẫn còn giữ được ngôi đình của tổ tiên họ tại Thành phố Hồ Chí Minh. Cụ Cố Nội của tôi, cụ Lâm Quang Kiển, chính là người đứng đầu ủy ban tái thiết lại ngôi đình vào năm 1901. Ngôi đình này là nội dung của một bài viết của tôi, bài ***Đình Minh Hương Gia Thạnh,*** tài liệu trực tuyến, có thể đọc toàn văn tại địa chỉ Internet sau đây: http://viethocjournal.com/2018/12/dinh-minh-huong-gia-thanh/

2. Lâm Vĩnh-Thế, ***Một ngã rẽ bất ngờ và may mắn***, tài liệu trực tuyến, có thể đọc toàn văn tại địa chỉ Internet sau đây: https://tuyen-tap-vinh-nhon-lam-vinh-the.blogspot.com/2016/07/mot-ngare-bat-ngo-va-may-man-lam-vinh-a.html Tình bạn giữa tôi và Anh Nguyễn Ứng Long tiếp tục kéo dài hơn nửa thế kỷ, ngay cả sau khi cả hai chúng tôi đã ra khỏi Việt Nam sau biến cố tháng 4-1975, cho đến khi Anh vĩnh viễn ra đi vào ngày 22- 9-2018 tại Pháp.

3. Lưu Chiêu Hà, "Khóa huấn-luyện tu-nghiệp về thư-viện tại Cơ-quan Phát-triển Thư-viện," ***Thư viện tập san***, 1969, số 3, tr. 46-47.

4. Lâm Vĩnh-Thế, "Thư viện Trường Trung Học Kiểu Mẫu Thủ Đức," ***Thư viện tập san***, Bộ mới, số 10, Đệ Tứ Tam Cá Nguyệt 1970, tr. 25-31; tài liệu trực tuyến, có thể truy cập toàn văn tại địa chỉ Internet sau đây: http://www.nsl.hcmus.edu.vn/greenstone/collect/tapsantv/index/assoc/HASHb262.dir/5.pdf

5. Lâm Vĩnh-Thế. ***Nhớ lại ba tuần lễ tại East-West Center, Hawaii, tháng 8-1971***, tài liệu trực tuyến, có thể đọc toàn văn tai địa chỉ Internet sau đây: https://drive.google.com/file/d/116rfNmE0vOoEnUaq4EkuBqdH09aQ2DGJ/view

6. Lâm Vĩnh-Thế. ***Tình nghĩa thầy trò Mỹ Việt***, tài liệu trực tuyến, có thể đọc toàn văn tai địa chỉ Internet sau đây: https://drive.google.com/file/d/1dIgxwr-aDd4EOV3Gneuxp9ALHITUh_UP/view

Chương Hai:

1. Thư viện tập san, số 20 (Đệ I TCN, 1974), tr. 65, tài liệu trực tuyến, có thể đọc toàn văn tại địa chỉ Internet sau đây: http://www.nsl.hcmus.edu.vn/greenstone/collect/tapsantv/index/assoc/HASH0198.dir/11.pdf; danh sách

Ban Chấp Hành HTVVN được ghi lại ở cuối tài liệu này.

2. Bản tin / Hội Thư Viện Việt Nam, số 1 (Tháng Ba 1974), tr. 2.

3. Lâm Vĩnh-Thế. ***Phát Triển Thư Viện Tại Miền Nam Trước 1975***, tài liệu trực tuyến, có thể đọc toàn văn tại địa chỉ Internet sau đây: http://viethocjournal.com/2018/11/phat-trien-thu-vien-tai-mien-nam-truoc-1975/

4. Nguyễn Văn Hường và Hoàng Ngọc Hữu, "Thành quả Đại Hội Hè 74: biên bản đúc kết", ***Thư viện tập san***, số 22 (Đệ 3 TCN 1974), tr. 60-68, tài liệu trực tuyến, có thể đọc toàn văn tại địa chỉ Internet sau đây: http://www.nsl.hcmus.edu.vn/greenstone/collect/tapsantv/index/assoc/HASHd0a5.dir/8.pdf

5. "Biên bản Đại Hội Đồng Thường Niên Hội Thư Viện Việt Nam ngày 12.01.75 bầu cử Ban Chấp Hành Nhiệm Kỳ 1975," ***Bản Tin*** / Hội Thư Viện Việt Nam, số 1/1975, ngày 1-2-1975, tr. 1-7.

6. "Thuyết-trình về thư-viện trường tiểu-học tại giảng đường Trường Sư-Phạm Saigon," ***Bản tin*** / Hội Thư Viện Việt Nam, số 2 (Tháng Tư 1974), tr. 3.

7. "Hội Thư Viện thuyết trình tại Khóa Hội Thảo GS/QTTV ở Trung Học Nguyễn An Ninh," ***Bản Tin*** / Hội Thư Viện Việt Nam, số 3 (Tháng Sáu 1974), tr. 4-5.

8. Bản tin / Hội Thư Viện Việt Nam, số 4 (Tháng Bảy 1974), tr. 4.

9. Lâm Vĩnh-Thế, tài liệu đã dẫn bên trên, Phụ Đính, Viện Đại Học Vạn Hạnh, Phân Khoa Văn Học và Khoa Học Nhân Văn, ***Giới thiệu Chương Trình Thư Viện Học Niên Khóa 1974-1975***, tr. 17-19. Có thể xem chi tiết về ***Chương Trình Thư Viện Học*** ở cuối bài viết trực tuyến, có thể đọc toàn văn tai địa chỉ Internet sau đây: http://leaf-vn.org/BanThuVien-DHVanHanh.pdf

10. "Biên bản Đại Hội Đồng Thường Niên Hội Thư Viện Việt Nam ngày 12.01.75 bầu cử Ban Chấp Hành Nhiệm Kỳ 1975," ***Bản Tin*** / Hội Thư Viện Việt Nam, số 1 (Tháng Hai 1975), tr. 1-7.

Chương Ba:

1. Từ điển Thành phố Hồ Chí Minh / Thạch Phương, Lê Trung Hòa, chủ biên. T/P Hồ Chí Minh: Nhà xuất bản Trẻ, 2001. tr. 113.

2. Huy Đức. ***Bên thắng cuộc. Quyển 1: Giải phóng***. Saigon, Boston, Los Angeles, New York: OSINBOOK, 2012, tr. 210. Cuốn sách này cũng được xuất bản dưới dạng sách điện tử, có thể đọc toàn văn tại địa chỉ Internet sau đây: https://www.vinadia.org/ben-thang-cuoc-huy-duc-quyen-i-giai-phong/ Chương 7: Giải phóng; Mục: Đốt sách.

3. Trần Hoài Thư, "Đốt sách hay không đốt sách," tài liệu trực tuyến, có thể đọc toàn văn trên Trang Web ***Nam Kỳ Lục Tỉnh***, tại địa chỉ Internet sau đây:

https://sites.google.com/site/namkyluctinhorg/tac-gia-tac-pham/s-t-u-v/tran-hoai-thu/dhot-sach-hay-khong-dot-sach

4. Huy Đức, sđd, tr, 212.

5. Huy Đức, sđd, tr. 75.

6. Huy Đức, sđd, tr. 72, 80-81.

7. Huy Đức, sđd, tr. 87.

8. "R" là mật danh của mật khu nơi đóng bản doanh của Trung Ương Cục Miền Nam.

9. Dương Đình Giao, "Vỉa hè là của nhân dân anh hùng," trên Trang Web ***"Ông Giáo Làng,"*** mục ***"Chuyện đời,"*** tài liệu trực tuyến, có thể đọc toàn văn tại địa chỉ Internet sau đây: https://onggiaolang.com/via-he-la-cua-nhan-dan-anh-hung/ Bài vè này nói về tiêu chuẩn mua sắm hàng hóa ở Miền Bắc trong thời ***"bao cấp,"*** với phố Tôn Đản là nơi có cửa hàng dành riêng cho các cán bộ cấp cao; phố Nhà Thờ có cửa hàng dành riêng cho cán bộ trung cấp; chợ Đồng Xuân là chỗ buôn bán của tư nhân; dân chúng thì mua đi bán lại cho nhau ở vỉa hè.

10. Huy Đức, sđd, tr. xiii.

11. Huy Đức, sđd, tr. 128.

12. Huy Đức, sđd, tr. 122-123, 127.

13. Huy Đức, sđd, tr. 129-131.

14. Lâm Vĩnh-Thế. ***Mẹ tôi: một phụ nữ tiêu biểu của Nam Kỳ Lục Tỉnh***, tài liệu trực tuyến của thể đọc toàn văn tại địa chỉ Internet sau đây: https://drive.google.com/file/d/0B3Hpasd2o_vcUlYyVGhrZVl2SzA/view

15. Jones, Gary, "Skyluck, the ship that smuggled 2,600 people to Hong Kong -- and freedom," ***South China Morning Post***, bài báo trực tuyến, có thể đọc toàn văn tại địa chi Internet sau đây: https://multimedia.scmp.com/magazines/post-magazine/article/3006757/skyluck/index.html?src=social

Chương Bốn

1. Lâm Vĩnh-Thế, "Tình nghĩa thầy trò Mỹ-Việt," bài viết trực tuyến, có thể đọc toàn văn tại địa chỉ Internet sau đây: https://tuyen-tap-vinh-nhon-lam-vinh-the.blogspot.com/2019/03/tinh-nghia-thay-tro-my-viet.html

Chương Năm

1.Vinh-The Lam, "Quality control for a bibliographic database = Contrôle de qualité pour une base de données bibliographiques," ***Canadian Journal of Information Science = Revue canadienne des sciences de l'information***, tập 17, số 1 (Tháng 4-1992), tr. [24]-31.

2. Rezabek, Charlene S. and Nedria A. Santino, "Series authority control: report of a survey," ***Cataloging & classification quarterly***, tập 15 (1992), p. 75-81.

3. Hirshon, Arnold and Barbara Winters. ***Outsourcing library technical services***. New York: Neal-Schuman, 1996.

4. Vinh-The Lam, "Outsourcing Authority Control: experience of the University of Saskatchewan Libraries," ***Cataloging & classification quarterly***, tập 32, số 4 (2001), tr. 53-69.

5. Tôi đã quyết định đưa Hệ Thống Phân Loại Dewey vào chương trình huấn luyện vì tại Đại Học Saskatchewan, sưu tập của Thư viện thuộc Phân Khoa Giáo Dục được sắp xếp theo hệ thống này. Quyết định này của Phân Khoa Giáo Dục là nhằm giúp cho cho sinh viên khi ra trường, làm việc tại các trường trung tiểu học sẽ không gặp khó khăn vì tất cả thư viện học đường đều sắp xếp sưu tập theo Hệ Thống Phân Loại Dewey.

6. Vinh-The Lam, "Cataloguing Internet resources: why, what, how." ***Cataloguing & classification quarterly***, tập 29, số 3 (2000), tr. 49-61.

7. Vinh-The Lam, "Organizational and technical issues in providing access to electronic journals," ***Serials librarian***, tập 39, số 3 (2001), tr. 25-34.

8. Vinh-The Lam, "Organizational and technical issues in providing access to electronic journals," bài thuyết trình tại Hội Nghị Thường Niên của Hội Thông Tin Học Hoa Kỳ (Amrican Society for Information Science = ASIS), họp tại Washington, D.C., từ ngày 31 Tháng 10 đến ngày 4 Tháng 11, năm 1999, như một phần trong nhóm thuyết trình với đề tài chung là ***"Knowledge organization and use as viewed by caregivers (aka, librarians)."***

9. Vinh-The Lam, "Quality control issues in outsourcing cataloging in US and Canadian academic libraries," ***Cataloging & classification quarterly***, tập 40, số 1 (2005), tr. 101-122.

10. Vinh-The Lam and D. Friesen, "A Web-based database of CIA declassified documents on the Vietnam War," ***Online***, tập 28, số 4 (2004), tr. 31-35.

Chương Sáu

1. Vinh-The Lam. ***Circumstances surrounding the first contact between Canada and Vietnam, 1954-1956***, bài báo trực tuyến có thể đọc được toàn văn tại địa chỉ Internet sau đây: http://viethocjournal.com/2018/11/vietnam-canada-contact/

2. Vinh-The Lam, "Quality control for a bibliographic database," ***Canadian journal of information science***, tập 17, số 1 (1992), tr. 24-31.

3. Vinh-The Lam, "Outsourcing Authority Control: experience of the University of Saskatchewan Libraries," ***Cataloging & classification quarterly***, tập. 32, số 4 (2001), tr. 53-69.

4. Roes, Hans, ***Electronic journals: a short history and recent developments***, bài báo trực tuyến có thể đọc được toàn văn tại địa chỉ Internet sau đây: https://oitio.eu/publications/ej_1996.html

5. David Fox và Vinh-The Lam, "Canadian National Site Licensing Project: getting ready for the CNSLP at the University of Saskatchewan Library", ***Serials librarian***, tập 43, số 3 (2003), tr. 39-57.

6. Trích dẫn từ bức thư giới thiệu (Reference Letter), đề ngày 3-11-1993, của Bà Lois Wall, Trưởng Ban, Chương Trình Đào Tạo Nhân Viên Trung Cấp về Thư Viện và Thông Tin, Đại Học Cộng Đồng Mohawk.

7. Trích dẫn từ bức thư giới thiệu (Letter of Reference), không đề ngày, của Bà Wendy Newman, lúc đó đang là Quản Thủ Thư Viện của Thư Viện Công Cộng Hamilton, Phụ Trách khu vực Trung Tâm và phía Đông của thành phố.

8. Vinh-The Lam, "Quality Control issues in outsourcing cataloguing in United States and Canadian academic libraries," ***Cataloging & classification quarterly***, tập. 40, số. 1 (2005), tr. 101-122.

9. Vinh-The Lam, "Error rates in monograph copy cataloging bibliographic records before and after outsourcing at the University of Saskatchewan Library," ***Cataloging & classification quarterly***, tập 44, số 3 / 4 (2007), tr. 213-220.

10. Trích dẫn từ bức thư, đề ngày 26-10-2004, của ông Ken Ladd, Phó Giám Đốc Thư Viện Đại Học Saskatchewan, và cũng là Chủ Tịch của Librarians Research Forum.

11. The Encyclopedia of Saskatchewan. Regina, Sask.: Canadian Plains Research Centre, 2005. tr. 988-989.

Chương Bảy

1. Bénaud, Claire-Lise and Sever Bordeianu, "Outsourcing in academic libraries: a selective bibliography," ***Reference services review***, tập 27, số 1 (1999), tr. 78-89.

2. Sweetland, James H., "Outsourcing library technical services: what we think we know, and don't know," ***The Bottom line***, tập 14, số 3 (2001), tr. 164-176.

3. NIT '98: 10th International Conference [on] New Information

Technology: for library & information professionals, educational media specialists & technologists*, *March 24-26, 1998, Hanoi, Vietnam: proceedings / edited by Ching-chih Chen. West Newton, Mass.: MicroUse Information, 1998.

4. Lâm Vĩnh-Thế, ***"Tình nghĩa thầy trò Mỹ-Việt,"*** bài viết trực tuyến, có thể đọc toàn văn tại địa chỉ Internet sau đây: https://drive.google.com/file/d/1dlgxwr-aDd4EOV3Gneuxp9ALHlTUh_UP/view

5. ***Saving the time of the library user through subject access innovation: papers in honor of Pauline Atherton Cochrane*** / edited by William J. Wheeler. Champaign, IL: Graduate School of Library and Information Science, 2000.

6. Lâm Vĩnh-Thế, cùng bài viết trực tuyến đã dẫn bên trên.

Chương Tám

1. Lâm Vĩnh-Thế. ***Đóng góp của chuyên viên hải ngoại vào việc phát triển thư viện trong nước***, tài liệu trực tuyến, có thể đọc toàn văn tại địa chỉ Internet sau đây: https://www.leaf-vn.org/DongGop_HaiNgoai_3_5_07.pdf

2. ***ALA Từ điển giải nghĩa thư viện học và tin học Anh-Việt*** / dịch giả: Phạm Thị Lệ-Hương, Lâm Vĩnh-Thế, Nguyễn Thị Nga. Ấn bản lần thứ nhất. Tucson, AZ: Galen Press, 1996, 279 trang.

3. Nguyễn Minh Hiệp. ***Thư viện ký***. T/p Hồ Chí Minh: Nhà xuất bản Trẻ, 2016. tr. 118.

4. Lâm Vĩnh-Thế. ***Two weeks in Vietnam***, tài liệu trực tuyến, có thể đọc toàn văn tại địa chỉ Internet sau đây: https://drive.google.com/file/d/1Leqao1raz0-ankSBKwFDlgMj0ymT0hRZ/view

5. Gorman, Michael. ***The Concise AACR2, 1988 Revision = Bộ Quy Tắc Biên Mục Anh-Mỹ Rút Gọn, 1988*** / dịch giả: Lâm Vĩnh-Thế và Phạm Thị Lệ-Hương. Ấn bản Việt ngữ lần thứ nhất McLean, VA: Hội Hỗ Trợ Thư Viện và Giáo Dục Việt Nam = Library and Education Assistance Foundation for Vietnam (LEAF-VN), 2002. tr. xxi-xxii.

6. Gorman, sđd, tr. x.

7. Lâm Vĩnh-Thế. ***Tiêu đề đề mục trong công tác biên mục và hệ thống LCSH***, tài liệu trực tuyến, có thể đọc toàn văn tại địa chỉ Internet sau đây: https://www.leaf-vn.org/docs/LCSH-LamVinhThe-Rev.pdf

8. Lâm Vĩnh-Thế. ***Tường trình về chuyến công tác tại Việt Nam cuối tháng 9 và đầu tháng 10 năm 2010***, tài liệu trực tuyến, có thể đọc toàn văn tại địa chỉ Internet sau đây: https://www.leaf-vn.org/docs/

ReportOnTrainingInVNSept2010-VN.pdf

9. Lâm Vĩnh-Thế. ***Truy cập thông tin theo chủ đề = Subject access to information***. T/p Hồ Chí Minh: Đại Học Sài Gòn và LEAF-VN đồng xuất bản, 2010, tr. i-iii.

PHỤ ĐÍNH I

Viện Đại Học Vạn Hạnh
Phân Khoa Văn Học và Khoa Học Nhân Văn
Ban Thư Viện Học

Giới Thiệu Chương Trình Thư Viện Học
Niên Khoá 1974-1975

Trưởng Ban: Lâm Vĩnh-Thế, M.L.S. (Master of Library Science), 1973, Đại Học Syracuse, New York, Hoa Kỳ,

I. Chương Trình Cử Nhân Thư Viện Học (Áp dụng từ đầu Niên khóa 1974-1975):

1. **Đối Tượng**: dành cho các sinh viên đã học xong và đậu năm thứ Hai tại các Phân Khoa của Viện Đại Học Vạn Hạnh, và các Phân Khoa Đại Học khác.

2. **Mục Tiêu**: đào tạo các quản thủ thư viện chuyên nghiệp và cung ứng những kiến thức căn bản để chuẩn bị cho việc theo

học các chương trình Cao học hay Tiến sĩ về Thư Viện Học tại ngoại quốc sau này.

3. **Điều Kiện Ghi Danh Vào Năm Thứ Ba Ban Thư Viện Học:**

a) Cho các sinh viên dự định lấy 2 văn bằng Cử Nhân. Cử Nhân Thư Viện Học và một Cử Nhân khác:

- Phải hoàn tất chương trình ấn định cho năm thứ Nhất và năm thứ Hai các Phân Khoa Đại Học gốc

- Tiếp tục ghi danh học năm thứ Ba tại Phân Khoa gốc.

- Ghi danh học 26 học phần căn bản chuyên môn dành cho năm thứ Ba Ban Thư Viện Học.

b) Cho các sinh viên dự định lấy 1 văn bằng Cử Nhân Thư Viện Học duy nhất:

- Phải hoàn tất chương trình ấn định cho năm thứ Hai các Phân Khoa Đại Học gốc.

- Ghi danh học 26 học phần căn bản chuyên môn Thư Viện Học, và 12 học phần nhiệm ý được ấn định trong chương trình năm thứ Ba, Ban Thư Viện Học.

c) Cho các sinh viên đã có văn bằng Cử Nhân thuộc các Đại Học: Chỉ phải ghi danh học 26 học phần căn bản chuyên môn Thư Viện Học được ấn định trong chương trình năm thứ Ba, Ban Thư Viện Học

4. **Thành Phần Giáo Sư**: Gồm toàn giáo sư trẻ, nhiệt thành, đã tốt nghiệp ngành Thư Viện Học tại ngoại quốc với văn bằng Master về Thư Viện Học, phụ trách công việc giảng huấn theo phương pháp mới đang được áp dụng tại nước ngoài.

5. **Phương tiện học tập:** Thư viện Đại Học Vạn Hạnh có một sưu tập đầy đủ các sách thuộc ngành Thư Viện Học do Ban Giảng Huấn tuyển chọn. Sinh viên sẽ được thực tập ngay tại Thư Viện Đại Học Vạn Hạnh do các giáo sư trong Ban Giảng

Huấn hướng dẫn.

Sinh viên sẽ được hướng dẫn đi quan sát các thư viện tiêu biểu trong đô thành Saigon.

6. **Nội Dung Chương Trình:** Chương trình được soạn thảo theo đúng tiêu chuẩn quốc tế.

a) **Các môn chuyên nghiệp**:

- Tổ Chức Và Điều Hành Thư Viện: Giới thiệu các yếu tố cấu thành cùng những hoạt động hay dịch vụ của thư viện.

- Tổng Kê và Phân Loại I: Nghiên cứu các nguyên tắc căn bản về tổng kê, thiết lập tiêu đề đề mục và phân loại sách.

- Tuyển Chọn Tài Liệu: Các nguyên tắc căn bản trong việc tuyển chọn sách báo, tài liệu thư viện, thị trường xuất bản sách báo. Ấn định các chính sách, tiêu chuẩn trong việc tuyển chọn.

- Lịch Sử Thư Viện: Khảo sát sự phát triển của thư viện từ thời thượng cổ đến hiện đại. Tìm hiểu về tiến trình phát triển của quyển sách trong cơ cấu và diễn trình truyền thông của xã hội hiện đại.

- Tổng Kê và Phân Loại II: Tổng kê các tài liệu không phải là sách, đặc biệt chú trọng tới báo chí. Các vấn đề phát triển về kỹ thuật trong địa hạt này.

- Tham Khảo Tổng Quát: Tuyển chọn, sử dụng và lượng giá các nguồn tài liệu căn bản và các nguyên tắc chỉ đạo về các dịch vụ tham khảo.

- Anh ngữ I và II: Học chuyên biệt về những danh từ chuyên môn thư viện. Dùng phương pháp nghiên cứu đặc thù trong lãnh vực thư viện học để giúp sinh viên phong phú hoá khả năng Anh ngữ để sử dụng những tài liệu ngoại ngữ.

- Tham Khảo Chuyên Biệt Về Khoa Học Xã Hội: Nghiên cứu, lượng giá và sử dụng các nguồn tài liệu trong các lãnh vực của Khoa Học Xã Hội như là Xã Hội Học, Kinh Tế Học, Chính

Trị Học, Địa Lý, Giáo Dục, v.v...

- Tham Khảo Chuyên Biệt Về Khoa Học Nhân Văn: Nghiên cứu, lượng giá và sử dụng các nguồn tài liệu trong các lãnh vực của Khoa Học Nhân Văn như Triết học, Tôn giáo, Văn chương, Nghệ thuật, v.v...

- Nguồn Tài Liệu Thư Viện Đại Học: Nghiên cứu, lượng giá các sách, báo, tài liệu để thiết lập một sưu tập cho một thư viện đại học.

- Nguồn Tài Liệu Thư Viện Trung Học: Nghiên cứu, lượng giá các sách, báo, học liệu trong thư viện liên quan đến việc tăng trưởng và phát triển của thiếu niên, và đáp ứng nhu cầu của các môn học trong chương trình trung học và các hoạt động ngoài chương trình.

- Sách Báo Nhi Đồng: Nghiên cứu và lượng giá các tài liệu cần thiết cho thiếu nhi liên hệ đến nhu cầu, khuynh hướng ham chuộng và khả năng đọc sách của các nhi đồng.

- Công Tác Khảo Cứu Và Trình Bày Luận Văn: Giới thiệu các phương pháp thích ứng trong việc khai thác có hệ thống các tài liệu và dữ kiện để khảo sát một vấn đề. Chú trọng đến cách đề nghị một dự án khảo cứu và các hình thức soạn thảo cùng trình bày một luận văn.

- Phân Tích Cơ Cấu Áp Dụng Trong Thư Viện: Giới thiệu các hoạch định cơ cấu và các nhiệm vụ. Chú trọng đến sự phân tích, phác họa và thực hiện các thư viện với các hệ thống tài liệu.

- Hội Thảo Về Chiều Hướng Hiện Tại Trong Ngành Thư Viện: Nghiên cứu các khuynh hướng xã hội, văn hoá và kỹ thuật có ảnh hưởng đến mục tiêu, trách nhiệm và sự điều hành thư viện trong nước và trên thế giới. Tìm hiểu những khả năng tiếp nhận, những khuynh hướng đó tại Việt Nam.

- Ấn Phẩm Công: Nghiên cứu về cách tuyển chọn, tổ chức và sử dụng các ấn phẩm của các tổ chức quốc tế, các chính quyền quốc gia và địa phương. Cách thức lưu trữ và khai thác văn khố.

- Sinh Ngữ III và IV: Hội thảo bằng Anh ngữ về các vấn đề chuyên môn thư viện học, đặc biệt về các chiều hướng hiện đại.

b) **Các Môn Nhiệm Ý**: Gồm trong các lãnh vực sau đây:

- Triết Học, Tâm Lý Học, Ngữ Học, Văn Chương, Sử Địa, v.v... để làm phong phú thêm kiến thức tổng quát cho các sinh viên Ban Thư Viện Học.

7. **Tương Lai Sinh Viên:** Sinh viên tốt nghiệp Cử Nhân Thư Viện Học:

- Có đủ khả năng về tham khảo, sưu tầm để đi sâu vào lãnh vực khảo cứu hay để chuẩn bị các dữ kiện cho các luận án tương lai.

- Có đủ khả năng để phục vụ trong các thư viện như Thư Viện Quốc Gia, các thư viện Đại Học và Khảo Cứu, các thư viện Trung, Tiểu Học, các thư viện Chuyên Môn như thư viện của các ngân hàng, các xí nghiệp công, tư, các cơ sở báo chí, xuất bản, v.v...

- Có đầy đủ kiến thức để đi xa hơn về các ngành khảo cổ, văn khố và thư viện.

- Có đầy đủ kiến thức cùng khả năng để xin hưởng một học bổng xuất ngoại du học về Ban Cao Học và Tiến sĩ Thư Viện Học.

II. Chương Trình Nhiệm Ý (Áp dụng từ đầu Niên khoá 1975-76):

1. **Đối tượng:** Dành riêng cho sinh viên năm thứ Tư và Ban Cao Học Đại Học Vạn Hạnh.

2. **Mục Tiêu:** Hỗ trợ cho công tác tham khảo nghiên cứu và trình bày một luận án.

3. **Điều Kiện Ghi Danh**: Là sinh viên năm thứ Tư hay

sinh viên Ban Cao học thuộc các Phân Khoa Đại Học Vạn Hạnh.

4. **Nội Dung Chương Trình**: Gồm ba môn nhiệm ý:

- Tham Khảo Chuyên Biệt Về Khoa Học Xã Hội.

- Tham Khảo Chuyên Biệt Về Khoa Học Nhân Văn

- Công Tác Khảo Cứu và Trình Bày một luận án.

(Xem chương trình chi tiết trong học trình Cử Nhân)

III. Chương Trình Huấn Luyện Căn Bản Thư Viện Học (Áp dụng từ đầu năm 1975):

1. **Đối Tượng**: Mở cho công chúng

2. **Mục Tiêu**:

- Để có một kiến thức căn bản về Thư Viện Học.

- Để trở thành một nhân viên phụ tá chuyên môn tại thư viện.

- Để chuẩn bị theo học Ngành Cử Nhân Thư Viện Học sau này.

3. **Điều Kiện Ghi Danh**: Có Bằng Tú Tài II hoặc tương đương.

Mọi chi tiết khác: xin hỏi tại Văn Phòng Phân Khoa Văn Học và Khoa Học Nhân Văn, Viện Đại Học Vạn Hạnh: 222 Trương Minh Giảng, Saigon 3.

Điện thoại: 25946 / 94876, máy phụ 28.

PHỤ ĐÍNH 2A

Library Development in Vietnam: Urgent Needs for Standardization

Lâm Vĩnh-Thế, M.L.S.
Trưởng Ban Biên Mục
Viện Đại Học Saskatchewan
CANADA

Bài Thuyết Trình tại Hội Nghị Quốc Tế
10th International Conference on
New Information Technology
24-26 Tháng Ba Năm 1998
Hà Nội, Việt Nam

NIT '98:

10th International Conference New Information Technology

For Library & Information Professionals
Educational Media Specialists & Technologists

March 24-26, 1998
Hanoi, Vietnam

Proceedings

Edited by:
Ching-chih Chen

MicroUse Information

Table of Contents

xii

LIBRARY DEVELOPMENT IN VIETNAM: Urgent Needs for Standardization

Vinh-The Lam

Cataloguing Department
University of Saskatchewan Libraries
Saskatoon, SK S7N 5A4, Canada

E-mail: lam@sklib.usask.ca

In order to maintain a steady and balanced progress in the long run, Vietnam needs to improve ways of collecting, preserving, and disseminating knowledge. Libraries can play an important role in these efforts. This paper discusses issues relating to library standardization, which can contribute to the development of the national information policy and the establishment of national information infrastructure. In the first part of the paper, standardization is defined as a tool for uniformity and quality control. The second part of the paper is an attempt to explain why Vietnam needs a library standardization program now. The author then suggests, in the third part of the paper, that priority be given to the creation of standards for information organization, retrieval, and exchange. An ISBD-based national cataloguing code and a national MARC format are suggested. In the last part of the paper, steps to be taken in the implementation of the library standardization program are recommended. The National Library of Vietnam should play the leading role in the whole process.

1. INTRODUCTION

For the past seven years, under the "DOI MOI" (Innovation) policy, Vietnam has been enjoying a healthy annual growth rate, with GNP jumping from $9.6 billion US in 1991 to $20.3 billion US in 1995 (Global, 1997). This is quite a remarkable success for a country that was almost on the verge of collapse ten years ago. To maintain a steady and balanced progress in the long run, incessant efforts to collect, preserve, and disseminate knowledge, including both methodologies and technologies, in several fields of development will be needed. Libraries can play an important role in these efforts. It has been noted that in Vietnam "increasingly, ..., attention has come to focus on potential of libraries to contribute to the third revolution, in pursuit of economic development"

(Macmillen, 1990). Unfortunately, "there is no sound and comprehensive national information policy in the country" (Information, 1995, p. 4). Even "the law on library is still on the preparation stage" (Information, 1995, p. 5). Library standardization can contribute to the formulation and implementation of a national library development strategy. This paper discusses the issues relating to this key component of an information policy and development plan for Vietnam in the future.

2. WHAT IS STANDARDIZATION FOR?

In general context, a standard means "something that is set up and established by authority as a rule for the measure of quantity, weight, extent, value, or quality" (Webster's, 1965). In the library science context, standards mean "A set or code of rules established by national and international organizations for the purpose of bibliographic control, including those providing for the unique identification of bibliographic items, such as the International Standard Book Number and International Serial Number; the uniform description of items, such as the International Standard Bibliographic Description; and the exchange of bibliographic records by means of a bibliographic exchange format, such as MARC (Machine Readable Cataloging) format" (Young, 1983). Standardization is the process of creating and implementing standards, and is defined as "a transition from individual thought to common thought, a transition from disorder to order and from arbitrary to law" (Standardization, 1983). With the steadily increasing need for information, and the new technical capabilities for handling it, "standardization becomes increasingly important to insure greater effectiveness of information services in all countries and the use of information and information systems across national, regional and institutional borders" (Atherton, 1977). Standardization, therefore, is aimed at achieving uniformity and it serves, in the end, as a quality control tool. Library catalogues which are produced under a certain standard cataloguing code can guarantee a certain level of information retrieval success, because that standard "will ensure a certain level of quality so that the record will be sufficiently complete and will be consistently arranged and hence that the content and the location of the record will be predictable" (Lunn, 1970).

3. WHY STANDARDIZATION NOW?

For a poor country, Vietnam possesses a remarkably sophisticated library system. Actually there are two library systems in Vietnam:

1) The system of scientific libraries; and,

standards take many years. In the People's Republic of China, for forty years, 1949-1989, only "28 standards have been published and put into effect" (Feng, 1992). It is just reasonable to expect that Vietnam would be able to go faster than that because, as a late comer, Vietnam could learn from the experiences of other countries. What the Vietnamese library leadership needs is a wise decision on prioritizing objectives of the standardization program. This paper suggests that top priority be given to standards in the area of information organization.

Every national library system has two fundamental functions:

1) to collect, preserve, and disseminate national print and non-print publishing and research output; and,

2) to exchange their information with other national systems. In other words, library materials should be organized in such a way that provides for effective retrieval and exchange.

There is an urgent need for the Vietnamese national library system to standardize the way it organizes its collection for retrieval and exchange. What it needs are both a national cataloguing code and a national MARC format. This is not to say that no cataloguing code being currently used in Vietnam libraries; rather, it implicates that cataloguing code should be standardized and implemented nation-wide. Although standards can be voluntary or mandatory, in the case of Vietnam, they could and should be mandatory. That cataloguing code should be ISBD-based in term of description, and could follow AACR2 in terms of choice and form of access points. Vietnam can learn from other Southeast Asian countries that have gone through this process, like Indonesia, where "another step toward the application of Indonesian rules in cataloguing is the introduction of the AACR and ISBD into the Peraturan Katalogisasi Indonesia. This manual (3rd edition, 1989) contains cataloguing rules pertaining to common usage in Indonesian libraries" (Rachmananta, 1990). A group of North American librarians of Vietnamese origin (of which the author of this paper is a member) are in the process of translating the Concise AACR2 by Michael Gorman into Vietnamese (Gorman, 1989). Once published, the translation will be donated to Vietnamese libraries (See note for Gorman). To complete what is needed in the cataloguing field, Vietnamese librarians should also start working toward a standardized subject headings system in the Vietnamese language. This colossal project could be started by translating the Library of Congress Subject Headings list into Vietnamese with modifications to reflect local needs. As for the MARC format, it is recommended that Vietnam go for UNIMARC format. There are two good reasons behind this recommendation: first, the National Library of Vietnam has already adopted UNIMARC in its operations (McKercher, 1995), and, secondly, there are more and more countries that adopt standards take many years. In the People's Republic of China, for forty years, 1949-1989, only "28 standards have been published and put into effect" (Feng, 1992). It is just reasonable to expect that Vietnam would be able to go faster than that because, as a late comer, Vietnam could learn from the experiences of other countries. What the Vietnamese library leadership needs is a wise decision on prioritizing objectives of the standardization program. This paper suggests that top priority be given to standards in the area of information organization.

Every national library system has two fundamental functions:

1) to collect, preserve, and disseminate national print and non-print publishing and research output; and,

2) to exchange their information with other national systems. In other words, library materials should be organized in such a way that provides for effective retrieval and exchange.

There is an urgent need for the Vietnamese national library system to standardize the way it organizes its collection for retrieval and exchange. What it needs are both a national cataloguing code and a national MARC format. This is not to say that no cataloguing code being currently used in Vietnam libraries; rather, it implicates that cataloguing code should be standardized and implemented nation-wide. Although standards can be voluntary or mandatory, in the case of Vietnam, they could and should be mandatory. That cataloguing code should be ISBD-based in term of description, and could follow AACR2 in terms of choice and form of access points. Vietnam can learn from other Southeast Asian countries that have gone through this process, like Indonesia, where "another step toward the application of Indonesian rules in cataloguing is the introduction of the AACR and ISBD into the Peraturan Katalogisasi Indonesia. This manual (3rd edition, 1989) contains cataloguing rules pertaining to common usage in Indonesian libraries" (Rachmananta, 1990). A group of North American librarians of Vietnamese origin (of which the author of this paper is a member) are in the process of translating the Concise AACR2 by Michael Gorman into Vietnamese (Gorman, 1989). Once published, the translation will be donated to Vietnamese libraries (See note for Gorman). To complete what is needed in the cataloguing field, Vietnamese librarians should also start working toward a standardized subject headings system in the Vietnamese language. This colossal project could be started by translating the Library of Congress Subject Headings list into Vietnamese with modifications to reflect local needs. As for the MARC format, it is recommended that Vietnam go for UNIMARC format. There are two good reasons behind this recommendation: first, the National Library of Vietnam has already adopted UNIMARC in its operations (McKercher, 1995), and, secondly, there are more and more countries that adopt

UNIMARC. In a survey conducted in 1993, and repeated in 1995, 35 of the 62 libraries (mostly national libraries) which responded have reported that they have decided to adopt UNIMARC for their operations (Wehner, 1995). UNIMARC has been adopted for different reasons. Let's hear from some national library's experiences:

• **The case of Portugal**
"All those considerations led to the final decision : a national format for Portugal ought to be based on UNIMARC. In fact, UNIMARC had been designed to be compatible with such national formats as UKMARC, USMARC or MAB 1; and it appeared to be more up-to-date than the majority of national MARC formats, partly because of its linking structure, and partly because it was recommended by IFLA" (Campos, 1990).

• **The Case of India**
"Although the Bureau of Indian Standards had designed in 1985 the Indian MARC based on UK MARC, one of the reasons for choosing UNIMARC for the NLC was grounded on its aim to provide the mechanism for exchanging records among the national bibliographic agencies by-passing the inherent difficulties created by multiple national MARC formats" (Majumder, 1992: 19) and "one of the reasons for the adoption of UNIMARC by the National Library, ..., is its multilingual capability" (Majumder, 1992: 22).

5. HOW SHOULD THESE STANDARDS BE IMPLEMENTED?

The National Library of Vietnam (NLV) should play an important role in the whole process since one part of its mandate is "centralized cataloguing and other bibliographical works" (Information, 1995: 8). This recommendation is based on the fact that the NLV has experience in implementing UNIMARC in its operations as we have seen. It also has professional staff having experience working in international projects, one such instance being the VUC (Vietnamese Union Catalogue) Project conducted in coordination with the National Library of Australia (Jarvis, 1993). NLV should begin the standardization program, under the auspices of the National Library Council, which, "composed of eminent librarians, has the duty to advise government" (Brazier, 1993), by creating a National Task Force For Library Standardization Program with members drawn from the two library systems (scientific and public), from the library associations, like the Scientific Information, Documentation and Library Association of Ho Chi Minh City (SIDLA), from the three library schools, and also from the Central Department of Standardization, Metrology and Quality Control. The Task Force should be given clearly defined terms of reference, which emphasizes the leadership role of the NLV. At the beginning, the Task Force should have two committees, one for the cataloguing code and one or the MARC format. Each committee could have as many subcommittees as needed, for example, the cataloguing committee could have one subcommittee for each of the following areas: description (or ISBD), AACR2, access points, subject headings. To launch the program, a national conference on library cataloguing standards should be held, with guest speakers from other national libraries, especially from Southeast Asian countries and other developing countries as well. Funding for such a conference can be sought from IFLA Core Programs such as the Advancement of Librarianship Program (ALP) or the Universal Bibliographic Control and International MARC Program (UBCIMP) (Johansson, 1992). Once the standards have been written, tested and approved by the National Library Council and the Central Department of Standardization, Metrology and Quality Control, documentation should be prepared and training provided nation-wide. The whole process could be expected to be completed in 5 years.

6. CONCLUSION

Vietnam is facing major challenges in her efforts to get herself ready for the fast-approaching new millenium. There is no doubt that libraries will be playing a very important role in this national endeavour. Leaders in almost all of the developing countries are now sharing the same faith in what libraries can potentially contribute to the development of their countries; "libraries are therefore needed for farmers, industrialists and scientists, planners, government officials and parastatal organizations, personnel and all people, i.e., rural and urban, who are engaged in the economic development of a country" (Tawete, 1988). In order to make good contributions to the national economic development, Vietnamese libraries should have the right tools to organize their collections for effective retrieval and exchange. This view is not totally foreign to Vietnamese library leaders as witnessed by a British librarian since 1989 during a visit to the country on behalf of Unesco: "In particular, the desire to increase their international contacts, and become fully in tune with developments in the international information scene, were characteristic of the senior librarians, information workers and officials that we met" (Vaughan, 1989). For such progress to occur, library standardization is crucial.

Macmillen, S. (1990). "Library and information services in Vietnam: The basis of development," *Libri*, 40 (4): 299.

Majumder, U. (1992). "Implementation of UNIMARC at India's National Library," *International Cataloguing & Bibliographic Control*, 21 (2): 19-24.

McKercher, B and Chang, P. X. (1995). "A survey of the use of MARC formats in national libraries," International Cataloguing & Bibliographic Control, 24 (4): 57.

Nguyen, Minh Hiep (Nguyen Minh Hiep received his MLS from Simmons College, Boston, Massachusetts in 1994 and came back to Vietnam and served as Librarian of the Graduate Library, National University of Ho Chi Minh City. He came back to the United States in 1996 with a fellowship at the Mortenson Center of the University of Illinois at Urbana-Champaign. Mr. Nguyen has organized many seminars in Vietnam to introduce to his colleagues what he has learned in the U.S. He has also created a Web Site to disseminate information on the activities of his library and other library development events as well. Hopefully, his Web Site, http://www-lib.nuhcm.edu.vn, will be available to worldwide net browsers in the near future. The author of this paper has been fortunate to be able to keep a close contact with him for the past five years).

Rachmananta, D. P. (1990). "Bibliographic standards of Indonesia," *International Cataloguing & Bibliographic Control*, 19 (3): 38.

Standardization and Documentation: An Introduction for Documentalists and Librarians. (1983). 1st ed. Geneva: International Organization for Standardization. p. 9.

Statistical Yearbook 1994. Chapter 10. Section 26 - "Public Libraries" (available at the following URL:
http://www.batin.com.vn/niengiam/IndexNiengiam.htm).

Tawete, F. K. (1988). "The challenge of libraries in the Third World," *Libri*, 38 (4): 330-339.

Vaughan, A. (1989). "Mission to Vietnam," *Library Association Record*, 91: 540.

Webster's Third New International Dictionary of the English Language. (1965). unabridged. Springfield, MA: Merriam. p. 2223.

Wehner, S. (1995). "The international list of UNIMARC users and experts," *International Cataloguing & Bibliographic Control*, 24 (4): 55.

Young, H, ed. (1983). *The ALA Glossary of Library and Information Science*. Chicago, IL: American Library Association. p. 215.

PHỤ ĐÍNH 2B

Vấn Đề Phát Triển Thư Viện Tại Việt Nam: Chuẩn Hóa Là Điều Khẩn Thiết Nhất [1]

(http://www.leaf-vn.org/libdev.html)

Tác giả: Lâm Vĩnh-Thế
Trưởng ban Biên Mục
Hệ thống Thư viện Đại học Saskatchewan
Phòng 36, Thư Viện/Toà nhà Murray
3 Campus Drive
Saskatoon, SK S7N 5A4, Canada

Toát yếu

Để có thể duy trì sự tiến bộ vững chắc và cân bằng trong trường kỳ, Việt Nam cần phải cải tiến công tác thu thập, bảo quản, và phổ biến kiến thức. Thư viện có thể đóng một vai trò quan trọng trong nỗ lực này. Bài viết này thảo luận về những vấn đề liên hệ đến việc chuẩn hoá trong ngành thư viện, việc làm này có thể đóng góp vào sự phát triển chính sách về thông tin quốc gia và sự tạo lập cơ sở hạ tầng về vấn đề thông tin quốc gia. Trong phần đầu của bài này, chuẩn hoá được định nghĩa như là một công cụ giúp đạt đến sự đồng nhất và sự kiểm tra phẩm chất của thông tin. Trong phần thứ hai, tác giả giải thích tại sao Việt Nam cần phải có một chương trình chuẩn hóa thư viện ngay bây giờ. Trong phần thứ ba của bài tham luận, tác giả đã đề nghị nên dành ưu tiên cho việc tạo lập các tiêu chuẩn cho việc sắp xếp, truy cập, và trao đổi thông tin. Một Bộ Quy tắc Biên Mục Quốc Gia theo tiêu chuẩn quốc tế ISBD và một Khuôn thức MARC Quốc gia đã được đề nghị tạo lập. Trong phần cuối của bài tham luận, tác giả đã đề ra những bước cần thiết để thực hiện chương trình chuẩn hoá thư viện. Thư Viện Quốc Gia Việt Nam nên có vai trò lãnh đạo trong toàn bộ tiến trình này.

Trong khoảng bảy năm trở lại đây, với chính sách "Đổi mới", Việt Nam đã hưởng được một mức phát triển quốc gia khả quan, với Tổng Sản Lượng Quốc Gia Gộp (GNP: Gross National Product) nhảy vọt từ 9,6 tỷ Mỹ Kim năm 1991 lên 20,3 tỷ Mỹ Kim năm 1995 (Global 1997). Đây là một thành công đáng kể của một quốc gia đã từng ở trong tình trạng gần như sụp đổ cách đây 10 năm . Để duy trì sự tiến bộ vững chắc và cân bằng trong trường kỳ, cần phải có những cố gắng không ngừng trong việc thu thập, bảo quản, và phổ biến kiến thức trong nhiều địa hạt khác nhau, bao gồm cả về phương pháp lẫn kỹ thuật.

Thư viện có thể đóng vai trò quan trọng trong những cố gắng này. Người ta đã từng ghi nhận rằng tại Việt Nam "càng ngày người ta càng chú ý đến tiềm năng của những thư viện để đóng góp vào cuộc cách mạng thứ ba, để theo đuổi sự phát triển kinh tế" (Macmillen 1990). Rất tiếc rằng, "đã không thấy có dấu hiệu gì về chính sách thông tin quốc gia dành cho cả nước" (Information 1995:4). Ngay cả đến "các điều luật về thư viện cũng chỉ đang ở bước soạn thảo" (Information 1995:4).

Vấn đề chuẩn hóa thư viện có thể đóng góp cho sự hình thành và sự thực thi chiến lược quốc gia về phát triển thư viện. Bài tham luận này bàn thảo về những vấn đề liên quan đến cơ cấu then chốt của chính sách thông tin và dự án phát triển thư viện cho Việt Nam trong tương lai.

Chuẩn Hoá Để Làm Gì?

Theo định nghĩa tổng quát, một tiêu chuẩn có nghĩa là *"một vật gì được nhà chức trách dựng lên và thiết lập như một quy tắc để đo lường về số lượng, trọng lượng, quy mô, giá trị, hay phẩm chất"* (Webster's 1965).

Trong ngành thư viện, tiêu chuẩn có nghĩa là *"một bộ hay những quy tắc được thiết lập bởi những cơ quan quốc gia hay quốc tế với mục đích kiểm soát thư tịch (hay thư mục) (bibliographic control), bao gồm những công tác nhằm cung cấp một cách nhận diện duy nhất cho những tài liệu, chẳng hạn như Số Sách Theo Tiêu*

Chuẩn Quốc Tế (International Standard Book Number: ISBN), Số Tùng Thư Theo Tiêu Chuẩn Quốc Tế (International Standard Serial Number: ISSN), mô tả tài liệu một cách đồng nhất, chẳng hạn như Mô Tả tài Liệu Theo Tiêu Chuẩn Quốc tế (International Standard Bibliographic Description: ISBD); và sự trao đổi các ký lục thư tịch (hay biểu ghi thư mục) qua phương tiện sử dụng khuôn thức trao đổi thư tịch (hay thư mục) máy đọc được, chẳng hạn như khuôn thức MARC (Machine Readable Cataloging)" (Young 1983).

Việc chuẩn hóa là một tiến trình của sự tạo lập và áp dụng những tiêu chuẩn, và nó được định nghĩa như là *"một sự chuyển tiếp từ ý tưởng cá biệt sang ý tưởng chung, sự chuyển tiếp từ sự lộn xộn đến sự ngăn nắp và từ sự hành xử tùy tiện tới sự hành xử theo quy luật"* (Standardization 1983).

Với sự tăng gia không ngừng của nhu cầu về thông tin, và nhờ những khả năng vận sử kỹ thuật (hay công nghệ) mới để sử dụng thông tin, *"sự chuẩn hoá trở nên quan trọng hơn -- để bảo đảm sự cung ứng dịch vụ thông tin đạt được mức hữu hiệu cao hơn trong tất cả những quốc gia và việc sử dụng thông tin cũng như việc sử dụng thông tin và các hệ thống thông tin không bị giới hạn trong một nước, một vùng hay một cơ quan"* (Atherton 1977).

Chuẩn hoá, như vậy, có mục tiêu là đạt được sự đồng nhất, và do đó, sau cùng nó trở thành một công cụ kiểm phẩm. Những thư mục (hay mục lục thư viện) (library catalogs) đã được sản xuất dưới một hình thức áp dụng quy tắc biên mục nào đó để có thể bảo đảm một phần nào mức độ truy cập thông tin một cách có hiệu quả, bởi vì *"tiêu chuẩn áp dụng sẽ bảo đảm một phần nào mức độ của phẩm chất do đó ký lục (hay biểu ghi) sẽ đầy đủ và nó được sắp xếp một cách nhất quán, do đó nội dung cũng như vị trí của ký lục (biểu ghi) của tài liệu sẽ có thể đoán trước được"*. (Lunn 1970).

Tại Sao Cần Phải Chuẩn Hóa Ngay Bây giờ?

Với tư cách là một nước nghèo, Việt Nam tương đối có một hệ thống thư viện khá phức tạp. Hiện thời tại Việt Nam có hai hệ thống thư viện:

1) hệ thống thư viện khoa học tổng hợp

2) hệ thống thư viện công cộng

Hệ thống thư viện khoa học tổng hợp bao gồm:

Thư viện Quốc gia Việt Nam

Thư Viện Khoa Học và Kỹ Thuật Trung Ương

Thư viện Khoa Học Xã Hội và Khoa Học Nhân Văn

Thư viện thuộc các cơ quan nhà nước

Thư viện chuyên ngành bao gồm thư viện đại học/trường học, thư viện thuộc các cơ sở nghiên cứu và phát triển nhà nước, thư viện thuộc các nghiệp đoàn, thư viện y khoa và những thư viện tư (Information 1995:6-7. Xem ghi chú)

Hệ thống thư viện công cộng bao gồm:

4 thư viện trung ương

53 thư viện tỉnh và thị xã

486 thư viện quận

23 thư viện thiếu nhi (Statistical 1994)

Nhiều máy điện toán đã được thiết lập tại nhiều thư viện khoa học và một số thư viện công cộng kể từ những năm thuộc thập niên 1990. *"Trong năm 1994, những thư viện tỉnh và thị xã đã được kết nối với Thư Viện Quốc Gia để tạo thành một mạng những thư viện công cộng"* (Information 1995:14).

Hệ thống Internet đã được du nhập vào Việt Nam vào khoảng năm 1995, *"hệ thống Internet tại Việt Nam đã tăng dần tới 35 mối kết nối mạng, Hà Nội có 32 mối kết nối, thành phố Hồ Chí Minh có hai mối kết nối, và một mối kết nối đặt tại Nha*

Trang" (Information: 1995:28).

Trong phạm vi phát triển nguồn nhân lực [cho ngành thư viện], cả nước Việt Nam có ba trường dạy về ngành thư viện học, một trường đặt tại Hà Nội, và hai trường đặt tại thành phố Hồ Chí Minh. *"Một con số phỏng đoán về nguồn nhân lực của ngành thông tin học và thư viện học là khoảng 22.300 nhân viên."* (Information 1995:33). Trong số những nhân viên này, đã có một nhóm người được huấn luyện tại Hoa Kỳ (Nguyễn, 1997, Xem ghi chú). Ngay bây giờ là một thời điểm thuận tiện nhất để có một chương trình chuẩn hóa ngành thư viện, vì hai lý do sau đây: 1) hệ thống thư viện của Việt Nam không nhỏ quá và cũng không lớn quá; và 2) hiện giờ Việt Nam đã có một đội ngũ nhân viên thuộc ngành thông tin học và thư viện học để có thể đảm trách một dự án phức tạp và thực thi dự án này.

Nên Thực Hiện Những Tiêu Chuẩn Nào?

Những tiêu chuẩn của ngành thông tin và thư viện học có rất nhiều. Chẳng hạn như tiêu chuẩn về việc tổ chức sắp xếp thông tin, tiêu chuẩn về truy cập thông tin, tiêu chuẩn về hệ thống thông tin, và tiêu chuẩn về dịch vụ cung ứng thông tin. Ngoài ra còn có những nguyên tắc chỉ đạo về vấn đề hành xử công việc của nhân viên thư viện, tiêu chuẩn dành cho những loại thư viện khác nhau (thư viện đại học, thư viện trường học, thư viện công cộng) trong bối cảnh của việc phát triển sưu tập thư viện cũng như công tác cung ứng dịch vụ cho người dùng thư viện. Tiến trình của việc hoạch định và thực thi những tiêu chuẩn thư viện cần phải mất nhiều năm. Tại nước Cộng Hoà Nhân Dân Trung Hoa, việc này đã phải mất 40 năm, 1949-1989, tuy vậy *"mới chỉ có 28 tiêu chuẩn được xuất bản và được đem ra thực hành"* (Feng 1992). Đối với tình trạng của Việt Nam, vấn đề này có thể hy vọng làm được nhanh hơn so với Trung Hoa, vì Việt Nam là nước đi sau, Việt Nam có thể học hỏi kinh nghiệm của những nước đã đi trước trong vấn đề này. Điều mà các nhà lãnh đạo ngành thư viện của Việt nam cần có là sự quyết định một cách thông minh trong việc sắp xếp những ưu tiên cho chương trình chuẩn hóa. Bài tham luận này đề nghị ưu tiên một dành cho việc chuẩn hoá trong lành vực tổ chức và sắp xếp thông tin. Mỗi một thư viện quốc gia đều có hai nhiệm vụ căn bản là:

1) sưu tầm, bảo quản, và phân phối các tài liệu in trên giấy và tài liệu không in trên giấy và tài liệu nghiên cứu; và

2) trao đổi những thông tin đã có với những hệ thống thư viện quốc gia khác.

Nói một cách khác, những thư liệu cần phải được sắp xếp, tổ chức theo một lối nào mà người ta có thể truy cập một cách có hiệu quả và trao đổi tài liệu này.

Điều tối cần bây giờ cho hệ thống thư viện của Việt Nam là chuẩn hóa trong công việc sắp xếp thư liệu để có thể truy cập và trao đổi.

Những thứ cần nhất bây giờ là bộ quy tắc biên mục quốc gia và khuôn thức MARC (Machine-Readable Cataloguing) của quốc gia. Vấn đề này nêu ra ở đây không có nghĩa là các thư viện của Việt Nam không có bộ quy tắc biên mục nào đang được áp dụng, nhưng điều cần nói là, bộ quy tắc biên mục này cần phải được chuẩn hóa và áp dụng rộng rãi trên toàn quốc. Mặc dù việc chuẩn hoá này có thể là bắt buộc hay tùy nghi áp dụng, nhưng trong trường hợp của Việt Nam, việc này nên coi là điều bắt buộc.

Bộ quy tắc biên mục nên được đặt căn bản trên quy tắc ISBD (mô tả thư tịch (hay thư mục) theo tiêu chuẩn quốc tế = International Standard Bibliographic Description) trong việc mô tả thư liệu, và có thể phỏng theo bộ quy tắc AACR2 (Bộ Quy Tắc Biên Mục của Khối Anh-Mỹ, ấn bản thứ hai = Anglo-American Cataloguing Rules, 2nd Edition) trong việc chọn lựa và hình thức của những điểm truy cập. Việt Nam cũng có thể học hỏi nơi những nước trong vùng Đông Nam Á, vì những nước này đã trải qua tiến trình thành lập cũng như áp dụng việc chuẩn hoá thư viện, chẳng hạn như tại Nam Dương (Indonesia), nơi mà *"một bước khác để tiến tới việc áp dụng quy tắc biên mục của Nam Dương là sự giới thiệi Bộ Quy tắc Biên Mục AACR2 và tiêu chuẩn ISBD vào Peraturan Katalogisasi Indonesia [tức là Bộ Quy Tắc Biên Mục Nam Dương]. Ấn bản thứ ba của tài liệu này (1989) bao gồm những quy tắc biên mục áp dụng chung cho các thư viện của Nam Dương"* (Rachmananta 1990). Một nhóm quản thủ thư viện gốc Việt đang sinh sống tại bắc Mỹ Châu (mà tác giả bài tham luận này cũng là một người thuộc nhóm này) đang làm công việc dịch thuật Bộ Quy Tắc Biên Mục Rút Gọn AACR2 (The Concise AACR2) của tác giả Michael Gorman, sang tiếngViệt (Gorman 1989). Một khi sách này được xuất bản, nó sẽ được đem về biếu các thư viện Việt Nam (Xem ghi chú về Gorman).

Để hoàn tất những việc gì cần cho việc làm biên mục, các quản thủ thư viện Việt Nam nên bắt đầu làm việc chuẩn hoá cho hệ thống tiêu đề đề mục bằng Việt ngữ. Công tác vĩ đại này có thể bắt đầu bằng công việc dịch *Bảng Tiêu Đề Đề Mục của Thư Viện Quốc Hội Hoa Kỳ (Library of Congress Subject Headings List)* sang tiếng Việt với những cải biên cần thiết phản ảnh cho tình huống địa phương. Còn đối với vấn đề về khuôn thức MARC, tác giả bài này đề nghị Việt Nam nên dùng khuôn thưc UNIMARC. Tác giả đã đề nghị như vậy vì hai lý do, thứ nhất là Thư Viện Quốc Gia Việt Nam đã áp dụng khuôn thức UNIMARC trong hoạt động thư viện (McKercher 1995), và, thứ hai là càng ngày càng có nhiều quốc gia áp dụng khuôn thức UNIMARC. Trong một cuộc thăm dò thực hiện vào năm 1993, và tái tục vào năm 1995, đã có 35 thư viện trong số 62 thư viện (đa số là thư viện quốc gia) đã trả lời cuộc thăm dò này là họ đã có quyết định áp dụng khuôn thức UNIMARC với nhiều lý do khác nhau. Chúng ta hãy xem xét những kinh nghiệm của vài thư viện quốc gia tiêu biểu sau đây:

Trường Hợp của Bồ Đào Nha:

"Tất cả những sự cân nhắc đã dẫn tới những quyết định sau cùng là: một khuôn thức quốc gia dành cho nước Bồ Đào Nha cần phải dựa trên khuôn thức UNIMARC. Thực ra, khuôn thức UNIMARC đã được thiết lập để có thể tương hợp với những khuôn thức quốc gia khác như UKMARC (tức là khuôn thức MARC của nước Anh) USMARC (tức là khuôn thức MARC của Mỹ) hay MAB 1 (Maschinelles Austauschformat fur Bibliotheken = Khuôn thức MARC của Đức); và sự thực hiển nhiên là nó đã được cập nhật thường xuyên hơn là những khuôn thức MARC của đa số các quốc gia, một phần cũng là vì nó đã kết nối được về cấu trúc, và một phần vì nó đã được Liên Hiệp Các Hội Thư Viện Quốc Tế (IFLA = International Federation of Library Associations and Institutions) đề nghị thi hành." (Campos 1990).

Trường hợp của Ấn Độ:

"Mặc dầu Văn Phòng Ủy Ban Chuẩn Hoá Ấn Độ đã thiết lập năm 1985 khuôn thức MARC của Ấn Độ dựa trên khuôn thức UKMARC, nhưng một trong những lý do Ấn Độ lại chọn khuôn thức UNIMARC dùng cho Thư Mục (hay Mục Lục) Quốc Gia (National Library Catalog) đó là họ đã dựa vào mục đích cung ứng một động lực trao đổi các ký lục (hay biểu ghi) thư tịch (hay thư mục) quốc gia giữa các cơ sở thư tịch (hay thư mục) quốc gia với nhau, hầu tránh được những khó khăn của những khuôn thức MARC khác nhau dùng trong những quốc gia khác nhau." (Majumder 1992:19), và "một trongnhững lý do Thư Viện Quốc Gia Ấn Độ đã áp dụng UNIMARC là vì nước Ấn Độ là một quốc gia đa ngôn ngữ". (Majumder 1992:22).

Làm Thế Nào Thực Hiện Các Tiêu Chuẩn Này?

Thư Viện Quốc Gia của Việt Nam (TVQG) nên đóng một vai trò quan trọng trong suốt tiến trình của việc chuẩn hoá bởi vì một trong những trách vụ của Thư Viện Quốc Gia là *"làm biên mục tập trung và những dịch vụ về thư tịch (hay thư mục) khác nữa"* (Information 1995:8). Sự khuyến cáo này đã được dựa trên căn bản là chúng ta đã thấy TVQG đã có kinh nghiệm trong việc áp dụng khuôn thức UNIMARC trong công tác của họ. TVQG cũng có một đội ngũ nhân viên kinh nghiệm trong những đề án quốc tế, một trong những đề án này là Đề Án Về Tổng Thư Mục (hay Mục Lục) Quốc Gia (Vietnamese Union Catalogue) dưới sự bảo trợ của Thư Viện Quốc Gia Úc (Jarvis 1993).

TVQG nên bắt đầu chương trình chuẩn hóa thư viện dưới sự bảo trợ của Hội ĐồngThư Viện Quốc Gia, Hội đồng này *"bao gồm một số quản thủ thư viện có tầm vóc, họ có nhiệm vụ cố vấn cho chính quyền"* (Brazier 1993), bằng cách tạo lập ra một Ủy ban Đặc Nhiệm Quốc Gia Về Đề Án Chuẩn Hóa Thư Viện, với những thành viên bao gồm những quản thủ thư viện có trong hệ thống thư viện (khoa học và công cộng), trong những hội thư viện, chẳng hạn như là Hội ThôngTin Tư Liệu và Thư ViệnThành Phố Hồ Chí Minh (SIDLA = Scientific Information, Documentation and Library Association of Ho Chi Minh City), trong ba trường thư viện, và cũng ở trong Tổng Cục Tiêu Chuẩn - Đo Lường - Chất Lượng. Ủy Ban Đặc Nhiệm này cần được giao trách nhiệm rõ ràng trên căn bản trách nhiệm lãnh đạo của TVQG. Từ buổi đầu, Ủy Ban Đặc nhiệm cần phải gồm có hai Ủy ban dưới quyền, một ủy ban đặc trách về việc soạn thảo Bộ Quy Tắc Biên Mục, và ủy ban thứ hai đặc trách về khuôn thức MARC. Mỗi một Ủy ban có thể có nhiều Phân ban nếu cần, chẳng hạn như là Ủy Ban Soạn thảo Bộ Quy Tắc Biên Mục có thể có một Phân Ban làm việc trong mỗi một chuyên ngành như là: làm biên mục mô tả (hay ISBD), về AACR2, về những điểm truy dụng, về tiêu đề đề mục.

Để phát động chương trình này, một hội nghị tầm cỡ quốc gia về vấn đề chuẩn hóa biên mục cần phải được triệu tập, với những vị thuyết trình viên được mời từ các TVQG khác đến Việt Nam, đặc biệt là các vị từ các nước vùng Đông Nam Á cũng như những nước đang phát triển. Sự tài trợ để tổ chức hội nghị loại này cần được tìm kiếm nơi các cơ quan quốc tế như Những Chương Trình Nòng Cốt của Liên Hiệp Các Hội Thư Viện Thế Giới (IFLA Core Programs) chẳng hạn như Chương Trình Thăng Tiến Ngành Thư Viện Học (Advancement of Librarianship Program) hay Chương Trình Kiểm Soát Thư Tịch (hay Thư Mục) Toàn Cầu và Khuôn Thức MARC Thế Giới (UBCIMP = Universal Bibliographic Control and International MARC Program) (Johansson 1992).

Một khi những tiêu chuẩn đã được viết thành văn, thử nghiệm, và được Hội Đồng Thư Viện Quốc Gia, và Tổng Cục Tiêu Chuẩn - Đo Lường - Chất Lượng chuẩn y, những tài liệu này cần phải được soạn thảo và những công cuộc huấn luyện cho toàn quốc phải được thực hiện. Để hoàn tất tiến trình này, ít nhất cũng cần phải có một thời gian là năm năm.

Kết Luận:

Việt Nam đang phải đối diện với những thử thách trong cố gắng đạt tới mục tiêu là sẵn sàng để tiến vào thiên niên kỷ mới này. Không có gì để phải nghi ngờ là những thư viện của Việt Nam sẽ đóng vai trò quan trọng trong nỗ lực phát triển đất nước.

Các nhà lãnh đạo của hầu hết các quốc gia trên thế giới bây giờ đang có chung một niềm tin vào tiềm năng đóng góp của thư viện vào công cuộc phát triển quốc gia; *"Thư viện, do đó đã là những định chế cần thiết cho các nhà nông, các kỹ nghệ gia, và các khoa học gia, các nhà lập chương trình phát triển, các cơ quan và nhân viên nhà nước, và tất cả mọi người, ở thôn quê cũng như thành thị, họ đều là những người đã tham gia vào công cuộc phát triển đất nước"* (Tawete 1988).

Để có thể đóng góp hữu hiệu vào công cuộc phát triển kinh tế quốc gia, những quản thủ thư viện của Việt Nam cần phải có những trợ huấn cụ thiết thực để tổ chức sắp xếp sưu tập thư liệu của họ ngõ hầu có thể truy cập và trao đổi chúng một cách hiệu quả. Quan điểm này không hẳn là mới mẻ gì đối với các nhà lãnh đạo ngành thư viện Việt Nam, vì các tiến bộ của ngành này đã được chuyên gia người Anh, đại diện Unesco, xác quyết trong cuộc thăm viếng Việt Nam năm 1989: *"Đặc biệt là, các quản thủ thư viện cao cấp, các nhân viên ngành thông tin học, và những viên chức khác của Việt Nam, mà chúng tôi đã gặp, đều mong muốn có những giao lưu quốc tế, và trở thành đồng bộ hoàn toàn với những phát triển về thông tin trong bối cảnh quốc tế"* (Vaughan, 1989). Để cho tiến bộ này có thể xảy ra, việc chuẩn hoá thư viện là một khâu then chốt.

TÀI LIỆU THAM KHẢO:

Atherton, P. *Handbook for information systems and services.* Paris: Unesco, 1977: 159.

Brazier, H. "Libraries take back seat in a resurgent Vietnam." *Library Association Record*, 1993; 95: 287.

Campos, F and Ferreira FC. "Adopting UNIMARC as a national format : The Portuguese experience." International cataloguing & bibliographic Control, 1990; 19, 2: 23.

Feng, Q et al. Translated by Rui Z. "Developing librarianship in China, 1949-1989." *Libri*, 1992; 42, 1: 1-19.

Global development finance 1997. Volume 2. Washington, D.C.: World Bank, 1997: 568.

Gorman, M. The Concise AACR2, 1988 revision. Chicago: American Library Association, 1989. (Nhóm quản thủ thư viện người Việt sống tại Bắc Mỹ Châu này đã dịch cuốn *ALA Từ Điển Giải Nghĩa Thư Viện Học và Tin Học*, ấn bản 1983. Ấn bản Việt ngữ đã được nhà Galen Press, Ltd. ở tiểu bang Arizona, Hoa Kỳ, xuất bản năm 1996 và đã được đem về biếu các thư viện Việt nam vào mùa hè 1996. Bài tường thuật về việc này của Phạm Lệ-Hương đã được đăng trên Tạp San Bền Vững =

Sustainability = Durabiblité, tập 1, số 4 (11/ 996) tr. 8-10, và tập 1, số 5 (5/1997), tr. 10-12. [Bài này đã được đăng trên Internet tại địa chỉ URL của LEAF-VN sau đây:

(http://www.leaf-vn.org/donation.html) và xin xem thêm

http://www.leaf-vn.org/GormanEngIntrod.htm)]

I*nformation infrastructure and services in Vietnam: Situational report.* Bangkok: Unesco, 1995. (Tác giả bài tham luận này không đồng ý với việc phân loại các thư viện trong tài liệu này, đặc biệt với việc cho các thư viện trường học và thư viện đại học vào nhóm thư viện chuyên ngành. Vấn đề phân loại thư viện như thế này đã không phù hợp với tiêu chuẩn của Bắc Mỹ, và nó có thể là một chướng ngại quan trọng trong sự phát triển của ngành thư viện trường học và thư viện đại học Việt Nam)

Jarvis, H. "Restoring the bibliographic heritage of Vietnam and Cambodia." *International cataloguing & bibliographic control*, 1993; 22, 3: 42-45.

Johansson, E. "Program for the Advancement of Librarianship (ALP) in the Third World." *Bulletin of the American Society for Information Science*, 1992; 19, 1: 25-26.

Lunn, J. T*he standardization of cataloguing*. 1970: 1. Paper presented at the National Conference on Cataloguing Standards, held May 19-20, 1970, at National Library of Canada, Ottawa.

Macmillen, S. "Library and information services in Vietnam: The basis of development." *Libri*, 1990; 40,4: 299.

Majumder, U. "Implementation of UNIMARC at India's National Library." *International cataloguing & bibliographic control*, 1992; 21, 2: 19-24.

McKercher, B and Chang, PX. "A survey of the use of MARC formats in national libraries." *International cataloguing & bibliographic control*, 1995; 24, 4: 57.

Nguyễn, M. H. Nguyễn Minh Hiệp tốt nghiệp bằng Cao Học

Thông Tin và Thư Viện (MLS) tại Đại Học Simmons College, Boston, Massachusetts vào năm 1994 và đã trở về phục vụ tại Việt Nam với chức vụ Giám đốc Thư Viện Cao Học, Đại Học Khoa Học Tư Nhiên, thuộc hệ thống đại Học Quốc Gia TP Hồ Chí Minh. Ông đã trở lại Hoa Kỳ lần thứ hai năm 1996 với học bổng Hậu Đại Học của Viện Mortenson Center , Đại Học Tiểu bang Illinois tại Urbana-Champaign. Ông Nguyễn Minh Hiệp đã tổ chức được nhiều cuộc hội thảo tại Việt Nam, nhằm giới thiệu với các đồng nghiệp của ông những gì mà ông đã học hỏi được tại nước Mỹ. Ông cũng đã thiết lập một Trang nhà điện tử (website) trên hệ thống liên mạng cục bộ để phân phối thông tin liên hệ đến hoạt động của thư viện nơi ông phục vụ, cũng như những tiến triển mới của ngành thư viện học. Tác giả bài tham luận này hy vọng rằng Trang nhà điện tử (Website) của thư viện Cao Học, Đại Học Khoa Học Tự Nhiên tại địa chỉ URL: http://www-lib.nuhcm.edu.vn, sẽ sớm được nối mạng với thế giới trong một tương lai gần. Tác giả bài này đã có may mắn là đã liên hệ trực tiếp với ông Hiệp trong mấy năm gần đây). [Hiện nay Bản Tin Điện Tử này đã được nối mạng vào Internet tại địa chỉ URL sau đây: (http://www.hcmuns.edu.vn/GLIB0001/btdt198.htm)]

Rachmananta, DP. "Bibliographic standards of Indonesia." *International cataloguing & bibliographic control*, 1990; 19, 3: 38.

Standardization and documentation: An introduction for documentalists and librarians. 1st ed. Geneva: International Organization for Standardization, 1983: 9.

Niên Giám Thống Kê (Statistical yearbook) 1994. Chapter 10. Đoạn 26 - Thư Viện Công Cộng (có thể truy cập tại địa chỉ URL: http://www.batin.com.vn/niengiam/IndexNiengiam.htm).

Tawete, FK. "The challenge of libraries in the Third World." *Libri*, 1988; 38, 4: 330- 339.

Vaughan, A. "Mission to Vietnam." *Library Association Record*, 1989: 91 : 540.

Webster's third new international dictionary of the English language, unabridged. Springfield, Mass.: G & C Merriam, 1965: 2223.

Wehner, S. "The international list of UNIMARC users and experts." *International cataloguing & bibliographic control*, 1995; 24, 4: 55.

Young, H, ed. *The ALA glossary of library and information science*. Chicago : American Library Association, 1983: 215.

Ghi chú:

1. Bài tham luận của Lâm Vĩnh-Thế, nguyên tác Anh ngữ: "Library Development in Vietnam: Urgent Needs for Standardization" đã được thuyết trình tại Hội Nghị Quốc Tế Về Công Nghệ Thông Tin Mới ' 98 (NIT '98 (International Conference on New Information Technology) từ 24/3 đến 26/3/1998 tại Hà Nội, do Bộ Văn Hoá, Thư Viện Quốc Gia Việt Nam, Trường Đại Học Simmons tổ chức. (http://www.leaf-vn.org/libdev.html). Phạm Thị Lệ-Hương chuyển dịch Việt ngữ, với sự chấp thuận của tác giả. [1/26/2000].

BẢNG DẪN

Liên lạc Tác giả
Lâm Vĩnh-Thế
Hoaivietnhan1981@gmail.com

Liên lạc Nhà xuất bản
Nhân Ảnh
han.le3359@gmail.com
(408) 722-5626

www.ingramcontent.com/pod-product-compliance
Lightning Source LLC
LaVergne TN
LVHW052135041026
849558LV00010B/243